## ടി. അജീഷ്

മലപ്പുറം ചേലേമ്പ്ര പുല്ലിപ്പറമ്പ് തേനേരി ഗോപാലൻ തങ്കം ദമ്പതികളുടെ മകൻ. മലയാള മനോരമ മലപ്പുറം യൂണിറ്റിൽ ചീഫ് സബ് എഡിറ്റർ. പത്രപ്രവർത്തനത്തിൽ ന്യൂഡൽഹി പ്രസ് ഇൻസ്റ്റിറ്റ്യൂട്ട് ഓഫ് ഇന്ത്യയുടെ ദേശീയ പുരസ്കാരം, മുംബൈ ലാഡ്‌ലി മീഡിയ പുരസ്കാരം, കേരള മീഡിയ അക്കാദമിയുടെ എൻ.എൻ.സത്യവ്രതൻ പുരസ്കാരം, കൃഷി വകുപ്പിന്റെ സംസ്ഥാന കർഷക മാധ്യമ പുരസ്കാരം, പി.വി. നെടുങ്ങാടി പുരസ്കാരം എന്നിവ ലഭിച്ചിട്ടുണ്ട്.

ഫറോക്ക് നല്ലൂർ ഈസ്റ്റ് എയുപി സ്കൂൾ അധ്യാപിക സി. നമിതയാണു ഭാര്യ. മക്കൾ: ടി. അനൈന, ടി. അലൈന.

ഫോൺ : 9847128259

Malayalam Language
Kuttimaman
(Children's Literature)
by
T. Ajeesh

♦

Published in May 2019
by Kairali Books Private Limited
Thalikkavu Road, Kannur.
Phone : 0497-2761200
E-Mail : Kairalibooksknr@gmail.com

♦

Illustrations
Smitha K.E

♦

Cover Design
Prasanth Mangad

♦



19/19-20/Sl.No.1089/1000/NS 18.6
ISBN 978-93-89250-00-8

# കുട്ടിമാമൻ

ടി. അജീഷ്

കൈരളി ബുക്സ്

# ഭാഗം ഒന്ന്

## അധ്യായം 1

**അ**സ്തമയസൂര്യന്റെ ശോഭയ്ക്ക് അന്ന് ഒട്ടും മങ്ങലേറ്റിരുന്നില്ല. സന്ധ്യയായിട്ടും എങ്ങും നല്ല വെളിച്ചം. അൽപം വൈകിയാണ് സ്വാമിനാഥൻ കടവിലെത്തിയത്. അപ്പൊഴേക്കും കടത്തുതോണി പുഴയുടെ മധ്യത്തിലെത്തിയിരുന്നു. ഇനി തോണിക്കാരൻ കുഞ്ഞനന്തൻ മടങ്ങിവരാൻ സാധ്യതയില്ല. ഇരുട്ടിൽ അയാൾക്കു പുഴയുടെ ഗതിയറിയാൻ കഴിയില്ല. മുമ്പൊരിക്കൽ ഇതുപോലെ സ്വാമിനാഥനു വേണ്ടി അയാൾ തോണിയുമായി ഇരുട്ടിൽ വന്നിരുന്നു. അന്നു ഭാഗ്യം കൊണ്ടാണു രക്ഷപ്പെട്ടത്. ദിക്കറിയാതെ തോണിയുമായി ഏറെദൂരം സഞ്ചരിച്ചു. ഭാഗ്യത്തിനായിരുന്നു കുഞ്ഞാണ്ടിയുടെ തോണി അതുവഴി വന്നത്. അയാളാണ് അന്നു രക്ഷകനായത്.

തോണിക്കാരനെ കാത്തുനിന്നിട്ടുകാര്യമില്ല. വേറെയേതെങ്കിലും തോണി വരുന്നുണ്ടോയെന്നു സ്വാമിനാഥൻ പുഴയുടെ ഇരുഭാഗത്തേക്കും നോക്കി. പുഴ ശാന്തമായി ഒഴുകുകയാണ്. അസ്തമയസൂര്യന്റെ രശ്മിയേറ്റപ്പോൾ പുഴയ്ക്കും ശാന്തത വന്നിരിക്കുന്നു. സ്വാമിനാഥനെ സഹായിക്കാൻ ആരും തോണിയുമായി വന്നില്ല.

പുഴ നീന്തിക്കടക്കാം. ഇരുട്ടിനു കനംവയ്ക്കുന്നതിനു മുൻപു അക്കരെയെത്തണം. അവിടെ തന്നെയും കാത്ത് അവളിരിക്കുന്നുണ്ടാകും. വൈകിയാൽ തങ്കമണി വിഷമിക്കും. ഈയിടെയായി അവൾക്ക് എല്ലാകാര്യത്തിലും വേവലാതി കൂടുതലാണ്. പ്രസവിക്കാറാകുമ്പോൾ എല്ലാ സ്ത്രീകൾക്കും പേടിയും വേവലാതിയുമൊക്കെയുണ്ടാകുമെന്നാണ് എല്ലാവരും പറയുന്നത്.

കൈവശമുള്ള ഭാണ്ഡക്കെട്ട് അയാൾ തുറന്നു. മേൽമുണ്ടും ഉടുത്തമുണ്ടും അഴിച്ചു ഭാണ്ഡത്തിൽ വച്ചു. തോർത്തുകൊണ്ട് ഭാണ്ഡം തലയിൽ വരിഞ്ഞുകെട്ടി. ഇനി നീന്താം.

വെള്ളത്തിനു നല്ല തണുപ്പുണ്ടായിരുന്നു. വൃശ്ചികമല്ലേ, എങ്ങനെ

കുളിരാതിരിക്കും. ഇടയ്ക്കു ചെറുമീനുകൾ വന്നു കൊത്തിപ്പോകുന്നത് അയാൾ അറിഞ്ഞു. തോണി മറുകരയെത്തി ആളുകൾ ഇറങ്ങിപ്പോകുന്നത് അയാൾ കണ്ടു. എല്ലാവർക്കും കൂടയണാനുള്ള തിരക്കുതന്നെ. ഇനി തോണിയിലെ വെള്ളമെല്ലാം കോരിയൊഴിച്ച് കുഞ്ഞനന്തനും വീട്ടിലേക്കു പോകും. അയാൾക്കുമുണ്ട് കാത്തിരിക്കാനൊരു കുടുംബം. അമ്മയും ഭാര്യയും നാലുമക്കളുമുള്ള കുടുംബം. ചന്തയിൽ നിന്നു വാങ്ങാൻ അവർ ആവശ്യപ്പെട്ട സാധനങ്ങളാകും കുഞ്ഞനന്തന്റെ കയ്യിൽ. ആ നാട്ടിൽ കുഞ്ഞനന്തനെ പോലെ കുടുംബസ്നേഹമുള്ള വേറെയാരുമില്ലെന്നാണ് ആളുകൾ പറയുന്നത്. അമ്മയായാലും ഭാര്യയായാലും ആവശ്യപ്പെട്ടതെന്തും അടുത്തദിവസം അയാൾ എത്തിച്ചിരിക്കും.

എന്നാൽ താനങ്ങനെയല്ല എന്നു സ്വാമിനാഥനറിയാം. മുതലാളിയുടെ കടയിലെത്തിയാൽ എല്ലാം മറന്നുപോകും. രാത്രി വീടെത്താറാകുമ്പോഴാണ് എല്ലാം ഓർമ്മവരിക. തന്റെ സ്വഭാവമറിയുന്നതുകൊണ്ടായിരിക്കും തങ്കമണി ഇപ്പോൾ അധികമൊന്നും ആവശ്യപ്പെടാറില്ല. ആവശ്യങ്ങളില്ലാത്തതുകൊണ്ടല്ല. ഭർത്താവിനെ വിഷമിപ്പിക്കേണ്ട എന്നു കരുതും. അല്ലെങ്കിലും ഗർഭിണിയായ ഒരു യുവതിക്ക് എന്തെല്ലാം കാര്യങ്ങൾ സാധിക്കാനുണ്ടാകും. അതൊന്നും അവൾ ആവശ്യപ്പെടാറില്ലല്ലോ. അവളുടെ ബന്ധത്തിലുള്ള ആങ്ങള കുറുപ്പേട്ടന്റെ വീട്ടിൽ പോകണമെന്ന് ഒരിക്കൽ പറഞ്ഞിരുന്നു. അന്നും തനിക്കു സമയത്തു കടയിൽ നിന്നിറങ്ങാൻ പറ്റിയില്ല. കുറച്ചുനേരം കരച്ചിലും സങ്കടവുമായി അവളിരുന്നു. പിന്നീടത് ഓർമ്മിപ്പിച്ചതേയില്ല.

അതൊക്കെയോർക്കുമ്പോൾ സ്വാമിനാഥനും സങ്കടം തോന്നാറുണ്ട്. പകൽ മുഴുവൻ അവൾ ഒറ്റയ്ക്കാണ്. ഈ വേലൻമലയുടെ താഴ്വരയിൽ വന്നുതാമസിച്ചതിൽപ്പിന്നെ പുറംലോകവുമായുള്ള ബന്ധം കുറവാണ്. എന്നും ജോലിക്കു പോകുന്നതുകൊണ്ടു താൻ ആളുകളെ കാണും. എന്നാൽ തങ്കമണിക്ക് ആരെയെങ്കിലും കാണണമെങ്കിൽ കാക്ക വിരുന്നുവിളിക്കണം. ആ ദിവസം മാത്രമേ വീട്ടിലാരെങ്കിലും വരികയുള്ളൂ. കമ്മലും വളയും ചാന്തും വിൽക്കുന്ന തെക്കൻമാപ്പിള ഇടയ്ക്കു പോകാറുണ്ടെങ്കിലും തങ്കമണി ഒന്നും വാങ്ങാത്തതിനാൽ അയാളും ഇപ്പോൾ വീട്ടിലേക്കു തിരിഞ്ഞുനോക്കാറില്ല.

പ്രസവം കഴിഞ്ഞു കുഞ്ഞൊക്കെയാകുമ്പോൾ അവളുടെ ഒറ്റപ്പെടൽ അവസാനിക്കും. ഒറ്റയ്ക്കുള്ള സംസാരവും പാട്ടുമെല്ലാം അവസാനിക്കും. അവൾ പറയുന്നതു കേൾക്കാനും അവളോടു വല്ലതും മിണ്ടാനും ആളാകുമല്ലോ. അതാണ് ഏക ആശ്വാസം.

വിവാഹം കഴിഞ്ഞ് ഒരു മാസമാകുമ്പോഴേക്കും സ്വാമിനാഥനും തങ്കമണിയും വേലൻമലയുടെ താഴ്വരയിൽ താമസിക്കാനെത്തിയിരുന്നു. തങ്കമണിയുടെ മുത്തശ്ശി വേലൻമലയുടെ താഴ്വരയിലെ കുടിലിൽ ഒറ്റയ്ക്കായിരുന്നു. കുട്ടിക്കാലം മുതൽ തങ്കമണി മുത്തശ്ശിക്കൊപ്പമായിരുന്നു. തങ്കമണിയ്ക്ക് പത്തുവയസ്സായപ്പോൾ അച്ഛൻ മരിച്ചു. കുറച്ചുകാലം കഴിഞ്ഞപ്പോൾ ദീനം വന്ന് അമ്മയും. പിന്നെ അവൾക്കു മുത്തശ്ശി മാത്രമായി. അവരായിരുന്നു അവളെ വളർത്തിയതും സ്വാമിനാഥനു കല്യാണം കഴിച്ചുകൊടുത്തതുമെല്ലാം. മുത്തശ്ശിയെ തനിച്ചാക്കി പോന്നതിൽ തങ്കമണിക്കു നല്ല സങ്കടമുണ്ടായിരുന്നു. എന്നാൽ ഭർത്താവിന്റെ വീട്ടുകാർക്ക് അതിഷ്ടമാകില്ലെന്നു കരുതി അവൾ സങ്കടം ഉള്ളിലൊതുക്കി.

കല്യാണം കഴിഞ്ഞു കുറച്ചുദിവസങ്ങൾകൊണ്ടു തന്നെ സ്വാമിനാഥൻ അവളെ ശരിക്കും മനസ്സിലാക്കി. മുത്തശ്ശിയുമായി തങ്കമണിക്കുള്ള അടുപ്പം അറിഞ്ഞതുകൊണ്ടു സ്വാമിനാഥൻ തന്നെയാണ് മുത്തശ്ശിയുടെ കൂടെ താമസിക്കാൻ തീരുമാനിച്ചത്. സ്വാമിനാഥന്റെ വീട്ടുകാർക്കു താൽപര്യക്കുറവുണ്ടായെങ്കിലും അതു കാര്യമായി എടുക്കാതെ അയാൾ മുത്തശ്ശിയുടെ വീട്ടിലേക്കു പോന്നു. ഒറ്റയ്ക്കായതിന്റെ ആധിയോടെ ദിവസങ്ങൾ തള്ളിനീക്കുകയായിരുന്നു മുത്തശ്ശി. തങ്കമണി തന്റെ കൂടെ താമസിക്കാൻ വന്നതാണെന്നറിഞ്ഞപ്പോൾ ആദ്യമൊന്നും വിശ്വസിച്ചില്ല. തങ്കമണിയെയും ഭർത്താവിനെയും എത്ര സൽക്കരിച്ചിട്ടും അവർക്കു മതിയായില്ല. കൊച്ചുമകളുടെ സന്താനങ്ങളെ വളർത്തി വലുതാക്കിയിട്ടു വേണം കണ്ണടയ്ക്കാനെന്ന് അവർ എപ്പോഴും പറയുമായിരുന്നു. പക്ഷേ, അതിനുള്ള സൗഭാഗ്യം ദൈവം അവർക്കു നൽകിയില്ല. തങ്കമണിയുടെ മടിയിൽ തലചായ്ച്ചാണ് മുത്തശ്ശി മരിച്ചത്. പിന്നീടു സ്വാമിനാഥനും തങ്കമണിയും അവിടെ സ്ഥിരതാമസമാക്കി.

തലയിൽ കെട്ടിയ ഭാണ്ഡം നനയാതെ സ്വാമിനാഥൻ അക്കരെയെത്തി. വീട്ടിലേക്കു പോകാൻ സാധനങ്ങളെല്ലാമെടുത്തു കുഞ്ഞനന്തൻ ചൂട്ടിനു തീകൊളുത്തുകയായിരുന്നു. കുഞ്ഞനന്തനു പിന്നാലെയായി സ്വാമിനാഥനും നടന്നു. അയാളുടെ കയ്യിൽ അമ്മയ്ക്കും ഭാര്യയ്ക്കും മക്കൾക്കുമുള്ള എന്തെങ്കിലും വിശേഷപ്പെട്ട വല്ലതുമായിരിക്കുമെന്ന് സ്വാമിനാഥൻ ഉറപ്പിച്ചു.

"നമ്മുടെ വടക്കേതിലെ പാറുക്കുട്ടിയമ്മയ്ക്കൊരു മോഹം, പയ്യന്നൂർ ചന്തയിൽ നിന്നുള്ള വെറ്റിലയും പൈങ്ങയും തിന്നണമെന്ന്. നാട്ടിലെ വെറ്റില തിന്നു തിന്നു നാവിന്റെ രുചിയൊക്കെ പോയത്രെ. വയസ്സാംകാ

ലത്തെ മോഹമല്ലേ, ഞാൻ കുറച്ചു വെറ്റിലയും പൈങ്ങയും പൊകലേം വാങ്ങി. അവർ സന്തോഷത്തോടെ തിന്നു വായയുടെ രുചിയൊക്കെ തിരിച്ചുകൊണ്ടോരട്ടെ".

കുഞ്ഞനന്തൻ പറയുമ്പോൾ സ്വാമിനാഥൻ ആദരവോടെ നോക്കുകയായിരുന്നു. വീട്ടുകാര്യം മാത്രമല്ല ഇയാൾ ശ്രദ്ധിക്കുന്നത്. ദൈവം എത്ര നല്ല മനുഷ്യരെയാണു നമുക്കു ചുറ്റും സൃഷ്ടിച്ചിരിക്കുന്നതെന്നു സ്വാമിനാഥൻ ആലോചിച്ചുപോയി.

"എന്താ സ്വാമീ, തങ്കമണിയുടെ പേറ്റുനാളടുത്തോ?"

"അതെ, കുഞ്ഞനന്താ, വാവിനു മുൻപുണ്ടാകും. പകല് അവളൊറ്റയ്ക്കാ. അതാണൊരു പേടി. അടുത്തൊന്നും വീടില്ലല്ലോ. അവളും ആ നാൽക്കാലിയും മാത്രമല്ലേ വീട്ടിലുള്ളൂ. അന്നേരം നോവെങ്ങാനും വന്നാലോ എന്നാണു പേടി".

"എടോ, താൻ പേടിക്കേണ്ട. ഭൂമിക്കുപോലും ഭാരമുണ്ടാകരുതെന്ന രീതിയലല്ലേ നിങ്ങൾ അവിടെ കഴിയുന്നത്. ദൈവം അങ്ങനെയൊന്നും പരീക്ഷിക്കില്ല.

എല്ലാം ദൈവത്തിന്റെ കണക്കുപോലെ നടക്കും സ്വാമിനാഥാ".

അവർക്കു വഴിപിരിയാൻ സമയായിരുന്നു. തെക്കോട്ടുള്ള വയൽവരമ്പിലൂടെ വേണം സ്വാമിനാഥനു പോകാൻ. ചൂട്ടു രണ്ടായി പകുത്ത് ഒന്നു സ്വാമിനാഥനു നൽകി കുഞ്ഞനന്തൻ യാത്ര പറഞ്ഞു.

വഴിയുടെ ഇരുഭാഗത്തും നെല്ലാണ്. രണ്ടാംവിള പച്ചപിടിച്ചു വരുന്നേയുള്ളൂ. അടുത്തമാസമാകുമ്പോഴേക്കും കതിരു വരുമായിരിക്കും. മകരക്കൊയ്ത്തു കഴിഞ്ഞിട്ടു വേണം നാട്ടിലുള്ളവർക്കെല്ലാം സദ്യ കൊടുക്കാൻ. ഏറെക്കാലം കാത്തിരുന്നതല്ലേ ഒരു കുഞ്ഞിനെ കാണാൻ.

അതോർത്തപ്പോൾ തന്നെ അയാൾക്ക് സന്തോഷം തോന്നി.

"ഏട്ടാ, മോൻ പകലു മുഴുവൻ വയറ്റിൽ കിടന്നു കളിയായിരുന്നുട്ടോ".

"അതിന് ഇതിനുള്ളിലു മോനാണെന്ന് ആരാ നിന്നോടു പറഞ്ഞേ"

"എനിക്കുറപ്പാ, കുറുമ്പൻമാരാണ് ഇങ്ങനെ കാണിക്കുക. പെൺകുട്ട്യോള് അടങ്ങിക്കിടക്കും. അവരു മാലേം വളേം വാങ്ങുന്നതിനെക്കുറിച്ചോർത്തു കിടക്കുകയായിരിക്കും".

"ഇതൊക്കെ ആരാ നിനക്കു പറഞ്ഞുതന്നത്".

"മുത്തശ്ശി. എട്ടുപെറ്റ മുത്തശ്ശിക്കറിയാത്ത കാര്യമൊന്നുമില്ല. മുത്തശ്ശീം പറഞ്ഞിരുന്നു, നിനക്കുണ്ടാകുന്ന ആദ്യത്തേത് ആൺകുട്ടായിയിരിക്കുമെന്ന്".

" നിന്റാഗ്രഹം പോലെ നടക്കട്ടെ തങ്കമണീ.."

രണ്ടുദിവസം മുൻപു നടന്ന സംസാരം ഓർത്തപ്പോൾ അയാൾക്കു ചിരിപൊട്ടി. രാത്രി ഒറ്റയ്ക്കു ചിരിച്ചുകൊണ്ടു നടക്കുന്നത് ആരെങ്കിലും കണ്ടാൽ അതുമതി പിന്നെ. സ്വയം നിയന്ത്രിച്ചുകൊണ്ടു സ്വാമിനാഥൻ വേഗം നടന്നു. ഇപ്പോൾ അയാൾക്കു കാണാം. ദൂരെ പൊട്ടുപോലെയൊരു വിളക്കു കത്തുന്നു. ആ വിളക്കിനരികിൽ വലിയൊരു സ്വപ്നവും ചുമന്നുകൊണ്ട് അവൾ കാത്തുനിൽക്കുന്നുണ്ടാകും. സ്വാമിനാഥന്റെ നടത്തം ഓട്ടത്തിലേക്കു വഴിമാറി.

## അധ്യായം 2

"ഇന്നും നേരത്തെ ഇറങ്ങാൻ  പറ്റിയില്ലല്ലേ"

തങ്കമണിയുടെ മുഖത്തു സങ്കടം തുളുമ്പി. സ്വാമിനാഥൻ അവൾക്കരികിൽ ഇരുന്നു. വിളക്കിന്റെ തിരി അൽപം നീട്ടി. ആ വെളിച്ചത്തിൽ അയാൾ തങ്കമണിയെ ഒന്നുകൂടി നോക്കി. കണ്ണുകൾ നിറഞ്ഞിരിക്കുന്നു. അയാൾ തോർത്തുകൊണ്ട് അവളുടെ കണ്ണു തുടച്ചു.

" പോരാൻ നേരം മുതലാളിക്ക് എന്തെങ്കിലും ഏൽപ്പിക്കാനുണ്ടാകും. ബോധപൂർവ്വം ചെയ്യുന്നതാ. കൂലി തരുന്ന പണം മുതലാക്കണ്ടെ. ഇവിടെയൊരാൾ ഒറ്റയ്ക്കു കാത്തുനിൽക്കുന്നുണ്ടെന്ന് അയാൾക്കറിയാം. എന്നാലും അങ്ങനെയേ ചെയ്യൂ ".

അവൾ അയാളുടെ കണ്ണിലേക്കു നോക്കിനിന്നു. സ്വാമിനാഥനും സങ്കടം വരുന്നുണ്ടായിരുന്നു. അതയാൾ നിയന്ത്രിക്കാൻ ശ്രമിച്ചിട്ടും സാധിച്ചില്ല. അയാളറിയാതെ കണ്ണുനീർ അവളുടെ കഴുത്തിലേക്കു വീണു.

" സാരമില്ല ഏട്ടാ. ഈ അവസ്ഥയിൽ ഒറ്റയ്ക്കിരിക്കുമ്പോഴുള്ള വിഷമം പറഞ്ഞെന്നേയുള്ളൂ. ഇന്നും കടവു നീന്തേണ്ടി വന്നല്ലേ. വേഗം വസ്ത്രം മാറിക്കൊള്ളൂ. ഭക്ഷണം കഴിക്കാം".

അന്നു കിടക്കാൻ നേരവും സ്വാമിനാഥന്റെ മനസ്സിൽ തങ്കമണി തന്നെയായിരുന്നു. ഈ അവസ്ഥയിൽ ഇനിയവളെ ഒറ്റയ്ക്കിട്ടു പോകുന്നതു ശരിയല്ല. കൂടെ വന്നുനിൽക്കാൻ ആരുമില്ല. നാളെ രാവിലെ കുഞ്ഞനന്തനെ പോയി കാണാം. അയാൾ വിചാരിച്ചാൽ ആ പാറുത്തള്ള വരും. തങ്കമണി വിളക്കണച്ചപ്പോൾ പെട്ടെന്നു ലോകം മുഴുവൻ കറുത്തുപോയതുപോലെ തോന്നി. അയാളുടെ തണുത്ത കൈ അവളെ തലോടി. പുറത്തും അനക്കമൊന്നുമില്ല. ചീവീടുകൾ കരയുന്നുപോലുമില്ല. എവിടെ നിന്നോ കാലൻകോഴി കരയുന്നുണ്ട്. പതുക്കെ രണ്ടുപേരും ഉറക്കത്തിലേക്കു വീണു.

" മോളേ, തങ്കമണീ, ഉണ്ണിക്കണ്ണനെ എന്റെ മടിയിലേക്കൊന്നു വച്ചുതാ, ഞാൻ ഈ തങ്കക്കുടത്തെ ശരിക്കൊന്നു കാണട്ടെ".

ഉണ്ണിക്കണ്ണനെ എത്ര കളിപ്പിച്ചിട്ടും മുത്തശ്ശിക്കു മതിയാകുന്നില്ല. അ

വനാണെങ്കിൽ മുത്തശ്ശിയെ നന്നായി ഇഷ്ടപ്പെട്ടു. കുഞ്ഞിനെയും എടുത്തു മുത്തശ്ശി മുറ്റത്തേക്കിറങ്ങി. അവരുടെ ശരീരം പോലെ തന്നെയായിരിക്കുന്നു താരാട്ടും. പല്ലില്ലാത്തതുകൊണ്ട് ഒന്നും വ്യക്തമല്ല. എന്നാൽ ആ ഈണം മതി കണ്ണനെ ഉറക്കാൻ.

പെട്ടെന്നു മുത്തശ്ശിയുടെ പാട്ടുനിലച്ചു. കണ്ണൻ ഉറക്കെ കരയുന്നുണ്ട്. അയാൾ വേഗം എഴുന്നേറ്റു മുറ്റത്തേക്കോടി. "കണ്ണാ, മുത്തശ്ശീ..."

ആരും വിളികേൾക്കുന്നില്ല. അയാളുടെ ഉള്ളൊന്നുകാളി. തങ്കമണി കുളത്തിക്കു പോയതാണ്. അയാൾ കുളക്കരയിലേക്കോടി. അവിടെ തങ്കമണിയുമില്ല. ഒരു ഭ്രാന്തനെപോലെ അയാൾ വീട്ടിലേക്കു തിരിച്ചോടി. കണ്ണന്റെ കരച്ചിൽ ദൂരെ നിന്നു കേൾക്കുന്നു. അയാൾ അവിടേക്കോടി. കരച്ചിൽ അകന്നകന്നു പോകുന്നു. എന്റെ ദേവീ... അയാൾ അലറിവിളിച്ചു.

ഒരു തണത്തു കൈ തലോടിയപ്പോൾ സ്വാമിനാഥൻ എഴുന്നേറ്റു. അയാൾ വിയർക്കുന്നുണ്ടായിരുന്നു. വൃശ്ചികക്കുളിരിലും ആയാളുടെ ശരീരം നനഞ്ഞൊലിച്ചു.

"ഇന്നും ദുഃസ്വപ്നം കണ്ടു അല്ലേ".

നേർത്ത സ്വരത്തിൽ തങ്കമണി ചോദിച്ചപ്പോൾ അയാൾ ഒന്നു പരുങ്ങി. ഒന്നും സംസാരിക്കാൻ കഴിയുന്നില്ല.

" നമ്മുടെ മോൻ"- സ്വാമിനാഥൻ എങ്ങനെയോ പറഞ്ഞൊപ്പിച്ചു.

"കിടക്കാൻ നേരത്ത് വേണ്ടാത്തതു ഓരോന്ന് ചിന്തിക്കുന്നതുകൊണ്ടാ. ഞാൻ പറയാറില്ലേ കാവിലമ്മയെ പ്രാർഥിച്ചിട്ടുവേണം കിടക്കാനെന്ന് "- അവളുടെ ആശ്വാസവാക്കുകളിൽ സ്വാമിനാഥന്റെ ശരീരം തണുത്തു. അയാൾ വെള്ളം കുടിച്ചുവന്നു വീണ്ടും കിടന്നു.

" നാളെത്തന്നെ കാവിൽ പോയി വിളക്കു തെളിയിക്കണം. നമ്മുടെ കുഞ്ഞിന് ഒരു ദോഷമുണ്ടാകരുത്. എല്ലാവരുടെ അനുഗ്രഹത്തോടെയും കൂടി വേണം വളരാൻ" - സ്വയം ആശ്വസിപ്പിച്ചുകൊണ്ട് അയാൾ പറഞ്ഞു.

തലേദിവസത്തെ പരിഭവമൊന്നുമില്ലാതെ സൂര്യൻ കിഴക്കുദിച്ചു. പുലരും മുൻപേ സ്വാമിനാഥൻ കാവിലെത്തി. നാലുദിക്കിലും വിളക്കുകത്തിച്ച് അയാൾ അകംനിറഞ്ഞു പ്രാർഥിച്ചു. ദേവീ, എന്റെ തങ്കമണിക്കും കുഞ്ഞിനും ആപത്തൊന്നും വരുത്തല്ലേ. സ്വാമിനാഥന്റെ കണ്ണുകൾ നിറഞ്ഞൊഴുകി. അകന്നകന്നു പോകുന്ന കുഞ്ഞിന്റെ കരച്ചിൽ അന്നേരവും അയാളുടെ മനസ്സിൽ വന്നു പതിച്ചു.

" ഇന്നു ഞാൻ ജോലിക്കു പോകുന്നില്ല"- പതിവില്ലാതെ സ്വാമിനാ

ഥൻ പറയുന്നതുകേട്ടു തങ്കമണി അദ്ഭുതപ്പെട്ടു. അവധിയൊന്നുമെടുക്കാതെ ജോലി ചെയ്യുന്ന ആളാണു തന്റെ ഭർത്താവ്. പക്ഷേ, എന്തോ ചിലതു സംഭവിച്ചിട്ടുണ്ടെന്ന് അവൾക്കു മനസ്സിലായി.

"ഞാൻ കുഞ്ഞനന്തനെ കാണാൻ പോകുകയാണ്. ആ പാറുക്കുട്ടിയമ്മയെ കുറച്ചുദിവസം ഇവിടേക്കു കൂട്ടിക്കൊണ്ടുവരാൻ പറ്റ്വോയെന്നു നോക്കട്ടെ. പ്രസവം കഴിഞ്ഞാലും ആരെങ്കിലും വേണ്ടേ സഹായത്തിന്. പത്തുപെറ്റതാ അവര്. എല്ലാം അറിഞ്ഞുകൊണ്ടു ചെയ്യും ".

തങ്കമണിയുടെ മുഖത്തു നല്ല ക്ഷീണമുള്ളതു സ്വാമിനാഥൻ അറിയുന്നുണ്ടായിരുന്നു. അധികം കാത്തുനിൽക്കാതെ അതു സംഭവിക്കും. പേറ്റിച്ചി നാണിയമ്മയെയും ഒന്നു പോയി കാണണം.

" മുത്തശ്ശിയുണ്ടായിരുന്നെങ്കിൽ ആരുടെയും സഹായം തേടേണ്ടിവരില്ലായിരുന്നു "- തങ്കമണി പറഞ്ഞപ്പോൾ ഒരുവേള അവരുടെയിടയിൽ മുത്തശ്ശി ഇരിക്കുന്നതുപോലെ സ്വാമിനാഥനു തോന്നി.

പാറുക്കുട്ടിയമ്മയെയും പേറ്റിച്ചി നാണിയമ്മയെയും കാണാനായി സ്വാമിനാഥൻ ഇറങ്ങി. വരുമ്പോൾ കറപ്പുട്ടി വൈദ്യരുടെ വീട്ടിലും ഒന്നു കയറണം. കുഴമ്പും ചില പേറ്റുമരുന്നുകളും വാങ്ങണം. അങ്ങനെ പലവിധ ചിന്തകളുമായി അയാൾ നടന്നു. അന്നേരവും അയാൾ ഒന്നു മറക്കാൻ ശ്രമിച്ചു. അകന്നകന്നു പോകുന്ന ആ കരച്ചിൽ...

## അധ്യായം 3

“ സ്വാമിനാഥാ, താനിങ്ങനെ വേവലാതിപ്പെടാതിരിക്ക്. പേറ്റിച്ചി അകത്തില്ലേ. രണ്ടും രണ്ടായിട്ടു തന്നെ അവരു തരും. നാണിയമ്മയുടെ കൈ ഇതുവരെ പിഴച്ചിട്ടില്ല.

അങ്ങനെയൊരു സംഭവം ഈ നാട്ടിൽ കേട്ടിട്ടുപോലുമില്ല”- കുഞ്ഞനന്തന്റെ ആശ്വാസവാക്കുകൾ സ്വാമിനാഥൻ കേൾക്കുന്നുണ്ടായിരുന്നില്ല. ഏതു നിമിഷവും അയാൾ പ്രതീക്ഷിച്ചുകൊണ്ടിരിക്കുകയായിരുന്നു, പുതിയൊരു ജന്മത്തിന്റെ കരച്ചിൽ.

മുറ്റത്തെ നാട്ടുമാവിലിരുന്നു പനംതത്ത പാട്ടുപാടി. കുഞ്ഞനന്തൻ അതിനെത്തന്നെ നോക്കിനിന്നു. അൽപം അകലെയായി കുട്ടിയുമുണ്ട്. മകളെയും കൊണ്ടു തീറ്റയ്ക്കിറങ്ങിയതാകും. പെട്ടെന്ന് ആ കരച്ചിൽ കേട്ട് അയാൾ ഞെട്ടി. വാതിലിനു പുറത്തു നിന്നു സ്വാമിനാഥൻ വിയർക്കുകയാണ്. തങ്കമണിയുടെ കരച്ചിലിനു ശക്തി കൂടി. അന്നേരം തങ്കമണിയുടെ കരച്ചിലിനെ ഇല്ലാതാക്കിക്കൊണ്ട് ഒരു നേർത്ത ശബ്ദം കേട്ടു. അതെ, സ്വാമിനാഥന്റെ വീട്ടിൽ പുതിയൊരാൾ വന്നിരിക്കുന്നു. തങ്കമണിയുടെ കരച്ചിലടങ്ങി. ഇപ്പോൾ ആ കുഞ്ഞുശബ്ദം നന്നായി കേൾക്കാം. കുഞ്ഞനന്തൻ സ്വാമിനാഥന്റെ തോളിൽ കയ്യിട്ടു. അവർക്കു മുന്നിലേക്കു വാതിൽ പതുക്കെ തുറന്ന് കുഞ്ഞനന്തന്റെ ഭാര്യ വന്നു.

“ആണാണ്..”

“ എന്റെ ദേവീ... നീ കാത്തു...” സ്വാമിനാഥൻ മുറ്റത്തെ വിളക്കുതറയിലേക്ക് ഓടി. അവിടെ സാഷ്ടാംഗം വീണു പ്രാർഥിച്ചു.

നാണിയമ്മയും പുറത്തേക്കു വന്നു. വെള്ളത്തുണിയിൽ പൊതിഞ്ഞ് കുഞ്ഞിനെ ഉമ്മറത്തേക്കു കൊണ്ടുവന്നു. തുണിക്കിടയിലൂടെ ചുവന്ന പട്ടുപോലെയുള്ള കാലുകൾ സ്വാമിനാഥൻ കണ്ടു. സ്വാമിനാഥൻ വിറയ്ക്കുന്ന കൈകളോടെ കുഞ്ഞിനെ വാങ്ങി. കണ്ണടച്ചുകിടക്കുന്ന ആ മുഖത്തേക്ക് അയാൾ നോക്കിക്കൊണ്ടിരുന്നു.

“തള്ളയ്ക്കും മോനും ഒരു കുഴപ്പവുമില്ല. എല്ലാം ദേവിയുടെ അനുഗ്രഹം. ഇന്നുതന്നെ അമ്പലത്തറയിൽ വിളക്കുതെളിയിക്കണം. മറക്ക

രുത്". നാണിയമ്മ സ്വാമിനാഥനോടു പറഞ്ഞു. അകത്തെ വിശേഷമറിയാൻ അയാൾക്കു തിടുക്കമായി.

" ഓള് ഒറങ്ങാ. നല്ല ക്ഷീണമുണ്ടാകും. ഞാൻ പേറ്റുമരുന്നുണ്ടാക്കട്ടെ"-നാണിയമ്മ കുഞ്ഞിനെ വാങ്ങി അകത്തേക്കു പോയി. അപ്പോഴേക്കും കുഞ്ഞനന്തന്റെ ഭാര്യ കുടിക്കാൻ സംഭാരവുമായി എത്തിയിരുന്നു. മറ്റൊരു പാത്രത്തിൽ ഉണ്ണിയപ്പവും.

താൻ അച്ഛനായിരിക്കുന്നു. സ്വാമിനാഥന് ഓർത്തപ്പോൾ അഭിമാനം തോന്നി. തങ്കമണിയെ ഒന്നുകാണാൻ അയാൾ ആഗ്രഹിച്ചു.

" സാമിയോട് അകത്തേക്കു വന്നോളാൻ പറ"-നാണിയമ്മ ഉറക്കെ വിളിച്ചുപറഞ്ഞു. കേട്ടപാതി സ്വാമിനാഥൻ അകത്തേക്കോടി. ഇതുകണ്ടു കുഞ്ഞനന്തനും ഭാര്യയും ചിരിച്ചുപോയി.

തങ്കമണി പാതി മയക്കത്തിലാണ്. അരികെ ഒന്നുമറിയാതെ കുഞ്ഞും. ദേവീ, ഇങ്ങനെയൊന്നു കാണാൻ എത്രനാളായി കാത്തിരിക്കുന്നു. എല്ലാം ദേവിയുടെ അനുഗ്രഹം. അയാൾ അവർക്കടുത്തായി നിലത്തിരുന്നു. അകത്തു ചോരയുടെ മണമുണ്ട്. അയാൾ കുന്തിരിക്കം പുകച്ചു.

" സ്വാമിനാഥാ, ഞാൻ പോകാ".

അന്നേരമാണ് കുഞ്ഞനന്തൻ പുറത്തുനിൽക്കുന്ന കാര്യം ഓർത്തത്. മോശമായിപ്പോയി. സ്വാമിനാഥൻ വേഗം പുറത്തേക്കിറങ്ങി.

" കഞ്ഞികുടിച്ചിട്ടു പോകാം".

"അയ്യോ, കടവത്ത് ആളോള് ബഹളം കൂട്ടുന്നുണ്ടാകും. കഞ്ഞിയൊക്കെ ഈ കലത്തിലുണ്ട്. സുഭദ്ര ഇവിടെയുണ്ടാകും. ബുദ്ധിമുട്ടൊന്നുമില്ലെങ്കിൽ ഓളു വൈകിട്ടു പോകും. നാണിയമ്മ രണ്ടീസം ഉണ്ടാകും. അപ്പോഴേക്കും പാറുക്കുട്ടിയമ്മ വരും. നീയൊന്നോണ്ടും പേടിക്കേണ്ടടോ. ദൈവം നമ്മോടൊപ്പമുണ്ടാകും".

കുഞ്ഞനന്തനോട് എങ്ങനെ നന്ദിപറയണമെന്നറിയാതെ സ്വാമിനാഥൻ കുഴങ്ങി. ജീവിതത്തിൽ ആരും തുണയില്ലാത്തോരെ സഹായിക്കാൻ ദൈവം പങ്കായം നൽകി പറഞ്ഞയയ്ക്കുന്നതാണ് ഇവരെയൊക്കെ. അവരുടെ കുലം ഒരിക്കലും ഒടുങ്ങില്ല. മനുഷ്യനുള്ള കാലത്തോളം കുഞ്ഞനന്തന്മാരുമുണ്ടാകും.

സ്വാമിനാഥൻ അയാളെ യാത്രയാക്കി.

വൈകുന്നേരമായപ്പോൾ സുഭദ്ര വീട്ടിലേക്കു പോയി. നാളെ വരും. തങ്കമണിയുടെയും കുഞ്ഞിന്റെയും കാര്യം നോക്കി നാണിയമ്മ അകത്തുണ്ട്. കഞ്ഞികുടിച്ചു കിടക്കാൻ നേരം സ്വാമിനാഥന്റെ മനസ്സിൽ പലതരം കാര്യങ്ങൾ കുഴഞ്ഞുമറിഞ്ഞു.

ജോലിക്കു പോയിട്ടു കുറച്ചുദിവസമായി. പാറുക്കുട്ടിയമ്മ വന്നാൽ ജോലിക്കു പോകാം. വീട്ടിലെ സാധനങ്ങളെല്ലാം തീരാറായി. കറപ്പുട്ടി വൈദ്യർ പറഞ്ഞ ചില ചെടികളുടെ വേര് അങ്ങാടിയിൽ നിന്നു വാങ്ങിയിട്ടു വേണം കഷായമുണ്ടാക്കാൻ. തങ്കമണിയുടെ ആരോഗ്യത്തിലും ശ്രദ്ധിക്കണം. അവൾക്കു നല്ല ആരോഗ്യമുണ്ടെങ്കിലേ മോനും ആരോഗ്യത്തോടെ വളരൂ.

പണിക്കരെ കണ്ടു മോനു ജാതകം കുറിക്കണം. കുറേദിവസമായി വീട്ടിൽ പോയിട്ട്. അമ്മയോടു പോയി വിവരം പറയണം. തങ്കമണിയുടെ വകയിലൊരു ആങ്ങള ചെറുതാഴത്തുണ്ട്. അവരുടെ വീട്ടിലും പോയി വിവരം പറയണം. അവരൊന്നും ഇങ്ങോട്ടു വരാറില്ലെങ്കിലും നമ്മുടെ സന്തോഷം അവരെ അറിയിക്കണമല്ലോ.

അന്നേരമാണു സ്വാമിനാഥന്റെ മനസ്സിലേക്ക് അക്കാര്യം ഓടിയെത്തിയത്. താനെന്തേ ഇത്രയും നാൾ അതിനെക്കുറിച്ചു ചിന്തിക്കാതിരുന്നതെന്നോർത്ത് അയാൾക്ക് അത്ഭുമായി. മോന്.. മോന് എന്തു പേരിടും.. ചക്കരക്കുടത്തെ എന്തുപേരിട്ടാ വിളിക്കുക. അയാൾക്കു പെട്ടെന്ന് തങ്കമണിയെയും മോനെയും കാണാൻ തോന്നി. പക്ഷേ, അടഞ്ഞുകിടക്കുന്ന വാതിൽ തുറക്കാൻ അയാൾക്കു തോന്നിയില്ല. ഒന്നും കാണാത്ത ഇരുട്ടിലേക്കു നോക്കി അയാൾ കണ്ണടച്ചു പ്രാർഥിച്ചു.

## അധ്യായം 4

നേരം പുലർന്നപ്പോൾ തന്നെ സ്വാമിനാഥൻ പണിക്കരുടെ വീട്ടിലേക്കു പുറപ്പെട്ടു. ചെറുതാഴത്തുള്ള പണിക്കരെ കണ്ടുമടങ്ങും വഴി വീട്ടിലൊന്നു കയറാം, വിശേഷം എല്ലാവരോടും പറയാം. സ്വാമിനാഥന്റെ നടത്തത്തിനു വേഗം കൂടി. കുഞ്ഞനന്തന്റെ തോണിപുറപ്പെടും മുൻപു തന്നെ അയാൾ കടവിലെത്തി.

" എങ്ങോട്ടാ അതിരാവിലെ"- കുഞ്ഞനന്തൻ ആദ്യതുഴയെറിഞ്ഞു ചോദിച്ചു. അവരെ കൂടാതെ മൂന്നാളുകൾ കൂടിയുണ്ടു തോണിയിൽ. പലചരക്കു സാധനങ്ങൾ വാങ്ങാൻ പോകുന്ന ചാത്തുവും അലക്കുകാരി കുട്ട്യമ്മയും മോളും. നല്ല മഞ്ഞുവീഴ്ചയുണ്ടായിരുന്നു. ചാത്തു തോർത്തു കൊണ്ടു തലയിൽ കെട്ടിയിട്ടുണ്ട്.

"രാമകൃഷ്ണപ്പണിക്കരുടെ വീട്ടിലേക്കാണ്. മോനൊരു ജാതകം ചാർത്തിവാങ്ങണം. വീട്ടിലൊന്നു പോണം"- സ്വാമിനാഥൻ രഹസ്യം പറയുന്നതുപോലെ കുഞ്ഞനന്തനോടു പറഞ്ഞു.

" അമ്മയ്ക്കും മോനും സുഖം തന്നെയല്ലേ".

കുഞ്ഞനന്തന്റെ ചോദ്യത്തിനു നല്ലൊരു ചിരിയായിരുന്നു മറുപടി. സ്വാമിനാഥന്റെ സന്തോഷം അയാൾക്കു മനസ്സിലാകുമായിരുന്നു.

തോണി കടവുവിട്ടതോടെ അവരുടെ സംസാരം നിലച്ചു. സ്വാമിനാഥൻ എന്തോ ചിന്തയിലാണ്. അതറിഞ്ഞ കുഞ്ഞനന്തൻ കൂടുതൽ സംസാരത്തിനു നിന്നില്ല.

പണിക്കർ ചാർത്തിനൽകാൻ പോകുന്ന മകന്റെ ജാതകത്തെക്കുറിച്ചായിരുന്നു സ്വാമിനാഥന്റെ ചിന്ത. കറുത്തവാവിലെ പൂരാടമാണു നാൾ. അതു കേമമാകില്ലേയെന്നാണ് അയാൾ പേടിച്ചത്.

തോണിയിറങ്ങി വേഗം നടന്നു. ഒരുവേള കുഞ്ഞനന്തനോടു യാത്ര പറയാൻപോലും മറന്നുപോയി.

"പണിക്കരില്ലേ?" വേലിക്കിറപ്പുറത്തുനിന്ന് വിളിച്ചു ചോദിച്ചു. ഉത്സവം തുടങ്ങിയ കാലമാണ്. പണിക്കർ എങ്ങോട്ടെങ്കിലും പോയിട്ടുണ്ടോയെന്നു ശങ്കിച്ചു.

“ആരാ?” രാമകൃഷ്ണപ്പണിക്കർ തന്നെയാണ് ഇറങ്ങിവന്നത്.

“ അക്കരെ നിന്നാണ്. പേരു സ്വാമിനാഥൻ. മകന്റെ ജാതകമൊന്നു കുറിച്ചുതരണം”.

“വരൂ, അകത്തേക്കിരിക്കാം”. പണിക്കർ അയാളെ ക്ഷണിച്ചു.

അയാൾ മകന്റെ ജനനസമയം പറഞ്ഞുകൊടുത്തു.

പണിക്കർ കവിടി നിരത്തി. അയാളുടെ മൗനം സ്വാമിനാഥനെ കൂടുതൽ പേടിപ്പിച്ചു. പണിക്കർ ഇടയ്ക്കൊന്നു സ്വാമിനാഥനെ നോക്കി. ചങ്കിടിപ്പിനു ശക്തി കൂടി.

ദൈവമേ, ഒരനർഥവും ഉണ്ടാകരുതേ- സ്വാമിനാഥൻ പ്രാർഥിച്ചു.

“ ജനനമൊക്കെ കേമമാണ്. പക്ഷേ, മോൻ ഒരിടത്തുമാത്രമായി നിൽക്കില്ല. സഞ്ചരിച്ചുകൊണ്ടിരിക്കും. അച്ഛനെയും അമ്മയെയും വിട്ട്, നാടും കൂടുംവിട്ട് അവൻ സഞ്ചരിക്കും”.

പണിക്കർ പിന്നെയും പലതും പറഞ്ഞു. അതൊന്നും സ്വാമിനാഥന്റെ ചെവിയിലേക്കു കയറിയില്ല. അച്ഛനെയും അമ്മയെയും വിട്ട് അവൻ സഞ്ചരിക്കുമെന്നു കേട്ടതോടെ അയാളുടെ സകല ശക്തിയും ചോർന്നുപോയിരുന്നു. പണിക്കർ ചാർത്തി നൽകിയ ഓലക്കുറിപ്പുമായി സ്വാമിനാഥൻ മടങ്ങി. ഇനിയെങ്ങോട്ടു പോകണമെന്നു ചിന്തിച്ചപ്പോൾ തങ്കമണിയുടെ അമ്മയുടെ സഹോദരിയുടെ മകൻ വേലുക്കുറുപ്പിന്റെ വീട്ടിൽ കയറാമെന്ന് അയാൾ ഉറപ്പിച്ചു. അവിടെ നിന്നു കുറച്ചു നടന്നാൽ മതി.

കുറുപ്പും ഭാര്യ മീനാക്ഷിയും വീട്ടിലുണ്ടായിരുന്നു. ധാരാളം കൊയ്യാനും മെതിക്കാനുമൊക്കെയുള്ള തറവാടാണു കുറുപ്പിന്റേത്. എന്നും കുറേ പണിക്കാരുമുണ്ടാകും. അങ്ങാടീലു കച്ചവടം കൂടിയുണ്ട് കുറുപ്പിന്. അയാൾ കഞ്ഞികുടിച്ചു പാടത്തേക്കിറങ്ങാൻ പോകുമ്പോഴാണു സ്വാമിനാഥൻ കയറിവരുന്നത്.

“ഏറെക്കാലമായല്ലോ സാമിയെ ഈ വഴിക്കൊക്കെ കണ്ടിട്ട്. അവളെവിടെ?”സ്വാമിനാഥൻ ഉമ്മറത്തേക്കു കയറുംമുൻപേ കുറുപ്പു ചോദിച്ചു.

“ വിശേഷങ്ങൾ ഒത്തിരിയുണ്ട് പറയാൻ, ഒന്നിരിക്കട്ടെ”- സ്വാമിനാഥൻ ചാരുപടിയിൽ കയറിയിരുന്നു.

അപ്പോഴേക്കും മീനാക്ഷി എത്തി. അവരുടെ മംഗലം കഴിഞ്ഞിട്ടു വർഷം പത്തായെങ്കിലും കുഞ്ഞിക്കാലു കാണാനുള്ള ഭാഗ്യമുണ്ടായിട്ടില്ല.

“തങ്കമണി പെറ്റു. മോനാ”- സ്വാമിനാഥൻ അടക്കാനാവാത്ത സന്തോഷത്തോടെ പറഞ്ഞു. കുറുപ്പു മീനാക്ഷിയെ ഒന്നു നോക്കി. എവിടെയെ

ങ്കിലും കുഞ്ഞുപിറന്നെന്നു കേട്ടാൽ മീനാക്ഷിക്കൊരു സങ്കടമാണ്. തനിക്കമ്മയാകാൻ കഴിഞ്ഞില്ലല്ലോ എന്ന സങ്കടം പറയും. അതുകേട്ടു നിൽക്കാൻ കുറുപ്പിനു കഴിയാറില്ല.

എന്നാൽ തങ്കമണി അമ്മയായെന്നു കേട്ടപ്പോൾ മീനാക്ഷി കരഞ്ഞില്ല. അവളുടെ മുഖത്തു സന്തോഷമായിരുന്നു. അതുകൊണ്ടു തന്നെ കുറുപ്പും സന്തോഷിച്ചു. അധികനേരം വിശേഷങ്ങൾ പറഞ്ഞുനിന്നില്ല സ്വാമിനാഥൻ. "ഇനി വീട്ടിലൊന്നു കയറണം, ഉച്ചയ്ക്കു മുൻപേ മടങ്ങണം".

"ഞങ്ങൾ ഉടനെയങ്ങോട്ടു വരുന്നുണ്ട്. തങ്കമണിയെയും കുഞ്ഞനെയും കാണാൻ" -സ്വാമിനാഥൻ ഇറങ്ങുമ്പോൾ മീനാക്ഷി പറഞ്ഞു.

തോളിലുള്ള തോർത്തെടുത്തു തലയിലിട്ടു സ്വാമിനാഥൻ നടന്നു. ഭാവിയെക്കുറിച്ചുള്ള ചിന്തയായിരുന്നു ആ മനസ്സിൽ. കടയിൽ വെറുമൊരു ജോലിക്കാരനായി നിന്നതുകൊണ്ട് ഇനി കാര്യമില്ല. ചെറിയ വരുമാനമേയുള്ളൂ. അതുകൊണ്ടു മൂന്നാൾക്കു ജീവിക്കാൻ കഴിയില്ല. അതിരാവിലെ വീട്ടിൽ നിന്നിറങ്ങിയാൽ രാത്രിയാകും മടങ്ങിയെത്താൻ. അതുവരെ തങ്കമണിയും മോനും മാത്രമാകും. വീടിനു പിന്നിലുള്ള സ്ഥലത്തു കൃഷി ചെയ്ത് ഇനിയുള്ള കാലം മുന്നോട്ടു പോകാമെന്ന സ്വാമിനാഥൻ ഉറപ്പിച്ചു. കൃഷി ചെയ്യാനിറങ്ങിയാൽ ആദ്യത്തെ ആറുമാസം വരുമാനമൊന്നുമുണ്ടാകില്ല. അതുവരെ കഴിഞ്ഞുകൂടാനുള്ള പണം വേണം. അതെവിടെ നിന്നു കണ്ടെത്തുമെന്നു ചിന്തിച്ചപ്പോൾ സ്വാമിനാഥനു വീണ്ടും ആശങ്കയായി. പണം കണ്ടെത്താൻ ഒരു മാർഗവും അയാളുടെ മുന്നിലില്ലായിരുന്നു. കടം ചോദിച്ചാൽ തരാൻ ആളുണ്ടാകും. ഇപ്പോൾ കണ്ട വേലുക്കുറുപ്പ് തരുമായിരിക്കും. പക്ഷേ, ഭാര്യയുടെ ബന്ധുക്കളുടെ കയ്യിൽ നിന്നു പണം കടം ചോദിക്കാൻ ആ തറവാടിക്കു തോന്നിയില്ല. വീട്ടിൽ ചെന്ന് അമ്മയെ കണ്ടാൽ എന്തെങ്കിലും വഴി തെളിയുമെന്നു സ്വാമിനാഥന് ഉറപ്പായിരുന്നു.

## അധ്യായം 5

“സ്വാമിക്കുട്ടീ, ഒന്നു വേഗം വാ”.

അമ്മ വിളിക്കുകയാണ്. സ്വാമിനാഥൻ വേഗം അമ്മയുടെ അടുത്തേക്കോടി. അമ്മ പശുവിനെ കറന്നുവന്നിട്ടേയുള്ളൂ. പാൽ ചൂടോടെ തന്നെ ഒരു പിഞ്ഞാണത്തിൽ ഒഴിച്ചുകൊണ്ട് അമ്മ അടുക്കളയിൽ നിന്നു പുറത്തേക്കു വന്നു. അത് അമ്മയുടെ ഒരു നിർബന്ധമാണ്. കറന്ന പാൽ ചൂടോടെ കുടിക്കണം. രാവിലെയും വൈകിട്ടും ആ സമയത്തു മകൻ അടുത്തുവേണം. നന്ദിനിയെ അമ്മ പോറ്റുന്നതു തന്നെ സ്വാമിനാഥനു പാൽകൊടുക്കാനാണെന്നാണ് അയൽക്കാരെല്ലാം പറയുക. ഇങ്ങനെയൊരു അമ്മയും മകനും ഈ നാട്ടിലെങ്ങുമില്ലെന്ന് അവർ ചിരിച്ചുകൊണ്ടു പറയും. മൂത്ത മൂന്നു മക്കളും ചെറുപ്രായത്തിൽ തന്നെ അമ്മയെ വിട്ടകന്നുപോയി. പിന്നെ ഏറെ കാത്തിരുന്ന ശേഷമാണു സ്വാമിനാഥൻ ജനിച്ചത്. കുറച്ചു കഴിഞ്ഞപ്പോഴേക്കും ഭർത്താവും മരിച്ചു. പരസ്പരം താങ്ങും തണലുമായി അമ്മയും മകനും കഴിഞ്ഞു. സ്വാമിക്കുട്ടീ, സ്വാമിക്കുട്ടീ എന്നു നൂറുതവണയെങ്കിലും ദിവസവും അമ്മ വിളിച്ചുകൊണ്ടിരിക്കും.

വേലികടന്നു വീട്ടിലേക്കു നടക്കുമ്പോൾ അമ്മയുടെ വിളി എവിടെനിന്നൊക്കയോ സ്വാമിനാഥനെ തേടിയെത്തി. പറമ്പാകെ കാടുമൂടി കിടക്കുകയാണ്. അയാൾക്കു സങ്കടം തോന്നി. കുറേ ദിവസമായി ഇവിടേക്കു വന്നിട്ട്. സ്വാമിക്കുട്ടിയുടെ മംഗലം കണ്ട്, അവന്റെ കുട്ടികളെയും കളിപ്പിച്ചേ താൻ പോകൂ എന്ന് അമ്മ എല്ലാവരോടും പറയുമായിരുന്നു. പക്ഷേ, ദൈവം അമ്മയ്ക്ക് അതിനുള്ള സൗഭാഗ്യം നൽകിയില്ല. സ്വാമിനാഥന്റെ കല്യാണത്തിനു മുൻപു തന്നെ അമ്മ മരിച്ചു. തങ്കമണിയുടെ മുത്തശ്ശി തനിച്ചായപ്പോൾ അവളെയും കൂട്ടി അങ്ങോട്ടു പോയതോടെ ഈ പറമ്പും വീടുമെല്ലാം തനിച്ചായി. ഇപ്പോൾ ബന്ധുക്കളുമായും ബന്ധം കുറഞ്ഞു. ഭാര്യ വീട്ടിൽ താമസിക്കുന്നവനോട് അവർക്കൊന്നും മതിപ്പില്ലായിരുന്നു. ഒരുപാട് ഓർമ്മകൾ മാത്രം ആ പറമ്പിന്റെ മുക്കിലും മൂലയിലും മണ്ണോടു ചേരാതെ കിടന്നു.

അമ്മയെ അടക്കിയ സ്ഥലത്തേക്കു സ്വാമിനാഥൻ ചെന്നു. അവിടെയെല്ലാം എള്ളു പൂവിട്ടു നിൽക്കുകയാണ്. മനസ്സു ശാന്തമാകുന്നതുവരെ സ്വാമിനാഥൻ അമ്മയുടെ അരികിലിരുന്നു.

" സ്വാമിക്കുട്ടി എപ്പഴാ വന്നേ?" അപ്പുറത്തെ പറമ്പിലെ നാണിയമ്മ. പശുവിനെ അഴിച്ചുകെട്ടാൻ വന്നതാണ്.

" ഇപ്പോ വന്നിട്ടൊള്ളൂ നാണിയമ്മേ".

" എന്തൊക്കയാ തങ്കമണീടെ വർത്താനം?"

" തങ്കമണി  പെറ്റു. ആൺകുട്ട്യാ".

അവർ പല്ലില്ലാതെ ചിരിക്കുന്നതു കാണാൻ നല്ല ചേലുണ്ട്. നാണിയമ്മയുടെ കൈ പിടിച്ചപ്പോൾ അമ്മയുടെ കയ്യിലെ ചൂടറിഞ്ഞു.

" മോൻ നിന്നെ പോല്യാണോ?"

" അല്ല, ഓളെപോല്യാ".

" നീ സൂക്ഷിക്കണം, ആണുങ്ങളു വാഴില്ല നിന്റെ തറവാട്ടില് "-ശബ്ദം താഴ്ത്തി നാണിയമ്മ പറഞ്ഞു. ഒരു വെള്ളിടി പോലെ ആ വാക്കുകൾ അയാളുടെ നെഞ്ചിൽ  തറച്ചു.

" നിനക്കു നാലു തികയുമ്പോഴാ തൂമ്പച്ചനു പാമ്പുകടിയേറ്റത്. ഓരെ അച്ചൻ കുഞ്ഞിക്കണാരൻ വെള്ളത്തിൽ വീണു മരിക്കുമ്പോ ഓർക്കു മൂന്നു തികഞ്ഞിരുന്നില്ല"- തറവാട്ടിൽ പരമ്പരയായി നടന്നുവന്ന ദുർമരണങ്ങൾ അവർ മുറിഞ്ഞ വാക്കുകളോടെ പറഞ്ഞു. നാണിയമ്മയുടെ വാക്കുകൾ മനസ്സിൽ നിന്നു പോകുന്നില്ല. എന്നെ കടിക്കാൻ ഏതു പാമ്പാണോ പത്തിവിടർത്തി നിൽക്കുന്നതു ദൈവമേ? അയാൾ ചുറ്റും നോക്കി. ആരുമില്ല. നാണിയമ്മ എപ്പൊഴാ പോയതെന്ന് ഓർമ്മയില്ല. അമ്മയുറങ്ങുകയാണ്. വിളിക്കാൻ നിൽക്കണ്ട. അയാൾ പതുക്കെ നടന്നു. നന്ദിനിയും മക്കളും കഴിഞ്ഞിരുന്ന ആലയൊക്കെ തകർന്നു വീണിരിക്കുന്നു. വരുമ്പോഴുണ്ടായിരുന്ന മനസ്സമാധാനം ഇപ്പോഴില്ല. എന്തൊക്കയോ അനിഷ്ടം മുന്നിലേക്കു വരുന്നതു പോലെ സ്വാമിനാഥനു തോന്നി.

" നീ പറയാതെ പോകാണോ?"

അമ്മയുടെ പരിഭവം കലർന്ന വാക്കുകൾ കേട്ട് അയാൾ തിരിഞ്ഞു നോക്കി. ചെറിയൊരു കാറ്റ് സ്വാമിനാഥനെ കടന്നുപോയി.

ഇനിയെന്നാ അമ്മേടെ അടുത്തുവരിക? അയാളുടെ കണ്ണുകൾ നിറഞ്ഞു.

കടവത്തു തോണി കാത്തുനിൽക്കുന്നുണ്ട്. തോണിയുടെ കൊമ്പത്തിരുന്ന് കുഞ്ഞനന്തൻ വെറ്റില മുറുക്കുകയാണ്.

Smitha

“അങ്ങാടി മുഴുവൻ വാങ്ങിയിട്ടുണ്ടല്ലോ”- കുഞ്ഞനന്തന്റെ ചോദ്യത്തിനു സ്വാമിനാഥൻ ചിരിയിലൂടെ മറുപടി നൽകി.

“ തങ്കമണിക്കുള്ള മരുന്നുകളാണ്. മോന് അരയിൽ കെട്ടാനുള്ള കറുത്ത ചരടും ഉറുക്കുമുണ്ട്”.

തോണി നീങ്ങിയതൊന്നും അയാൾ അറിഞ്ഞില്ല. കാടുകയറിയ ചിന്തകൾ എങ്ങോട്ടോ നയിക്കുകയാണ്.

“എല്ലാവരും ഇറങ്ങിയല്ലോ സ്വാമിനാഥാ”- കുഞ്ഞനന്തൻ തോണി കുറ്റിയിൽ കെട്ടുകയാണ്. അന്നേരമാണ് ഇക്കരെയെത്തിയത് അറിയുന്നതു തന്നെ. പുഴയിലിറങ്ങി മുഖമൊന്നു കഴുകി. കുഞ്ഞനന്തൻ കൊണ്ടുവച്ച മൺപാത്രത്തിൽ നിന്നു രണ്ടിറക്കു വെള്ളം കുടിച്ചു.

തോണികയറാൻ ആരും എത്തിയിരുന്നില്ല. കരയിലുള്ള കുട്ടിപ്പുരയിൽ തോർത്തു വിരിച്ചു കുഞ്ഞനന്തൻ കിടന്നു.

“ഞാനിനി കടയിൽ ജോലിക്കു പോകുന്നില്ല”.

സ്വാമിനാഥൻ പോയിട്ടില്ലെന്ന് അന്നേരമാണു കുഞ്ഞനന്തൻ അറിഞ്ഞത്.

““അതെന്തേ, മുതലാളി വരണ്ടാ എന്നു പറഞ്ഞോ?”

“ അതല്ല. വീട്ടിൽ ഓളും മോനും മാത്രമല്ലേയുള്ളൂ. കുഞ്ഞൻ വലുതാകുന്നതുവരെ ആരെങ്കിലും വേണ്ടേ സഹായത്തിന്”.

“ അപ്പോ പിന്നെ എന്താ ചെയ്യാ?”

“ വീടിനു പുറകിലുള്ള പാടത്തു കൃഷി ചെയ്യാമെന്നാ വിചാരം. കുറച്ചു പണം ആരോടെങ്കിലും വാങ്ങണം. കൊയ്ത്തു കഴിഞ്ഞു തിരിച്ചു കൊടുക്കാനുള്ള സാവകാശത്തിൽ ആരെങ്കിലും പണം തരുമോ?”

കുഞ്ഞനന്തൻ ഒന്നും പറഞ്ഞില്ല. അയാൾക്കു സ്വാമിനാഥനെ നന്നായി അറിയാമായിരുന്നു. തങ്കമണി തനിച്ചാകുമെന്നു കരുതിയാണ് ജോലി വേണ്ടെന്നു വയ്ക്കുന്നത്.

“ പണത്തിനു വഴിയുണ്ടാക്കാം. ങ്ങള് വിഷമിക്കേണ്ട”.

അന്നേരമാണു സ്വാമിനാഥന് ആശ്വാസമായത്. അയാൾ തോർത്തെടുത്തു തലയിൽ കെട്ടി. സാധനങ്ങൾ തലയിലേറ്റി വീട്ടിലേക്കു നടന്നു. ആകാശത്തിലെ ചുവപ്പു കനം വച്ചുവരുന്നുണ്ടായിരുന്നു.

## അധ്യായം 6

"ഉണ്ണികൃഷ്ണാ..."

തങ്കമണിയും സ്വാമിനാഥനും ഒന്നിച്ചു വിളിച്ചു. കാലിട്ടടിക്കുന്ന അവന്റെ അപ്പുറത്തും ഇപ്പുറത്തുമായി ഇരുന്ന് അച്ഛനമ്മമാർ പേരുവിളിക്കുകയാണ്. ഉണ്ണികൃഷ്ണൻ. തങ്കമണിയാണു മകനു പേരിട്ടത്.

കുട്ടൻ എന്നാണ് അവനെ വീട്ടിൽ വിളിക്കാൻ അവർ തീരുമാനിച്ചിരിക്കുന്നത്. കുട്ടന്റെ അരയിൽ കറുത്ത ചരടുകെട്ടി. നെറ്റിയിൽ അൽപം ഇടത്തുഭാഗത്തായി കറുപ്പുതൊട്ടു. കുട്ടൻ അവരുടെ അരികിലെത്തിയിട്ട് അന്നേക്ക് ഇരുപത്തെട്ടു ദിവസമായി.

സ്വാമിനാഥനു കൃഷി ചെയ്യാനും കുറച്ചുകാലം കഴിഞ്ഞുകൂടാനുമുള്ള പണം കുഞ്ഞനന്തൻ വാങ്ങിക്കൊടുത്തു. അയാളുടെ ഭാര്യയുടെ നീക്കിയിരിപ്പായിരുന്നു ആ പണം. സ്വാമിനാഥൻ തന്നെ വയലെല്ലാം ഒരുക്കി. കുറേക്കാലമായി തൂമ്പ കൈകൊണ്ടു തൊട്ടിട്ടില്ലായിരുന്നു. കടയിൽ ജോലിക്കു പോകാൻ തുടങ്ങിയതോടെ വേറെ ജോലിക്കൊന്നും സമയം കിട്ടാറില്ല. കുറച്ചുദിവസം നന്നായി അധ്വാനിക്കേണ്ടി വന്നു മണ്ണെല്ലാം ഒരുക്കിയെടുക്കാൻ. വർഷങ്ങളായി ആ മണ്ണിൽ ഇരുമ്പു തൊട്ടിട്ട്. ചില ദിവസങ്ങളിൽ കുഞ്ഞനന്തനും സഹായത്തിനെത്തി.

ഇന്നു വിത്തെറിയുന്ന ചടങ്ങാണ്. രണ്ടാംവിള കൃഷിയാണ്. വിത്തു മുളപ്പിച്ചു വേണം പറിച്ചുനടാൻ. വിഷുവിനു പുത്തരി ചോറുണ്ണാനുള്ള കണക്കുകൂട്ടലിലാണു കൃഷിയിറക്കുന്നത്. മകൻ ഉറങ്ങിയതോടെ തങ്കമണിയും അങ്ങോട്ടേക്കെത്തി. രണ്ടാൾക്കും കുടിക്കാനുള്ള കഞ്ഞിയും അവൾ കൊണ്ടുവന്നിട്ടുണ്ട്.

"പെറ്റിട്ട് ഒരു മാസം പോലുമായിട്ടില്ല. നീ മകന്റെ അടുത്തേക്കു പൊയ്ക്കോ"– സ്വാമിനാഥൻ സ്നേഹത്തോടെ പറഞ്ഞു.

"ഞാൻ കൊത്താനും കിളയ്ക്കാനുമൊന്നും വന്നതല്ല. നിങ്ങൾക്കൊപ്പം ഇവിടെയിരിക്കാമല്ലോ".

പറയാൻ ഒത്തിരി വിശേഷങ്ങളുണ്ടായിരുന്നു അവർക്ക്. അവരുടെ ഓരോ കിനാവിലും ഇപ്പോൾ ഒരാൾ മാത്രമേയുള്ളൂ, കുട്ടൻ. അവനു

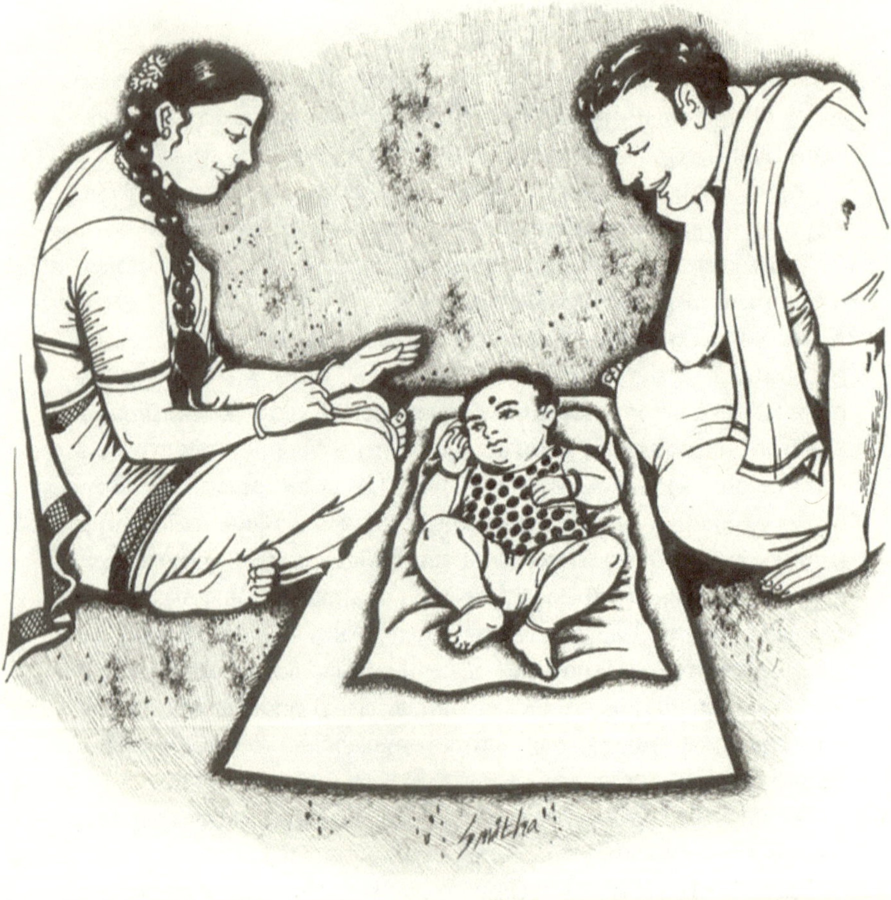
Smitha

ചുറ്റുമായി സ്വാമിനാഥന്റെയും തങ്കമണിയുടെയും നാളുകൾ നീങ്ങി.

അവനു പല്ലുമുളച്ചതു ആദ്യമായി കണ്ടതു സ്വാമിനാഥനായിരുന്നു. അമ്മയുടെ കൈപിടിച്ചായിരുന്നു അവൻ നടക്കാൻ പഠിച്ചത്. വികൃതി കാട്ടിയപ്പോൾ ആദ്യമായി അവന് അടി കിട്ടിയതും അമ്മയുടെ കയ്യിൽ നിന്നായിരുന്നു. വീടിനു ചുറ്റും കുട്ടന്റെ കരച്ചിലും ചിരിയും എപ്പോഴും മുഴങ്ങിക്കൊണ്ടിരുന്നു. അവന്റെ ശരീരം വളരുന്നതിനൊപ്പം എല്ലായിടത്തും മാറ്റങ്ങൾ വന്നു. സ്വാമിനാഥന്റെ വയലിൽ പലതവണ കൊയ്ത്തുകഴിഞ്ഞു. ആദ്യത്തെ കൊയ്ത്തുകഴിഞ്ഞപ്പോൾ തന്നെ അയാൾ കുഞ്ഞനന്തന്റെ കടം വീട്ടി. മൂന്നാമത്തെ കൊയ്ത്തു കഴിഞ്ഞപ്പോൾ തച്ചൻകുന്ന് ചന്തയിൽ നിന്ന് അയാൾ രണ്ട് ഉരുക്കളെ വാങ്ങി.

ഓരോ മഴയും അയാളുടെ മണ്ണിനെ കൂടുതൽ സമൃദ്ധമാക്കി. ആദ്യമഴയിൽ തന്നെ മലവെള്ളം അയാളുടെ വയലിലേക്ക് ഒലിച്ചെത്തും. അതുമതിയായിരുന്നു ആ പാടത്തെ നെല്ലു പച്ചപിടിച്ചു വളരാൻ. കുട്ടനു നാലു വയസ്സാകുമ്പോഴേക്കും സ്വാമിനാഥൻ വീടുപൊളിച്ചു പണിതു. അയാളുടെ മുടിയിൽ ആദ്യത്തെ വെള്ളിവര കണ്ടപ്പോൾ തങ്കമണിക്കു ചിരിക്കാതിരിക്കാനായില്ല.

“നരച്ചുതുടങ്ങി. വയസ്സനായോ? മോന് നാലുതികഞ്ഞപ്പോഴേക്കും അച്ഛന്റെ മുടി വെളുത്തു”.

അവളുടെ ചിരികേട്ട് അയാൾക്ക് ആദ്യം ചിരിവന്നെങ്കിലും പെട്ടെന്നു നാണിയമ്മയെ ഓർത്തു. ‘നീ കരുതണം, ആണുങ്ങൾ വാഴാത്തതാണു നിന്റെ തറവാട്. അയാൾ ഒരു ഞെട്ടലോടെ തങ്കമണിയെ നോക്കി. അവിടെ ആരെയും കാണാനില്ലായിരുന്നു. തങ്കമണിയും കുട്ടനും അവിടെയെങ്ങുമില്ല. അയാളുടെ നെഞ്ചിടിക്കാൻ തുടങ്ങി. ദൂരേ നിന്നു കുട്ടന്റെ കരച്ചിൽ കേൾക്കുന്നതു പോലെ. മുന്നിൽ ഇരുട്ടു പരക്കുകയാണ്. കുട്ടന്റെ കരച്ചിൽ അകന്നകന്നു പോകുന്നു. അയാൾ വയൽവരമ്പിലേക്ക് ഓടി. ഒന്നും കാണുന്നില്ല. എല്ലായിടത്തും ഇരുട്ട്. അമ്മേ.. രക്ഷിക്കണേ... അയാൾ നിലത്തുകിടന്നു ആർത്തുവിളിച്ചു.

## അധ്യായം 7

കണ്ണുതുറക്കുമ്പോൾ തങ്കമണിയും കുട്ടനും അരികിലുണ്ട്. ഇരുട്ടിൽ കുട്ടന്റെ കരച്ചിൽ അകന്നകന്നു പോകുന്നതു മാത്രം ഓർമ്മയിലുണ്ട്.

" എന്താ, എന്തുപറ്റി എനിക്ക്?"

എഴുന്നേറ്റിരുന്ന് അയാൾ ചോദിച്ചു. തങ്കമണി പാള കൊണ്ടു വീശുന്നുണ്ടായിരുന്നു. അയാളുടെ മുഖത്തെ വിയർപ്പെല്ലാം അവൾ തുടച്ചെടുത്തു.

" തലകറങ്ങിയതായിരിക്കും"- തങ്കമണി ആശ്വസിപ്പിച്ചു. കുട്ടൻ അച്ഛന്റെ മടിയിൽ കയറിയിരുന്നു. അയാൾ അവനെ മാറോടണച്ചു.

"ഉറങ്ങാൻ നേരത്തു നല്ലതുമാത്രം ചിന്തിച്ചുകിടക്കാൻ പറയുന്നതു വെറുതയല്ല. വേണ്ടാത്തതോരോന്ന് ഓർത്തു കിടന്നാൽ ഇങ്ങനെയൊക്കെയുണ്ടാകും. കുട്ടനെ ആരോ പിടിച്ചോണ്ടുപോയി എന്നാർത്തു വിളിക്കായിരുന്നില്ലേ. അടുത്തെങ്ങും ആരുമില്ലാത്തതു നന്നായി. അവർ കളിയാക്കിയേനെ.."

തങ്കമണി നൽകിയ ചൂടുവെള്ളം അയാൾ ആർത്തിയോടെ കുടിച്ചു.

സകല ദൈവങ്ങളെയും പ്രാർഥിച്ചുകൊണ്ടാണു സ്വാമിനാഥൻ അന്നു കിടന്നത്. ഭർത്താവിനെ എന്തോ അലട്ടുന്നുണ്ടെന്നു തങ്കമണിക്കു തോന്നിയിട്ടു കുറച്ചുനാളായി. എത്ര ചോദിച്ചിട്ടും അയാൾ മനസ്സുതുറക്കുന്നുമില്ല. നാണിയമ്മയുടെ വാക്കുകൾ അയാൾക്കു അത്രപെട്ടെന്നു മറക്കാൻ കഴിയുന്നതായിരുന്നില്ല. ഓരോ ദിവസം ചെല്ലുംതോറും ആ ആധി അയാളിൽ ശക്തമായി വന്നു. ഞാനില്ലാതെ എങ്ങനെ തങ്കമണിയും കുട്ടനും കഴിയും?

"നാളെ കുട്ടന്റെ പിറന്നാളാണ്. നമുക്കു കാവിൽ പോകണം"- അയാളോടു ചേർന്നുകിടന്നുകൊണ്ടു തങ്കമണി പറഞ്ഞു.

" പോവാം"- സ്വാമിനാഥൻ പതുക്കെ പറഞ്ഞു.

അയാൾ കാവിലമ്മയുടെ മുൻപിൽ ഉള്ളുതുറന്നു പ്രാർഥിച്ചു.

" നമുക്കു കുറുപ്പേട്ടന്റെ വീടുവരെയൊന്നു പോകാം. മീനാക്ഷിയേടത്തി പ്രസവിച്ച ശേഷം നമ്മൾ പോയിട്ടില്ലല്ലോ. നമ്മളെ പോലെ എത്രയോ നോമ്പു നോറ്റ ശേഷമുണ്ടായ കുഞ്ഞല്ലേ. കുറച്ചു കരിവളയും കൺമഷിയും ഞാൻ വാങ്ങി വച്ചിട്ടുണ്ട് '-കാവിൽ നിന്നു മടങ്ങുമ്പോൾ തങ്കമണി പറഞ്ഞു.

അന്നേരമാണ് അയാൾ കുറുപ്പിനെക്കുറിച്ചോർത്തത്. കുറച്ചുകാലമായി എവിടേക്കും പോകാറില്ല. കഴിഞ്ഞ മകരക്കൊയ്ത്തു കഴിഞ്ഞ ശേഷം കൈമളുടെ വീടിനടുത്തുള്ള തെക്കേപ്പാടം അയാൾ വാങ്ങിയിരുന്നു. അവിടെ കൃഷി ചെയ്യാനുള്ള ഒരുക്കം തുടങ്ങിയതോടെ തീരെ സമയമില്ല. തച്ചൻകുന്നിലെ കാലിച്ചന്തയ്ക്കാണ് അവസാനമായി കടവു കടന്നത്. കുഞ്ഞനന്തനെയും കണ്ടിട്ട് ഏറെ നാളായി.

കടവിൽ തോണി പുറപ്പെടാൻ നിൽക്കുകയാണ്. കൊമ്പത്തുള്ളതു കുഞ്ഞനന്തനല്ല. അനുജൻ ചോയിയാണ്.

"ഏട്ടനെന്തേ?"

"ഇന്നലെ തോണിയിൽ നിന്നു വീണു. തുഴ പൊട്ടിയപ്പോ വെള്ളത്തിലേക്ക് ആളിപ്പോയി. കുഴമ്പിട്ടു കിടപ്പാ".

"അയ്യോ, അറിഞ്ഞില്ല"

കന്നുപൂട്ടുന്ന രാമൻ വന്നിട്ടു മൂന്നുനാളായി. അയാളിലൂടെയാണു സ്വാമിനാഥൻ ലോകവിവരമൊക്കെ അറിയുന്നത്. മടങ്ങുമ്പോൾ കുഞ്ഞനന്തനെയൊന്നു കാണണം.

ഉച്ചയായിരുന്നു കുറുപ്പിന്റെ വീട്ടിലെത്തുമ്പോൾ. ചെറുമികൾ മുറ്റത്ത് എള്ളുണക്കുകയാണ്. അയാൾ എള്ളെടുത്തു ചവച്ചുനോക്കി. അഞ്ച് ഉണക്കം കൂടി വേണം. ആരോടെന്നില്ലാതെ സ്വാമിനാഥൻ പറഞ്ഞു.

അപ്രതീക്ഷിത വരവു മീനാക്ഷിയെ അമ്പരപ്പിച്ചു. അവർ മോളെ ഉറക്കുകയായിരുന്നു.

കുറുപ്പേട്ടൻ വീട്ടിലില്ലായിരുന്നു. നെല്ലും കൊണ്ട് ചന്തയ്ക്കു പോയതാ. മടങ്ങിയെത്താൻ വൈകും.

" അച്ഛനെ പോലെ തന്നെ"- മോളെ മടിയിൽ വച്ചു തങ്കമണി പറഞ്ഞു. അദ്ഭുതത്തോടെ കുട്ടൻ ആ കുഞ്ഞിനെ നോക്കി. അവൻ ആദ്യമായിട്ടായിരുന്നു ആ പ്രായത്തിലുള്ള കുഞ്ഞിനെ കാണുന്നത്. അമ്മ അവളെ എടുത്തത് അവനിഷ്ടമായില്ല. അമ്മയുടെ മടിയിലേക്ക് അവൻ പതുക്കെ കയറാൻ തുടങ്ങി. അവളുടെ കൈ പിടിച്ചു പതുക്കെയൊന്ന്

അമർത്തിനോക്കി. ആരും കാണുന്നില്ലെന്ന് ഉറപ്പാക്കി അവളെയൊന്നു നുള്ളി. ഞെട്ടിയുണർന്നു കുഞ്ഞ് കരയാൻ തുടങ്ങി. മീനാക്ഷി അടുക്കളയിൽ നിന്ന് ഓടിയെത്തി. കുഞ്ഞിന്റെ ചെറിയൊരു കരച്ചിൽ കേട്ടാൽ അവർ പരിഭ്രമിക്കും. പത്തുവർഷത്തെ കാത്തിരിപ്പിനു ശേഷം ലഭിച്ച തങ്കക്കുടമാണ്.

“ ഉറുമ്പു കടിച്ചതായിരിക്കും”- കുഞ്ഞിനെ തോളിലേക്കിട്ട് അവർ പറഞ്ഞു. ഒന്നും അറിയാത്തതുപോലെ കുട്ടൻ അമ്മയെ നോക്കി.

“ അടുത്ത കാർത്തികയിലാണ് ശ്രീക്കുട്ടിയുടെ ചോറൂണ്. ചെറുകുന്നത്തമ്മയുടെ മുന്നിൽ വച്ചു തന്നെ വേണമെന്നാണ് ഏട്ടൻ പറയുന്നത്. അമ്മയാ ഇവളെ ഞങ്ങൾക്കു തന്നത്”. മീനാക്ഷി പറഞ്ഞു.

“ചീക്കുട്ടിയെ എന്റെ മടിയിൽ വയ്ക്കോ അമ്മായീ”- കുട്ടൻ ചോദിച്ചു. അപ്പോഴേക്കും അവൾ നല്ല ഉറക്കം പിടിച്ചിരുന്നു.

“ ഉണർന്നിട്ടു മോനു കളിപ്പിക്കാം”.

അവൾ ഉണരുന്നതും കാത്ത് അവൻ അവിടെതന്നെയിരുന്നു.

വെയിലാറിയപ്പോൾ മൂന്നുപേരും വീട്ടിലേക്കു മടങ്ങി. “പോകുമ്പോൾ കുഞ്ഞനന്തനെയൊന്നു കാണണം”- സ്വാമിനാഥൻ ത2ങ്കമണിയോടു പറഞ്ഞു. കുട്ടൻ അച്ഛന്റെ തോളിൽ കിടന്നുറങ്ങുകയായിരുന്നു.

“ നമ്മുടെ മോനും ശ്രീക്കുട്ടിയും മൂന്നര വയസ്സിന്റെ വ്യത്യാസമാ”.

തങ്കമണിയുടെ വാക്കുകൾക്ക് അയാൾ മൂളികൊടുത്തു.

“ ബന്ധുക്കൾ എന്നു പറയാൻ ആകെ കുറുപ്പേട്ടൻ മാത്രമേയുള്ളൂ. നമുക്ക് ഇടയ്ക്കൊക്കെ ഇവിടെ വരണം. കൃഷിയും കൊയ്ത്തുമൊക്കെയായി അവിടെ തനിച്ചു കൂടിയാൽ ആരും ഉണ്ടാകില്ല നമുക്ക്” .

അവൾ പറയുന്നതിന്റെ പൊരുൾ സ്വാമിനാഥനു പിടികിട്ടി. അവളുടെ കണക്കു കൂട്ടൽ വേറെ പലതുമാണെന്നറിഞ്ഞ് സ്വാമിനാഥൻ പറഞ്ഞു.

“ മക്കളൊക്കെ വലുതാകട്ടെ തങ്കം, ഇപ്പോഴേ അവരുടെ മംഗലത്തെക്കുറിച്ചൊന്നും ചിന്തിക്കണ്ട”.

തന്റെ മനസ്സിലിരിപ്പു ഭർത്താവു പെട്ടെന്നു തന്നെ മനസ്സിലാക്കയതിന്റെ നാണക്കേടിൽ അവളുടെ മുഖം കറുത്തു.

“ മക്കളുടെ മംഗലത്തെക്കുറിച്ചല്ല ഞാൻ ചിന്തിച്ചത്. നമുക്കെന്തെങ്കിലും പറ്റിപ്പോയാൽ കുട്ടന് അവരൊക്കെയേ ഉണ്ടാകൂ. അവരെങ്കിലും ഉണ്ടാകണം എന്നുള്ളതോണ്ടു പറഞ്ഞതാ”. തങ്കമണിയുടെ സ്വരം അൽ

പം കനത്തു.

മുന്നിലൂടെ ആരോ നടന്നകന്നതായി സ്വാമിനാഥനു തോന്നി. അമ്മയാണോ?

" സ്വാമിക്കുട്ടീ..."

അതു നാണിയമ്മയുടെ ശബ്ദമാണെന്നു കേട്ടമാത്രയിൽ തന്നെ അയാൾ തിരിച്ചറിഞ്ഞു. പെട്ടെന്നയാളുടെ ശ്വാസം നിലച്ചതുപോലെയായി.

തങ്കമണി ഏറെ മുന്നിലായി കഴിഞ്ഞു. കാലുകൾ മുന്നോട്ടു നീങ്ങുന്നില്ല. കുട്ടനെ മാറോടു ചേർത്തുപിടിച്ച് അയാൾ അവിടെ ഇരുന്നു.

## അധ്യായം 8

“അച്ഛാ, നമുക്കിന്നു പുഴയിൽ കുളിക്കാം”.

പുതുതായി കൊണ്ടുവന്ന കന്നുകൾക്കു മുതിര കൊടുത്തു തൊഴുത്തിൽ നിന്നിറങ്ങുകയായിരുന്നു സ്വാമിനാഥൻ.

“ അച്ഛനിന്നലെ രാത്രി പറഞ്ഞിരുന്നില്ലേ, പുഴയിൽ കൊണ്ടുപോകാമെന്ന്”- കുട്ടൻ പിന്നാലെ കൂടി.

അന്നേരമാണ് സ്വാമിനാഥൻ അതോർക്കുന്നത്.

ഈ പുഴയാണു തനിക്ക് എല്ലാം തന്നത്. അവസാനത്തെ തോണിയും പോയി കഴിയുമ്പോൾ പുഴ നീന്തിക്കടക്കുമ്പോഴാണു പട്ടണത്തിലെ ജോലി ഉപേക്ഷിക്കണമെന്ന് ആദ്യമായി തോന്നിയത്. ഈ പുഴ നൽകുന്ന സൗഭാഗ്യത്തെക്കുറിച്ചു കുഞ്ഞനന്തനാണ് ആദ്യമായി സംസാരിച്ചത്. മലയിൽ വീഴുന്ന ആദ്യ മഴ കുത്തിയൊലിച്ചിറങ്ങി മണ്ണിന്റെ സൗഭാഗ്യങ്ങളെല്ലാം കോരിയെടുത്തുകൊണ്ടാണു പാടത്തേക്കെത്തുക. രണ്ടുവിള കൃഷിക്കുള്ള എല്ലാ പുഷ്ടിയും അതിൽ ഒളിഞ്ഞിരിപ്പുണ്ടാകും. അഞ്ചുവർഷം കൊണ്ടു തന്റെ കുടുംബത്തെ കരയ്ക്കെത്തിച്ചത് ഈ പുഴയാണ്.

കുട്ടന് അഞ്ചുവയസ്സായി. അവനെ പള്ളിക്കൂടത്തിൽ ചേർക്കണം. അതിനു മുൻപ് അവനെ നീന്താൻ പഠിപ്പിക്കണം. പുഴയുടെ താളവും ഓളവുമറിയാതെ ആരും പുഴക്കരയിൽ കഴിയരുതെന്നാണു നിയമം. അവന്റെ ജീവിതത്തോട് അത്രയ്ക്കു ചേർന്നു നിൽക്കും തെളിഞ്ഞൊഴുകുന്ന ഈ പുഴ.

ഇപ്പോൾ അവൾ ശാന്തസ്വരൂപിയാണ്. എന്നാൽ മഴക്കാലമാകുമ്പോൾ അവളുടെ മുഖംമാറും. വേനലിലെ എല്ലാ കാലുഷ്യവും അവൾ ആദ്യമഴയിൽ ഒഴുക്കിക്കളയും. കരയിലേക്ക് അവൾ കാടിന്റെ മേൽമണ്ണ് എത്തിക്കുമെങ്കിലും ചിലപ്പോൾ ആ കുത്തിയൊഴുക്ക് അവളെയും കടന്നുപോയെന്നുവരും. പുഴ ഗതിമാറിയൊഴുകി പലരെയും കൂടെകൊണ്ടുപോയെന്നു വരും.

കുഞ്ഞനന്തന്റെ അനുജൻ ചോയിയുടെ ഭാര്യയെയാണു കഴിഞ്ഞ മഴ കൊണ്ടുപോയത്. മലവെള്ളപ്പാച്ചിൽ അവൾ അറിഞ്ഞിരുന്നില്ല. കണ്ണടച്ചുതുറക്കുംപോലെ അവളെയും നക്കിയെടുത്തുകൊണ്ടു പുഴ പാഞ്ഞു. മൂന്നാംനാളിൽ വെള്ളമൊഴുക്കു കുറഞ്ഞപ്പോഴാണു ചുഴിയുടെ താഴേ നിന്ന് അവളുടെ തലയോട്ടി ലഭിച്ചത്. ആ ശരീരത്തിൽ നിന്നു തിന്നാൻ കഴിയുന്നതൊക്കെ മീനുകൾ തുടച്ചെടുത്തിരുന്നു.

കുഞ്ഞുനാളിലേ പുഴയെ അറിയണം. അവൾ കലിതുള്ളിയെത്തുന്നത് എപ്പോഴാണെന്നും അവൾ അടങ്ങുന്നതെങ്ങനെയെന്നും അറിയണം. ഇനിയുള്ള ദിവസങ്ങളിൽ കുട്ടനെ അതെല്ലാം പഠിപ്പിക്കാം. പള്ളിക്കൂടത്തിലേക്കു നാഴികകളുണ്ട്. എന്നും കൂടെ പോകാൻ കഴിയില്ല. കടവിനപ്പുറത്തുനിന്നു കുറേ കുട്ടികളുണ്ട്. കടവു വരെ കൊണ്ടുവിട്ടാൽ കുഞ്ഞനന്തൻ അവനെ കൂട്ടിക്കോളും. വലുതാകുമ്പോൾ തനിച്ചു തന്നെ വരികയും പോകുകയും ചെയ്യേണ്ടി വരും.

" വാ, തോർത്തെടുക്ക്".

കുട്ടൻ ആർത്തുവിളിച്ചുകൊണ്ട് അകത്തേക്കോടി.

" അമ്മേ, തോർത്തു താ. ഞാനച്ഛനോടൊപ്പം പുഴയിലേക്കു പോകാ"- കുട്ടൻ ഉമ്മറത്തുനിന്നു വിളിച്ചുപറഞ്ഞു. ഞൊടിയിടയിൽ അവൻ തോർത്തുമായി തിരിച്ചെത്തി.

" അവൻ ആദ്യായിട്ടാ പൊഴേ കുളിക്കണത്. ങ്ങ്ള് കൂടെ തന്നെ ണ്ടാകണേ"- തങ്കമണി അൽപം പേടിയോടെ പറഞ്ഞു.

" നമുക്കു കുളത്തിൽ പോയി കുളിക്കാം. നീന്തൽ പഠിച്ചിട്ടു പൊഴേ പോകാം"- സ്വാമിനാഥൻ പറഞ്ഞതോടെ കുട്ടന്റെ ആവേശം കെട്ടു. കുറേ ദിവസമായി ആ ചെറിയ കുളത്തിൽ കിടന്നു വട്ടംകറങ്ങുന്നു. പുഴയിൽ കുളിക്കുമ്പോഴാ വല്യ ആളായി എല്ലാവരും കാണുക. എന്നും കുട്ടിയായിരിക്കാൻ അവനിഷ്ടമില്ലായിരുന്നു.

" വേണ്ടച്ഛാ, കുളത്തിൽ കിടന്നു കാലിട്ടടിച്ചു മടുത്തു. നമുക്കു പൊഴേ പോകാം". അവൻ ചെറുതായൊന്നു കിണുങ്ങി. തോർത്തു വലിച്ചെറിഞ്ഞു മുറ്റത്തെ തിണ്ടിൽ ഇരുന്നു.

" നന്നായി നീന്താൻ പഠിച്ചാലല്ലേ പുഴേല് വേഗം നീന്താൻ കഴിയൂ. അല്ലേ കുട്ടൻ അച്ഛനോടു തോറ്റുപോകും".

" സാര്യല്ല്യ. ഞാൻ കുളത്തിലേക്കില്ല. എനിക്കു പുഴയാ ഇഷ്ടം". അവൻ മുഖംതാഴ്ത്തിയിരുന്നു.

സ്വാമിനാഥനിലെ അച്ഛൻ തോറ്റു. അയാൾ അവനെ വാരിയെടുത്തു. അച്ഛനും മകനും കൂടി ചിരിച്ചുകൊണ്ടുപോകുന്നത് അടുക്കളയിൽ നിന്നു തങ്കമണി കണ്ടു.

വേനൽ കടുത്തപ്പോഴേക്കും പുഴയുടെ ശക്തി ചോർന്നതുപോലെ തോന്നി സ്വാമിനാഥന്. മഴക്കാലത്ത് ഇവളെയൊന്നു കാണേണ്ടതാണ്. ഓരോ കാലവും ഓരോരുത്തരിലുണ്ടാക്കുന്ന മാറ്റങ്ങൾ പറഞ്ഞറിയിക്കാൻ കഴിയില്ല.

അച്ഛന്റെ കൈ പിടിച്ചു കുട്ടൻ പുഴക്കരയിലേക്കിറങ്ങി. ഹോ. എത്ര നാളായി ഈ ദിവസത്തിനായി കാത്തിരിക്കുന്നു. പുഴയിൽ നീന്തുന്നത് ആലോചിച്ച് ഇന്നലെ ഉറങ്ങാൻ പോലും കഴിഞ്ഞിട്ടില്ല. മലർന്നും ചരിഞ്ഞുമൊക്കെ നീന്തുന്നതു മനസ്സിൽ കണ്ടതാണ്.

ഒരുകൂട്ടം മയിലുകൾ കുറച്ചപ്പുറം നിൽക്കുന്നുണ്ട്. ചൂടുകൂടുമ്പോഴാണു മയിലുകൾ കൂട്ടത്തോടെ ഇറങ്ങുക. കുട്ടനെ പോലെ ചെറിയ ആളുകളും കൂട്ടത്തിലുണ്ട്.

എന്നാൽ കുട്ടൻ മയിലിനെയും മുയലിനെയുമൊന്നും കണ്ടില്ല. അവന്റെ നോട്ടം മുഴുവൻ പുഴയുടെ അക്കരെയായിരുന്നു. എന്നാ അക്കരെ വരെ നീന്തുക എന്നായിരുന്നു അവൻ ചിന്തിച്ചത്.

അച്ഛനും മകനും പുഴയിലേക്കിറങ്ങി. കുളത്തിൽ നിന്നു അൽപ്പമൊക്കെ നീന്താൻ പഠിച്ചിരുന്നു. എങ്കിലും ഒറ്റയ്ക്കു വിടാൻ സ്വാമിനാഥൻ പേടിച്ചു. അവന്റെ അരയിലെ ചരടിൽ പിടിച്ച് അയാൾ പുഴയിലേക്കിറക്കി.

ഏതോ പുതിയ ലോകത്തെത്തിയതുപോലെയായിരുന്നു കുട്ടൻ. പുഴയിലെ വെള്ളത്തിന് അൽപം ചൂടുള്ളതുപോലെ സ്വാമിനാഥനു തോന്നി. വെള്ളത്തിൽ കിടന്നുള്ള മകന്റെ കളി കണ്ട് അയാൾ അറിയാതെ ചിരിച്ചുപോയി. ഇതുപോലെ തന്നെ ആരും നീന്താൻ പഠിപ്പിക്കാനില്ലായിരുന്നു. കൂട്ടുകാരുടെ കൂടെ അമ്മയറിയാതെ പോയി പഠിച്ചു. അമ്മ അറിഞ്ഞിരുന്നെങ്കിൽ താനിപ്പോഴും നീന്തില്ലായിരുന്നെന്നു സ്വാമിനാഥൻ ഓർത്തു. അച്ഛനില്ലാത്ത കുട്ടിയെ പുഴയിലേക്കു വിടാൻ അമ്മ തയ്യാറാകില്ലെന്നുറപ്പാണ്. ഓർമ്മകൾ വിട്ടകന്നപ്പോൾ കുട്ടൻ അരികിലില്ല. കാലിനടിയിൽ നിന്നൊരു പിടച്ചിൽ തലയുടെ ഉച്ചിയിൽ വരെയെത്തി.

"കുട്ടാ"- അയാൾ ഉറക്കെ വിളിച്ചു.

ഒരു കൈ ആണ്ടുപോകുന്നതു സ്വാമിനാഥൻ കണ്ടു. അയാൾ അവി

ടേക്കു കുതിച്ചു.

കുട്ടനെ കരയിലേക്കു കൊണ്ടുപോകുമ്പോഴേക്കും അവന്റെ കണ്ണുകൾ അടഞ്ഞിരുന്നു. ചെറിയൊരു സമയം കൂടി കഴിഞ്ഞിരുന്നെങ്കിൽ...

സ്വാമിനാഥന് ഓർക്കാൻ പോലുമായില്ല. കൂട്ടുകാർക്കൊപ്പമുള്ള പുഴയിലെ നീരാട്ട് ഓർത്തുനിന്നുപോയപ്പോൾ കുട്ടൻ ഒറ്റയ്ക്കു നീന്തിയതാണ്. കൈ കുഴഞ്ഞു പുഴയുടെ ആഴങ്ങളിലേക്ക് ആണ്ടുപോകുമ്പോഴാണു സ്വാമിനാഥൻ കണ്ടത്. കുട്ടനെ കരയിൽ കിടത്തി. വയറിലമർത്തി വെള്ളം മുഴുവൻ പുറത്തേക്കൊഴുക്കി. അൽപം കഴിഞ്ഞപ്പോൾ കുട്ടൻ കണ്ണുതുറന്നു. അവന്റെ ചുണ്ടുകൾ പതുക്കെ ചിരിയായി വിടർന്നു. പുഴ അവനു നൽകിയ ആദ്യപാഠമായിരുന്നു അത്.

## അധ്യായം 9

ആദ്യമായിട്ടായിരുന്നില്ല കുട്ടൻ തോണിയിൽ കയറുന്നത്. എന്നാൽ അന്നത്തെ അവന്റെ യാത്ര കണ്ടാൽ ആർക്കും അതേ തോന്നൂ. രണ്ടു കൈയും പുഴയുടെ ഓളത്തിലേക്കിട്ട് അവൻ അദ്ഭുതലോകത്തേക്കു നോക്കി നിന്നു. ഇടയ്ക്കു തോണിക്കരികിലൂടെ ചാടിയെത്തുന്ന മീനിനെ തൊടാൻ നോക്കിയെങ്കിലും അവയെല്ലാം അവനെ പറ്റിച്ചു തുള്ളിക്കളിച്ചു.

ഇന്നു കുട്ടന്റെ ജീവിതത്തിനൊരു പ്രത്യേകതയുണ്ട്. അവൻ ആദ്യമായി പള്ളിക്കൂടത്തിൽ പോകുകയാണ്. എന്നും നേരം പുലരുമ്പോൾ കുട്ടനു ചുറ്റും അച്ഛനും അമ്മയും വീടും പശുക്കിടാങ്ങളും കോഴിക്കുഞ്ഞുങ്ങളും ചിണുങ്ങിപ്പൂച്ചയുമൊക്കെയേ ഉണ്ടായിരുന്നുള്ളൂ. ആ കൂട്ടത്തിൽ നിന്നു വിട്ടുപോകുന്നതിനെക്കുറിച്ച് അവൻ ആലോചിച്ചിട്ടുപോലുമുണ്ടായിരുന്നില്ല. പക്ഷേ, പ്രായം അവനെ എന്നും വീട്ടിൽ നിർത്താൻ സമ്മതിച്ചില്ല. അഞ്ചു വയസ്സായാൽ പള്ളിക്കൂടത്തിൽ പോകണമല്ലോ. അവൻ അതുവരെ പള്ളിക്കൂടം കണ്ടിട്ടുപോലുമുണ്ടായിരുന്നില്ല. പള്ളിക്കൂടത്തിൽ പോകുന്നവരെയും കണ്ടിരുന്നില്ല. പുഴയ്ക്കരികിലെ വീടു മാത്രമായിരുന്നു ലോകം. കൊല്ലത്തിൽ ഒന്നോ രണ്ടോ തവണ മാത്രമാണ് അച്ഛനോടൊപ്പം പുഴയുടെ അക്കരെ കടക്കുക. കണ്ണടച്ചുതുറക്കുംപോലെ അന്നത്തെ കാഴ്ചകൾ പെട്ടെന്നവസാനിക്കും. എല്ലാം ഒന്നുകണ്ടുവരുമ്പോഴേക്കും വീട്ടിലെത്താൻ സമയമായിരിക്കും.

മകനെ പിരിഞ്ഞിരിക്കുന്ന കാര്യം തങ്കമണിക്ക് ആലോചിക്കാൻ കഴിയില്ലായിരുന്നു. ആ വീട്ടിൽ പകൽ നേരങ്ങളിൽ അവൾക്കുചുറ്റും കുട്ടനുണ്ടാകും. പശുക്കിടാവിനൊപ്പം കളിക്കുകയാണെങ്കിലും ചിണുങ്ങിയുടെ കൂടെ ഓടുകയാണെങ്കിലും അരികിൽ അമ്മ വേണം. സ്വാമിനാഥൻ പകൽ സമയത്തെല്ലാം വയലിലായിരിക്കും. ഓരോ കൊല്ലവും നന്നായി വരുന്ന കൃഷിയെ അയാൾ അത്രയ്ക്കങ്ങു സ്നേഹിച്ചുപോയി. ഭാര്യയെയും മകനെയും പോലെ തന്നെയാണ് അയാൾക്ക് ജോലിയും.

ഇക്കുറി കൊയ്ത്തു തുടങ്ങുംമുൻപേ അയാൾ ഒരു ജോടി കാളക

ളെക്കൂടി വാങ്ങി. അന്നുതന്നെയായിരുന്നു ചീർമ്മപശു പ്രസവിച്ചതും. അവളുടെ കന്നിപ്രസവമായിരുന്നു. തലയിൽ വെള്ളപുള്ളിയുള്ള അവളുടെ മൂരിക്കുട്ടനാണു കുട്ടന്റെ ചങ്ങാതി. പ്രസവിച്ചു നാലാംനാൾ മുതൽ ചിണ്ടൻ കുട്ടന്റെ കൂടെക്കൂടിയതാണ്. അച്ഛൻ വാങ്ങിക്കൊണ്ടുവന്ന കുഞ്ഞു മണി ചിണ്ടന്റെ കഴുത്തിൽ കെട്ടിയപ്പോൾ കുട്ടന്റെ സന്തോഷം ഒന്നു കാണേണ്ടതായിരുന്നു. അവൻ കൈകൊട്ടി ആർത്തുവിളിച്ചുകൊണ്ടു ചിണ്ടന്റെ പിന്നാലെയോടി. അന്നു മറ്റൊരാൾ കൂടി ആ വീട്ടിൽ വിരുന്നുവന്നു.

കുട്ടൻ അമ്മയോടൊപ്പം പുഴയിൽ കുളിച്ചു മടങ്ങുകയായിരുന്നു. ഇപ്പോൾ കുട്ടൻ നല്ലൊരു നീന്തൽക്കാരനായി. ആദ്യദിനം ആഴത്തിലേക്കു പോയ സംഭവം അവനോർമ്മയുണ്ടെങ്കിലും പുഴ അവനെ എന്നും മാടിവിളിച്ചു. അതുകൊണ്ടു പേടിയില്ലാതെ വീണ്ടും പുഴയിലേക്കുപോയി. അച്ഛനും അമ്മയും കൂട്ടായി പുഴക്കടവിലെത്തി. അവർ സംസാരിച്ചിരിക്കുമ്പോൾ കുട്ടൻ പുഴയിൽ നീന്തിത്തുടിച്ചു.

“ മോനേ കുട്ടാ, മതി  നേരം ഒത്തിരിയായി. അച്ഛൻ കഞ്ഞിക്കുടിക്കാൻ ഇപ്പോൾ വരും. വേഗം വാ ” -അമ്മ പറഞ്ഞപ്പോൾ താൽപര്യമില്ലാതെയാണ് അവൻ തലതോർത്താൻ കരയിലേക്കു കയറിയത്. അപ്പോഴേക്കും കണ്ണെല്ലാം ചുവന്നു തുടുത്തിരുന്നു. പുഴയിൽ എത്രനേരം ഇറങ്ങിക്കിടന്നാലും മതിയാകില്ല. അമ്മ മുന്നിൽ നടക്കുകയാണ്. അന്നേരമാണു കുട്ടൻ ഒരു കരച്ചിൽ കേട്ടത്. ഒന്നു തിരിഞ്ഞുനോക്കി അവൻ അമ്മയുടെ അടുത്തേക്കു ഓടി. ആ കരച്ചിൽ പിന്നാലെയുണ്ടെന്നു പെട്ടെന്നു തന്നെ മനസ്സിലായി.

മ്യാവൂ..

“അമ്മേ, ഒരു പൂച്ചക്കുട്ടി”.

തങ്കമണി തിരിഞ്ഞുനോക്കി. ചെറിയൊരു കറുത്തപൂച്ചക്കുട്ടി അവർക്കു പിന്നാലെ പതുങ്ങിവരുന്നു.

“പുഴയിൽ നിന്നു കയറിവരുന്നതായിരിക്കും. നനഞ്ഞിട്ടുണ്ടമ്മേ”-കുട്ടൻ സഹതാപത്തോടെ പറഞ്ഞു.

“നീ വേഗം വാ. അച്ഛനു ദേഷ്യം  പിടിക്കും. ചെന്നിട്ടുവേണം കറിയുണ്ടാക്കാൻ”.

പൂച്ചക്കുട്ടി പിന്നാലെ വരുന്നതുകണ്ടു കുട്ടനു സന്തോഷമായി. അമ്മ അടുക്കളയിലേക്കു കയറി. കുട്ടൻ കുപ്പായം മാറിവന്നു. തിരിച്ചുവന്നപ്പോൾ പൂച്ചക്കുട്ടിയെ കാണാനില്ല. അവൻ മുറത്തേക്കിറങ്ങി.

“അമ്മേ, പൂച്ചക്കുട്ടിയെ കാണാനില്ല. ഒന്നു വേഗം വാ”- കുട്ടൻ വിളി

ച്ചുപറഞ്ഞു. അടുക്കളത്തിരക്കിൽ അമ്മ അതൊന്നും കേട്ടില്ല. ക്ഷീണിച്ചുവരുന്ന ഭർത്താവിനെക്കുറിച്ചു മാത്രമേ തങ്കമണി ചിന്തിക്കുന്നുണ്ടായിരുന്നുള്ളൂ.

"എടാ കുറുമ്പാ, നീയിവിടെ ഒളിച്ചിരിക്കുകയാണല്ലേ". മുരിങ്ങമരച്ചോട്ടിലേക്കു കുട്ടൻ ഓടിച്ചെന്നു. അപ്പോഴേക്കും പൂച്ചയുടെ രോമത്തിലെ നനവെല്ലാം പോയിരുന്നു. കുട്ടൻ അവനു മുന്നിലിരുന്നു. എന്തോ അദ്ഭുതത്തോടെ പൂച്ചക്കുട്ടി കുട്ടനെ സൂക്ഷിച്ചുനോക്കി. കുട്ടൻ ചിരിച്ചു. മുന്നിലുള്ള കറുമ്പന്റെ വാലു പതുക്കെ ചലിച്ചു. പിന്നീടതു സ്നേഹത്തോടെ ആടാൻ തുടങ്ങി. മുൻപെങ്ങോ പരിചയമുള്ള കൂട്ടുകാരനെ പോലെ കുട്ടനെ നോക്കി. കുട്ടന്റെ കൈകൾ അവനു നേരെ നീണ്ടുവന്നു. അൽപം പേടിയോടെയാണെങ്കിലും പൂച്ചക്കുട്ടി കുട്ടന്റെ അരികിലേക്കു നീങ്ങിനിന്നു. പുതിയൊരു സൗഹൃദം ആ മുരിങ്ങമരച്ചോട്ടിൽ തളിർത്തുവരികയായിരുന്നു.

അച്ഛൻ വരുമ്പോഴേക്കും അവൻ കൂട്ടുകാരനൊരു പേരുകണ്ടെത്തിയിരുന്നു. ചിണുങ്ങി. അന്നുരാത്രി ഉറങ്ങാൻ കിടക്കുമ്പോൾ അരികിൽ ചിണുങ്ങിയും ഉണ്ടായിരുന്നു.

ചിണ്ടനെയും ചിണുങ്ങിയെയും പിരിഞ്ഞുകൊണ്ടു പള്ളിക്കൂടത്തിലേക്കു പോകാൻ കുട്ടനു മടിയായിരുന്നു. വൈകുന്നേരമാകുമ്പോൾ അവരെ കാണാമെന്ന ആശ്വാസത്തോടെയാണു കുട്ടൻ അച്ഛനോടൊപ്പം പള്ളിക്കൂടത്തിലേക്കു പുറപ്പെട്ടത്. വൈകുന്നേരം വരെ മകനെ പിരിഞ്ഞിരിക്കുകയെന്നതു തങ്കമണിക്കും സഹിക്കാനാവുമായിരുന്നില്ല. പക്ഷേ, പള്ളിക്കൂടത്തിൽ പോകണ്ടേ..

അമ്മയുടെയും അച്ഛന്റെയും അനുഗ്രഹം വാങ്ങി കുട്ടൻ പുറപ്പെട്ടു. അച്ഛന്റെ കൈപിടിച്ചു വീട്ടിൽ നിന്നിറങ്ങുമ്പോൾ മുരിങ്ങമരച്ചോട്ടിൽ രണ്ടു കൂട്ടുകാരും കാത്തുനിൽക്കുന്നുണ്ടായിരുന്നു. കുട്ടൻ എങ്ങോ പോകുകയാണെന്ന് അവർ മനസ്സിലാക്കി.

"ഞാൻ പള്ളിക്കൂടത്തിലേക്കു പോകാ. വൈകുന്നേരം വരും. വന്നിട്ടു കളിക്കാട്ടോ"- കുട്ടൻ പറഞ്ഞപ്പോൾ ചിണ്ടൻ അനുസരണയോടെ തലയാട്ടി. അവൻ നാവുനീട്ടി കുട്ടനെ നക്കി. വേലിക്കരികിൽ വരെ അമ്മ മകനെ പിന്തുടർന്നു. ചിണുങ്ങി അവരുടെ പിന്നാലെ തന്നെയുണ്ടായിരുന്നു. അൽപം കഴിഞ്ഞപ്പോൾ അവൾ മുന്നിൽ നടന്നു. ചിണുങ്ങിക്കറിയാം പുത്തൻ ഉടുപ്പിട്ടാൽ കുട്ടൻ കടവിലേക്കാണു പോകുകയെന്ന്. അൽപം ഗമയോടെ അവൾ വഴികാട്ടി നടന്നു.

പുഴയ്ക്കക്കരെയാണു പള്ളിക്കൂടം. തോണിയിറങ്ങി അൽപം നടക്ക

ണം. കുഞ്ഞനന്തന്റെ അനുജൻ ചോയിയുടെ മകനും അതേ പള്ളിക്കൂടത്തിലാണു പോകുന്നത്. കടവിലെത്തിയാൽ അവൻ കൂട്ടിനുണ്ടാകും. തോണിയിൽ കുഞ്ഞനന്തൻ ശ്രദ്ധിക്കും. അഞ്ചുവയസ്സുകാരനെ തനിച്ചുവിടുമ്പോഴുണ്ടാകുന്ന ആശങ്കയൊന്നും സ്വാമിനാഥനില്ലായിരുന്നു. പുഴയെക്കുറിച്ച് എല്ലാം കുട്ടൻ അറിഞ്ഞിരുന്നു. എപ്പോഴാണു വെള്ളം കയറുകയെന്നും എപ്പോഴാണു പുഴയ്ക്കു ശക്തികൂടുകയെന്നും സ്വാമിനാഥൻ മനസ്സിലാക്കിക്കൊടുത്തിരുന്നു. അറിവു നേടി മകൻ വലിയൊരാളാകണമെന്നാണ് ആ അച്ഛന്റെ ആഗ്രഹം. കൃഷിയിലൂടെ താൻ പണം ധാരാളമുണ്ടാക്കിയെങ്കിലും അറിവിന്റെ കാര്യത്തിൽ വട്ടപൂജ്യമാണെന്ന് പലപ്പോഴും തിരിച്ചറിഞ്ഞിരുന്നു. ആ ഗതികേടു മകനുണ്ടാകരുത്.

തോണി അക്കരെ എത്തിയപ്പോൾ കുട്ടൻ ആവേശത്തോടെ ചാടിയിറങ്ങി. പുഴയിലെ വെള്ളം ഉടുപ്പു നനച്ചെങ്കിലും അതൊന്നും കാര്യമാക്കിയില്ല. കുഞ്ഞനന്തൻ കുട്ടനെ സ്നേഹപൂർവ്വം തലോടി. ചോയിയുടെ മകൻ മുരുകനോടു കുട്ടനെ ശ്രദ്ധിക്കാൻ പറഞ്ഞു. മുരുകന്റെ കൈപിടിച്ചു കുട്ടൻ നടന്നു. സ്വാമിനാഥൻ പിന്നാലെയും. ഉത്സാഹത്തോടെ പള്ളിക്കൂടത്തിലേക്കു പോകുന്ന മകനെ കണ്ട് അച്ഛന്റെ മനസ്സു നിറഞ്ഞു.

## അധ്യായം 10

പള്ളിക്കൂടത്തിൽ കുട്ടികൾ വരുന്നേയുണ്ടായിരുന്നുള്ളൂ. കുട്ടനെയും കൂട്ടി സ്വാമിനാഥൻ ഗുരുവിനു മുന്നിലെത്തി. അദ്ദേഹം കുട്ടനെ അടുത്തേക്കു വിളിച്ചു. അൽപം പേടിയോടെ കുട്ടൻ അടുത്തേക്കു നീങ്ങി നിന്നു. അദ്ദേഹം അവനെ അടുത്തിരുത്തി. സമീപത്തുള്ള ചെറിയ കിണ്ടിയിൽ നിന്ന് അൽപം തേനെടുത്തു കുട്ടന്റെ ഉള്ളംകയ്യിൽ ഇറ്റിച്ചു. കുട്ടൻ സന്തോഷത്തോടെ തേൻ നുണഞ്ഞു.

വളരെ സൗമ്യനായിരുന്നു വേലാണ്ടി എന്ന ഗുരു. അദ്ദേഹവും പത്നി കല്യാണിയുമാണു പള്ളിക്കൂടം നടത്തുന്നത്. കുറേ മരങ്ങൾക്കിടയിൽ ചെറിയ വീട്. അതിനോടു ചേർന്നുകൊണ്ടാണു കുഴിപ്പള്ളിക്കൂടം. കുഞ്ഞനന്തനാണ് ഈ പള്ളിക്കൂടത്തെക്കുറിച്ചു സ്വാമിനാഥനോടു പറഞ്ഞത്. എല്ലാ മാസവും നമ്മുടെ കഴിവനുസരിച്ച് എന്തെങ്കിലും കൊടുത്താൽ മതി.

" ഈ പള്ളിക്കൂടം ഒരു ആശ്രമമാണ്. ജീവിതത്തിൽ പാലിക്കേണ്ട എല്ലാ ധർമ്മങ്ങളും അറിയേണ്ട കർമ്മങ്ങളുമെല്ലാം ഇവിടെ നിന്നു പകർന്നുനൽകും. മകനെ ഇവിടെയാക്കി മടങ്ങാം. സന്ധ്യയോടെ ഇന്നത്തെ അധ്യയനം അവസാനിക്കും. ആശ്രമത്തിൽ താമസിക്കുകയാണെങ്കിൽ അതും ആവാം"- വേലാണ്ടി പറഞ്ഞു നിർത്തി.

സ്വാമിനാഥനു സന്തോഷമായി.

" ഞാൻ വൈകിട്ടു വരാം. ആശ്രമത്തിൽ താമസിക്കുന്നതിൽ സന്തോഷമേയുള്ളൂ. പക്ഷേ, ഞങ്ങൾക്കൊരു മകനേയുള്ളൂ. അവന്റമ്മ അവനെ ഇതുവരെ പിരിഞ്ഞിരുന്നിട്ടില്ല. അതുകൊണ്ട് ആശ്രമവാസം സാധിക്കില്ല".

" അതാണു നിങ്ങളുടെ തീരുമാനമെങ്കിൽ അങ്ങനെയാവാം. ഇവിടെ താമസിച്ചു പഠിക്കുന്നവരും ദിവസേന പോയി വരുന്നവരുമുണ്ട്. രണ്ടിലും ഞങ്ങൾ നിർബന്ധം പിടിക്കാറില്ല".

" അങ്ങു മാത്രമാണോ ഇവിടെയുള്ളത്?"

"എന്റെ ഭാര്യ കല്യാണിയുമുണ്ട്. ആ കാണുന്ന ആശ്രമവും അതി

നോടൊപ്പമുള്ള ആലയുമെല്ലാം അവളുടെ ചുമതലയിലാണ്. സമയമുണ്ടെങ്കിൽ അവിടെയൊക്കെ പോയി കാണാം".

സ്വാമിനാഥൻ ഗുരുവിന്റെ മുന്നിൽ നിന്നെഴുന്നേറ്റു. കുട്ടൻ അച്ഛനെ നോക്കി.

"കുട്ടീ, ആ കൂട്ടുകാർക്കടുത്തേക്കു നടന്നോളൂ. ഞാൻ ഇപ്പോൾ വരാം. നിങ്ങൾ എനിക്കൊപ്പം ആശ്രമത്തിലേക്കു വരൂ. കല്യാണീ, ഇതാണു പുതുതായി വന്ന ഉണ്ണികൃഷ്ണന്റെ അച്ഛൻ. ഞാൻ കുട്ടികൾക്കടുത്തേക്കു പോകുകയാണ്. നീ ആശ്രമമമൊക്കെ ഒന്നു പരിചയപ്പെടുത്തിക്കൊടുക്കൂ".

"വരൂ, ഇങ്ങോട്ടിരിക്കാം"- കല്യാണി സ്വാമിനാഥനെ ക്ഷണിച്ചു.

അവിടെ കണ്ട ചെറിയ പലകയിൽ സ്വാമിനാഥൻ ഇരുന്നു. അൽപം കഴിഞ്ഞപ്പോൾ കല്യാണി അകത്തുനിന്നു വന്നു. കയ്യിൽ ചെറിയൊരു മൺപാത്രം. അതിൽ സംഭാരമായിരുന്നു.

"ആശ്രമത്തിൽ താമസിക്കുന്ന കുട്ടികൾക്കും ഞങ്ങൾക്കുമുള്ള ഭക്ഷണം ഇവിടെതന്നെയുണ്ടാക്കുന്നതാണ്. ആശ്രമത്തിനു പിന്നിലെ വയലിലെ കൃഷിയെല്ലാം ഞങ്ങൾ തന്നെയാണു ചെയ്യുന്നത്. കൂടെ കുട്ടികളും".

സംഭാരം കുടിച്ചു സ്വാമിനാഥൻ അവർക്കൊപ്പം പുറത്തേക്കിറങ്ങി. കല്യാണി അവിടെയുള്ള കൃഷിയിടം സ്വാമിനാഥനു പരിചയപ്പെടുത്തിക്കൊടുത്തു. ഇത്രയും വലിയൊരു ലോകം ഇവിടെയുണ്ടായിട്ടും താനിതുവരെ അറിഞ്ഞില്ലല്ലോ എന്നയാൾ കുണ്ഠിതപ്പെട്ടു. ആവശ്യം വരുമ്പോൾ മാത്രമാണല്ലോ മനുഷ്യൻ എല്ലാം അന്വേഷിക്കുക. ഇത്രയും നാൾ ഒരു പള്ളിക്കൂടത്തെക്കുറിച്ച് തനിക്കു ചിന്തിക്കേണ്ടി വന്നിരുന്നില്ല. കുട്ടൻ വലുതായപ്പോൾ ആവശ്യം വന്നു. മകൻ എത്തിയതു നല്ലൊരു സ്ഥലത്തു തന്നെയാണെന്നോർത്തപ്പോൾ സ്വാമിനാഥന്റെ ഉള്ളൊന്നു തണുത്തു.

"നിങ്ങളുടെ മക്കളൊക്കെ ഇവിടെത്തന്നെയാണോ"

"ഇക്കാണുന്നവരെല്ലാം ഞങ്ങളുടെ മക്കളാണ്. അറിവുതേടി ഇവിടെ വന്നവരും ഞങ്ങൾ വളർത്തുന്ന ഈ മിണ്ടാപ്രാണികളുമെല്ലാം. ഞങ്ങൾക്കു മാത്രം എന്നുപറയാൻ ഇവിടെയൊന്നുമില്ല".

ആ അമ്മയുടെ വലിയ മനസ്സിനെ സ്വാമിനാഥൻ നമിച്ചു.

സമയമുണ്ടെങ്കിൽ ഒരു പകൽ ഇവിടെ ചെലവഴിക്കാം. വൈകുന്നേരം മകനു മടങ്ങാറുമ്പോൾ പോകാം.

ഗുരുപത്നിയുടെ ആ ക്ഷണം സ്വാമിനാഥൻ പ്രതീക്ഷിച്ചതായിരുന്നില്ല.

പലതിരക്കുകളുണ്ടെങ്കിലും പറ്റില്ല എന്നു പറയാൻ സാധിച്ചില്ല.

"ഞാനുമൊരു കർഷകനാണ്. കുടുംബം പുലർത്താൻ കൃഷിയിലേക്കിറങ്ങിയ ആൾ. വഴിതെറ്റി വന്നതാണെന്നു തന്നെ പറയാം. പക്ഷേ, ദൈവാനുഗ്രഹം എപ്പോഴുമുണ്ടായിരുന്നു. കൃഷി കൊണ്ടു കുടുംബം പച്ചപിടിച്ചു".

"അധ്വാനിക്കാൻ മനസ്സുള്ളവർക്കൊപ്പം വിജയവുമുണ്ടാകും കുട്ടീ.."

ഗുരുപത്നിയുടെ വാക്കുകൾ സ്വാമിനാഥന്റെ മനസ്സിൽ കുളിരുകോരിയിട്ടു. അന്നേരം കുറച്ചുകുട്ടികൾ കൂട്ടത്തോടെ അവരുടെ അടുക്കലേക്ക് ഓടിയെത്തി. പിന്നാലെ കരഞ്ഞുകൊണ്ടു കൂട്ടത്തിൽ ഇളയവനും. മറ്റുള്ളവർ സംഘം ചേർന്ന് അവനെ കളിയാക്കിയെന്നാണു പരാതി. ഗുരുപത്നിയുടെ പുഞ്ചിരിക്കു മുന്നിൽ എല്ലാവരുടെ പരാതിയും അലിഞ്ഞില്ലാതായി.

"അവനെ കളിയാക്കിയ കുട്ടികളെ ശകാരിക്കുക പോലുമുണ്ടായില്ലല്ലോ"- സ്വാമിനാഥൻ ചോദിച്ചു.

"ഇവിടെ ശിക്ഷയില്ല, ശിക്ഷണം മാത്രമേയുള്ളൂ. ചെയ്തതു തെറ്റായെന്നു തോന്നിയതുകൊണ്ടാണ് അവർ എന്റെ അരികിലേക്ക് ഓടിയെത്തിയത്. അല്ലെങ്കിൽ അവർ പിന്നെയും അവനെ കളിയാക്കുമായിരുന്നു. തെറ്റുകൾ സ്വയം തിരിച്ചറിയാനാണു ഞങ്ങളിവിടെ പഠിപ്പിക്കുന്നത്. അതു പല മുതിർന്നവർക്കും ഇല്ലാത്തൊരു സ്വഭാവമാണ്. സ്വന്തം തെറ്റു തിരിച്ചറിഞ്ഞു സ്വയം നന്നാകുക. നേരത്തെ ഇവിടേക്കു പരാതിയുമായെത്തിയ കുട്ടി കൂട്ടുകാരുടെ തോളിൽ കയറിയിരിക്കുന്നു. അങ്ങനെയൊരു കഴിവു കുട്ടികൾക്കു മാത്രമേയുള്ളൂ. അതു മുതിർന്നവരുമായുള്ള സമ്പർക്കത്തിലൂടെ ഇല്ലാതാകും. അതുകൊണ്ടാണു കുട്ടികളെ മുതിർന്നവരിൽ നിന്നു മാറ്റി ഞങ്ങളിവിടെ പാർപ്പിക്കുന്നത്. വളർച്ചയുടെ ഒരു ഘട്ടമെത്തുമ്പോൾ അവർ ആ സ്വഭാവം ജീവിതത്തിലുടനീളം തുടരും. പിന്നീട് അവരുടെ തലമുറയും അതുതന്നെ പാലിക്കും".

അവരുടെ വാക്കുകൾ ചെവികളിൽ മാത്രം ഒതുങ്ങിയില്ല, അതയാളുടെ ഹൃദയത്തെ നവീകരിക്കുകയായിരുന്നു.

"പശുക്കിടാങ്ങൾക്കു വെള്ളം കൊടുക്കാനുള്ള സമയമായി. ഇവിടെ ഇനിയും പലതും കാണാൻ കഴിയും. എല്ലാം ഒന്നു ചുറ്റിക്കാണൂ.."

കുട്ടികൾക്കിടയിലൂടെ സ്വാമിനാഥൻ നടന്നു. കുറച്ചുപേർ കൃഷിയിടത്തിൽ കള പറിക്കുകയാണ്. തൊട്ടപ്പുറത്തു ചിലർ പുതിയ കൃഷി ചെയ്യാൻ മണ്ണൊരുക്കുന്നു. അവിടെയുള്ള പക്ഷികൾക്കു തീറ്റ നൽകുകയാണ് വേറെ ചിലർ. എല്ലായിടത്തും കുട്ടികൾ ഓരോന്നിൽ ഏർപ്പെട്ടിരി

ക്കുകയാണ്. ദൂരെയുള്ള കൂട്ടത്തിൽ അയാൾ കുട്ടനെ കണ്ടു. ഒറ്റദിവസം കൊണ്ടു കുട്ടനും അവരിൽ ഒരാളായി.

“നിന്റെ പേരെന്താ?”

“ഉണ്ണി. അച്ഛനും അമ്മയും കുട്ടനെന്നാ വിളിക്കുന്നത്”.

“ഒരാൾക്കെന്തിനാ രണ്ടു പേര്?”

കൂട്ടുകാരന്റെ ചോദ്യത്തിനു കുട്ടനു മറുപടിയുണ്ടായിരുന്നില്ല.

“ഞങ്ങളെന്താ നിന്നെ വിളിക്കേണ്ടത്?”

“എല്ലാവരും കുട്ടനെന്നു വിളിക്കുന്നതാ എനിക്കിഷ്ടം”.

“നിന്റെ പേരെന്താ?”

“കുഞ്ഞമ്പു”.

“നിന്നെ അച്ഛനും അമ്മയും എന്താ വിളിക്ക?”

“കുഞ്ഞമ്പൂന്ന്. ആ നിൽക്കുന്ന കുട്ടിയും കുഞ്ഞമ്പുവാ. അവൻ കറുത്ത കുഞ്ഞമ്പു. ഞാൻ വെളുത്ത കുഞ്ഞമ്പു”.

ഇതുംപറഞ്ഞ് അവൻ ഓടിപ്പോയി. കുട്ടൻ കറുത്ത കുഞ്ഞമ്പുവിന്റെ അടുത്തെത്തി.

“നീയിന്നു വന്ന കുട്ട്യല്ലേ”.

“അതെ, കുഞ്ഞമ്പു വന്നിട്ടെത്രയായി.”

“കുറേ ദിവസായി. ഞാനിവിടെ താമസിക്ക്യാ. വീട്ടിൽ പോകാൻ എനിക്കിഷ്ടല്ല്യ. അച്ഛൻ കള്ളുംകുടിച്ച് വന്ന് എന്നും തല്ലും. എന്നേം അമ്മയേം തല്ലും. പാവം എന്നെ കിട്ടാത്തോണ്ട് അമ്മയെ നല്ലോണം തല്ലും. ദുഷ്ടനാ അച്ഛൻ”.

“കള്ളു കുടിക്ക്യേ? അതെന്താ?”

കുട്ടൻ ആദ്യമായി കേൾക്കുകയായിരുന്നു. എന്താണെന്നു പറഞ്ഞു കൊടുക്കാൻ കുഞ്ഞമ്പുവിനും അറിയില്ലായിരുന്നു.

“ഞാൻ കണ്ടിട്ടില്ല. വല്ല്യച്ഛനും കുടിക്കും. എന്നാ വല്ല്യച്ഛൻ ആരേം തല്ലില്ല. പാവാ. കള്ളെടുക്കാൻ പനേ കേറ്യപ്പം താഴെ വീണു ചത്തു പോയി”.

താൻ അറിയാത്ത പല കാര്യങ്ങളും ഈ നാട്ടിലുണ്ടെന്ന് കുട്ടൻ തിരിച്ചറിയുകയായിരുന്നു. അച്ഛനും അമ്മയും ചിണ്ടനും ചിണുങ്ങിയും മാത്രമായിരുന്നു അവന്റെ ലോകം. ഇത്രയേം കുട്ടികൾ ഈ നാട്ടിലുണ്ടെന്ന് അവൻ അന്നാണ് ആദ്യമായി അറിയുന്നതു തന്നെ.

“കുട്ടാ, അവിടെ നിൽക്കാതെ വേഗം വാ. ഇവിടെ പലതും കാണാനുണ്ട്. നമുക്ക് എല്ലാം ഒന്നു കാണാം”. കുഞ്ഞമ്പുവിന്റെ കൈപിടിച്ച് ആ വിശാലമായ ലോകത്തേക്ക് കുട്ടൻ ഉത്സാഹത്തോടെ നടന്നു.

## അധ്യായം 11

"എന്തൊക്ക്യായിരുന്നു മോനവിടെ കണ്ടത്? ആരൊക്ക്യാ അവിടെ ള്ളത്?"

പള്ളിക്കൂടത്തിൽ മകന്റെ ആദ്യദിവസം എങ്ങനെയെന്നറിയാൻ തങ്കമണിക്കു തിരക്കായി. അവളുടെ ചോദ്യങ്ങൾക്കു മറുപടി പറയാതെ കുട്ടൻ മുരിങ്ങമരത്തിന്റെ ചുവട്ടിലേക്കോടി. കൂട്ടുകാർ രണ്ടാളും അവിടെയുണ്ടായിരുന്നു. കുട്ടൻ പോയ സങ്കടത്തിൽ അവർ അന്നു ഭക്ഷണം കഴിക്കാൻ വന്നില്ല. ചിണ്ടനും ചിണുങ്ങിയും അവന്റെ അരികിലേക്ക് ഓടിയെത്തി. ചിണുങ്ങി കുട്ടന്റെ കാലിൽ വാലുകൊണ്ടുരസി സ്നേഹം പ്രകടിപ്പിച്ചു. കുട്ടൻ തിരിച്ചെത്തിയ സന്തോഷത്താൽ എന്തു ചെയ്യണമെന്നറിയാതെ ചിണ്ടൻ ഓടിക്കളിച്ചു.

ചിണ്ടൻ പാലുകുടിക്കുന്നതു നോക്കിയിരിക്കുകയായിരുന്നു കുട്ടൻ. തങ്കമണി അൽപം പരിഭവത്തോടെ അവിടെയെത്തി.

"മോൻ പറ, ഇന്ന് എന്തൊക്കെയാ അക്കരെയുണ്ടായത്".

കുട്ടൻ പുതിയ കൂട്ടുകാരെക്കുറിച്ചും പള്ളിക്കൂടത്തിൽ കണ്ടതുമെല്ലാം അമ്മയോടു വിശദീകരിച്ചുകൊടുത്തു. സ്വാമിനാഥൻ അവിടെയില്ലായിരുന്നു. വീട്ടിലെത്തിയപ്പോൾ തന്നെ വയലിലേക്കു പോയതാണ്.

രാത്രി തങ്കമണിക്ക് ഉറങ്ങാനായില്ല. അവൾക്കും പള്ളിക്കൂടം കാണാൻ പോകണമെന്നുണ്ടായിരുന്നു. പക്ഷേ, വീട്ടിലെ കാര്യമോർത്തപ്പോൾ സാധിക്കില്ലെന്നു മനസ്സിലായി. നാളെ വയലിൽ കൂടുതൽ പണിക്കാരുണ്ടാകും. അവർക്കെല്ലാം ഭക്ഷണമൊരുക്കണം. ഒരു കൈ സഹായത്തിനാരുമില്ല. സ്വാമിനാഥന്റെ കൃഷിയിടത്തിന്റെ വലുപ്പം കൂടിവരുംതോറും തങ്കമണിക്ക് അടുക്കളയിൽ ജോലിഭാരവുമേറി. എന്നാലും ഒരു പരിഭവവുമില്ലാതെ അവൾ എല്ലാം ചെയ്തു.

പുലർച്ചെ തന്നെ എഴുന്നേറ്റു കുട്ടൻ പുഴയിൽ കുളിച്ചുവന്നു. അന്നേരം ചിണുങ്ങി മാത്രമേ അവനൊപ്പമുണ്ടായിരുന്നുള്ളൂ. ചിണ്ടനെ തൊഴുത്തിൽ നിന്നു തുറന്നുവിട്ടിരുന്നില്ല. കുട്ടനും ചിണുങ്ങിയും പുഴയിലേക്കു പോകുന്നത് അവൻ കണ്ടിരുന്നു. തന്നെ കൂട്ടാതെ പോയതിന്റെ പ

രിഭവം ആ മുഖത്തുണ്ടായിരുന്നു.

ഭക്ഷണം കഴിച്ചു കുട്ടൻ പള്ളിക്കൂടത്തിൽ പോകാനൊരുങ്ങി. തങ്കമണി കടവുവരെ കൂടെ ചെന്നു. തോണിയിലിരുന്നു കുട്ടൻ അമ്മയെ നോക്കി ചിരിച്ചു. തങ്കമണി പെട്ടെന്നു തന്നെ തിരിച്ചുനടന്നു.

കുട്ടൻ വരുന്നതും കാത്തു കുഞ്ഞമ്പു വഴിയിൽ തന്നെ നിൽക്കുന്നുണ്ടായിരുന്നു. വീട്ടിൽ ചിണ്ടനും ചിണുങ്ങിയും പോലെയായിരുന്നു പള്ളിക്കൂടത്തിൽ കുഞ്ഞമ്പുവും. മൂന്നുപേരും അവനെ വല്ലാതെ സ്നേഹിച്ചു.

പള്ളിക്കൂടത്തിൽ ഗുരുവിനു മുന്നിലായാലും ഗുരുപത്നിക്കൊപ്പം കൃഷിയിടത്തിലാണെങ്കിലും രണ്ടുപേരും ഒന്നിച്ചുണ്ടാകും. കുട്ടന്റെ വരവോടെ കുഞ്ഞമ്പുവിലുണ്ടായ മാറ്റം കല്യാണി ശ്രദ്ധിക്കുന്നുണ്ടായിരുന്നു. കൂട്ടുകാർ കളിയാക്കി മാറ്റിനിർത്തിയിരുന്ന കുഞ്ഞമ്പു മിടുക്കനായി എല്ലാകാര്യത്തിലും മുന്നിൽ തന്നെയുണ്ട്. വൈകിട്ടു കുട്ടൻ വീട്ടിലേക്കു പോകുമ്പോൾ അവന്റെ മുഖം വാടും.

“ഞാനും നിന്റെ കൂടെ വീട്ടിലേക്കു വരട്ടെ?”

ഒരുദിവസം കുഞ്ഞമ്പു കുട്ടനോടു ചോദിച്ചു. കുട്ടനു സന്തോഷായി. എന്നും വൈകുന്നേരം അവനെ പിരിയാൻ കുട്ടനും സങ്കടമാണ്. ചിണ്ടനെയും ചിണുങ്ങനെയും പുഴയും കുളവുമൊക്കെ കുഞ്ഞമ്പുവിനു കാണിച്ചുകൊടുക്കണമെന്ന് അവനാഗ്രഹമുണ്ട്.

“ഗുരോ, ഞാനും കുട്ടന്റെ കൂടെ അവന്റെ വീട്ടിലേക്കു പോകട്ടെ?” രണ്ടുപേരും ഗുരുവിനു മുന്നിലെത്തി.

“നിന്റെ അച്ഛനോടു ചോദിക്കാതെ പോകാൻ പറ്റില്ലല്ലോ കുഞ്ഞമ്പൂ. അടുത്ത പ്രാവശ്യം അച്ഛൻ വരുമ്പോൾ ഞാൻ തന്നെ ചോദിച്ചു സമ്മതം വാങ്ങാം. എന്നിട്ടു പോകാം”.

കുഞ്ഞമ്പുവിന്റെ മുഖത്തു സങ്കടം നിറഞ്ഞു. അവനറിയാം അച്ഛൻ സമ്മതിക്കില്ലെന്ന്. അച്ഛൻ ഒന്നിനും സമ്മതിക്കില്ല. അമ്മയെ കാണാൻ പോകണമെന്നും അവനാഗ്രഹമുണ്ട്. പക്ഷേ, രാത്രി അച്ഛൻ കള്ളുകുടിച്ചുവന്നു തല്ലുന്നതോർത്തു പോകാതിരിക്കുകയാണ്. പലതവണ അച്ഛൻ വന്നു വിളിച്ചിരുന്നു. വീട്ടിലേക്കു പോകാതെ കൂട്ടുകാരന്റെ കൂടെ പോകാൻ അച്ഛൻ ബോധമുണ്ടെങ്കിലും സമ്മതിക്കില്ല. അവൻ ഒന്നും മിണ്ടാതെ ആശ്രമത്തിലേക്കു മടങ്ങി. മറ്റു കൂട്ടുകാർക്കൊപ്പം കുട്ടൻ കടവിലേക്കു നടന്നു.

## അധ്യായം 12

പള്ളിക്കൂടത്തിൽ ആദ്യമായി ചെന്ന ദിവസം ഗുരു അവനൊരു തൈ നൽകി ഇഷ്ടമുള്ള സ്ഥലത്തു നടാൻ ഏൽപ്പിച്ചിരുന്നു. തൈ നട്ടതു മുതൽ അതിന്റെ ചുമതല കുട്ടനായി. എന്നും അതിനെ പരിചരിക്കണം. വെള്ളമൊഴിച്ചും തടം വൃത്തിയാക്കിയും മരത്തെ അവൻ സ്നേഹിച്ചു. എല്ലാ കുട്ടികൾക്കുമുണ്ട് അതുപോലെ ഓരോ മരം. അവരുടെ ജീവിതത്തിന്റെ ഭാഗമാണീ മരങ്ങൾ.

ഇന്നു കുട്ടൻ സന്തോഷത്തിലാണ്. അവന്റെ മരം ആദ്യമായി പൂവിട്ടു. ചുവന്ന പട്ടുവിരിച്ചതുപോലെ ആ അരളിമരം പൂവിട്ടുനിൽക്കുന്നതു കണ്ട് അവന്റെ ഉള്ളംകുളിർന്നു. എത്രയും പെട്ടെന്ന് അമ്മയേയും അച്ഛനെയും കൂട്ടിക്കൊണ്ടുവരണമെന്ന് അവനു തോന്നി.

"എത്ര കണ്ടിട്ടും മതിയായില്ല അല്ലേ?"

കുട്ടൻ തിരിഞ്ഞുനോക്കിയപ്പോൾ ഗുരുവും പത്നിയും പുഞ്ചിരിച്ചുകൊണ്ടു നിൽക്കുന്നു.

"നീ ഇവിടെ വന്നിട്ട് അഞ്ചുവർഷമായി".

പെട്ടെന്നാണു കുട്ടനും അതോർത്തത്. താനിപ്പോൾ വലിയ കുട്ടിയായിരിക്കുന്നു. അഞ്ചുകൊല്ലം പോയതറിഞ്ഞതേയില്ല. പെട്ടെന്നവൻ എല്ലാം ഒന്നോർക്കാൻ ശ്രമിച്ചു. കുഞ്ഞമ്പു ഇപ്പോൾ പള്ളിക്കൂടത്തിലില്ല. കുറച്ചുകാലം മുൻപ് അവന്റെ അമ്മാവൻ വന്നു കൂട്ടിക്കൊണ്ടുപോയി. കരഞ്ഞുകൊണ്ടാണു കുഞ്ഞമ്പു പോയത്. ആശ്രമം വിട്ടുപിരിയുന്നതിൽ മാത്രമായിരുന്നില്ല സങ്കടം. അവന്റെ അച്ഛൻ പനയിൽ നിന്നു വീണു മരിച്ചത്രെ. രാത്രിയിൽ കള്ളിന്റെ കുടം എടുക്കാൻ കയറിയപ്പോൾ മരത്തിനു മുകളിൽ ആരെയോ കണ്ടു പേടിച്ചു കൈ വിട്ടുപോയി. എത്ര തല്ലിയാലും അച്ഛനെ കുഞ്ഞമ്പുവിനു ഇഷ്ടമായിരുന്നെന്ന് അന്നാണു കുട്ടനു മനസ്സിലായത്. പിന്നീടു പല കൂട്ടുകാരും വന്നു. ആരുമായും കുഞ്ഞമ്പുവിനെ പോലെ കൂട്ടുകൂടിയിരുന്നില്ല.

വീട്ടിലും എത്രയോ മാറ്റം വന്നു. ചിണ്ടനെ അച്ഛൻ ആർക്കോ കൊടുത്തു. ഒരു മഴക്കാലത്തു ചിണുങ്ങിയും അരോടും പറയാതെ യാത്ര

യായി. പുഴയോരത്തു നിന്നു പൂച്ചക്കുട്ടി കരയുന്നത് ആരൊക്കയോ കേട്ടിരുന്നുവത്രെ.

“കുട്ടീ, പൂക്കൾ കണ്ടു രസിച്ചു നിന്നാൽ മതിയോ? ആശ്രമത്തിലേക്കു നടന്നോളൂ...” ഗുരുവിന്റെ വാക്കുകളാണ് ഓർമ്മകളുടെ ലോകത്തു നിന്നു തിരികെയെത്തിച്ചത്. അവൻ ആ മരത്തെ ഒന്നുകൂടി നോക്കി തിരിച്ചുനടന്നു.

നല്ല മഴയായിരുന്നു. രണ്ടുദിവസമായി മഴ തുടങ്ങിയിട്ട്. ഇന്നുകൂടി മഴ പെയ്താൽ തോണിയുമായി പോകാൻ കഴിയില്ലെന്നാണു കുഞ്ഞനന്തേട്ടൻ പറഞ്ഞത്. പുഴയിൽ വെള്ളമിറങ്ങുന്നതുവരെ കാത്തിരിക്കേണ്ടിവരും. കഴിഞ്ഞകൊല്ലവും ഇതുപോലെ നല്ല മഴയായിരുന്നു. നാലുദിവസം തോണിയിറക്കാനാവാതെ കുഞ്ഞനന്തേട്ടൻ വീട്ടിലിരിക്കുകയായിരുന്നു. ആ മഴയിലായിരുന്നു ഞങ്ങളുടെ പാടമെല്ലാം വെള്ളത്തിൽ മുങ്ങിയത്.

മഴയൊന്നു തോർന്നാൽ മതിയായിരുന്നു. കുട്ടൻ ഉള്ളാലെ പ്രാർഥിച്ചു. ഇല്ലെങ്കിൽ നാളെ അമ്മയെ കൂട്ടി പള്ളിക്കൂടത്തിൽ വരാൻ കഴിയില്ല. താൻ വളർത്തിയ അരളിമരം പൂവിട്ടുനിൽക്കുന്നത് അമ്മയെ കാണിക്കാൻ അവനു കൊതിയായി. അന്നു ഗുരുപത്നി പറഞ്ഞുകൊടുത്ത കാര്യങ്ങളൊന്നും കുട്ടന്റെ തലയിൽ കയറിയില്ല. അമ്മയുടെ മുഖത്തെ സന്തോഷത്തെക്കുറിച്ചായിരുന്നു ചിന്ത മുഴുവൻ. അമ്മ സന്തോഷിക്കുമ്പോൾ അമ്മയുടെ വയറ്റിലെ കുഞ്ഞുവാവയും സന്തോഷിക്കും. അയ്യോ, കുട്ടനാ കാര്യം പറയാൻ മറന്നുപോയി. അവനൊരു കുഞ്ഞുവാവയെ കിട്ടാൻ പോകുകയാണ്. കുറേദിവസമായി അവൻ കുഞ്ഞുവാവ വരുന്നതും കാത്തിരിക്കുന്നു. അച്ഛനിപ്പോൾ ഭയങ്കര തിരക്കാണ്. കൃഷിയും ചന്തയുമായി നടക്കുന്ന അച്ഛനെ രാത്രി വല്ലപ്പോഴുമേ കാണാറുള്ളൂ. കുഞ്ഞുവാവ വന്നാൽ കളിക്കാൻ ആളായല്ലോ. ചിണ്ടനും ചിണുങ്ങിയും പോയതിൽ പിന്നെ അവനൊറ്റയ്ക്കാണു കളിക്കാറുള്ളത്.

“കടവത്തു വെള്ളം കയറിയിട്ടുണ്ടെങ്കിൽ തിരിച്ചുപോരണം”– വൈകിട്ട് ഇറങ്ങാൻ നേരം ഗുരുപത്നി കുട്ടനോടും കൂട്ടുകാരോടും പറഞ്ഞു. ഓലക്കുടയും തലയിൽ വച്ച് അവർ പള്ളിക്കൂടത്തിൽ നിന്നിറങ്ങി. അമ്മയും അതുതന്നെയാണു പറഞ്ഞത്. നല്ല മഴയാണെങ്കിൽ ആശ്രമത്തിൽ നിൽക്കാൻ. പക്ഷേ, അമ്മയുടെ കൂടെയല്ലാതെ തനിക്കുറങ്ങാൻ കഴിയില്ലെന്നു കുട്ടനറിയാം. കഴിഞ്ഞ തവണ ഒരുദിവസം അവൻ ആശ്രമത്തിൽ കഴിഞ്ഞിരുന്നു. അന്നുരാത്രി കുട്ടന്റെ കരച്ചിലടക്കാൻ ഗുരുപത്നി പഠിച്ച തന്ത്രം പലതും പ്രയോഗിച്ചിട്ടും സാധിച്ചില്ല.

“കുട്ടാ, തോണിയൊന്നും കാണുന്നില്ല. പുഴയിൽ വെള്ളം കൂടുതലാണ്. നമുക്കു മടങ്ങാം”-കൂട്ടുകാർ മടങ്ങാൻ തയ്യാറായി. കടവിൽ വേറെയാരുമുണ്ടായിരുന്നില്ല.

“നിങ്ങൾ നടന്നോ, ഞാൻ ഇവിടെ നിൽക്കാ, എത്ര വൈകിയാലും കുഞ്ഞനന്തേട്ടൻ വരും. ഇക്കരെ കടവിൽ ആരെങ്കിലും വന്നുനിൽക്കുമെന്നു കുഞ്ഞനന്തേട്ടനറിയാം”.

“വേണ്ട കുട്ടാ, നമുക്കു പോകാം. പുഴയിൽ ഈ വെള്ളത്തിൽ ആർക്കും തോണി തുഴയാൻ കഴിയില്ല”. കൂട്ടുകാർക്കു കരച്ചിൽവന്നു.

“നിങ്ങൾ പൊയ്ക്കോ, ഞാനില്ല’-അവൻ അൽപം ദേഷ്യത്തോടെ പറഞ്ഞു.

കരഞ്ഞുകൊണ്ടു കൂട്ടുകാർ തിരിച്ചുനടന്നു. മഴ വീണ്ടും ശക്തി പ്രാപിച്ചു. കാറ്റിനും ശക്തി കൂടി. പെട്ടെന്ന് അവന്റെ തലയിൽ നിന്നു തൊപ്പിക്കുട പാറിപ്പോയി. കുട്ടനാകെ പേടിച്ചു. ആരുമില്ല. കുഞ്ഞനന്തേട്ടനെ ഉറക്കെ വിളിച്ചു. ആ വിളി കരച്ചിലായി ശക്തിപ്രാപിച്ചു. കലിതുള്ളിനിൽക്കുന്ന മഴയിൽ അവന്റെ കരച്ചിൽ കേൾക്കാൻ ആരുമില്ലായിരുന്നു.

## അധ്യായം 13

ഇനിയും കാത്തുനിന്നിട്ടു കാര്യമില്ല. നീന്തി അക്കരെ പോകാൻ അവൻ തീരുമാനിച്ചു. ആകാശം കൂടുതൽ കറുത്തുവരുന്നു. ഇതിനു മുൻപു രണ്ടുതവണ കുട്ടൻ ആ പുഴനീന്തിക്കടന്നിട്ടുണ്ട്. കുഞ്ഞനന്തേട്ടന്റെ തോണി മറിഞ്ഞ ദിവസമായിരുന്നു ആദ്യം. പുഴയുടെ നടുവിൽ വച്ചു തോണി മറിഞ്ഞു. മംഗലത്തെ മീനാക്ഷിയേടത്തിയുടെ മകന്റെ കല്യാണത്തിനു പോയി വരുന്നവരെല്ലാം തോണിയിൽ കയറിരുന്നു. പള്ളിക്കൂടത്തിൽ നിന്നു വരികയായിരുന്ന കുട്ടനും ആ തോണിയിൽ കയറി. കുഞ്ഞനന്തേട്ടന്റെ അരികിലായി തോണിക്കൊമ്പത്തായിരുന്നു കുട്ടൻ ഇരുന്നത്. തോണിയിൽ ആളുകൂടുതലാണെന്നു പുറപ്പെടുമ്പോൾ തന്നെ അയാൾ പറഞ്ഞിരുന്നു. ആളുകൾ അതൊന്നും ചെവിക്കൊണ്ടില്ല. പുഴയുടെ നടുക്കെത്തിയപ്പോൾ കുഞ്ഞനന്തേട്ടനു നിയന്ത്രണം വിട്ടു. അയാൾ തോണിയിൽ നിന്നു ചാടുമ്പോൾ കുട്ടന്റെ കൈപിടിച്ചു. കുഞ്ഞനന്തേട്ടനെ അമ്പരിപ്പിച്ചുകൊണ്ടു കുട്ടൻ ധൈര്യത്തോടെ പുഴ നീന്തിക്കടന്നു.

കുഞ്ഞനന്തേട്ടന്റെ അമ്മ മരിച്ച ദിസവമായിരുന്നു രണ്ടാമത്തെ സാഹസം. പള്ളിക്കൂടത്തിലേക്കു പോകുമ്പോൾ തോണിയുണ്ടായിരുന്നു. തിരിച്ചുവരാൻ നേരം തോണിയുമില്ല, കടത്തുകാരനുമില്ല. ഏറെ നേരം കാത്തുനിന്നു. ഒടുവിൽ ധൈര്യം സംഭരിച്ചു പുഴ നീന്തിക്കടന്നു. വീട്ടിലെത്തിയപ്പോൾ അമ്മ ചീത്തപറഞ്ഞെങ്കിലും അച്ഛൻ ചിരിക്കുകയായിരുന്നു.

മഴ കൂടുതൽ ശക്തമായി. ഇനിയും നിന്നാൽ ഇരുട്ടു കനക്കും. പിന്നെ ദിക്കറിയാൻ കഴിയില്ല. കുട്ടൻ പതുക്കെ പുഴയിലേക്കിറങ്ങി. നേരത്തെ കാറ്റിൽ പാറിപ്പോയ തൊപ്പിക്കുട ഒഴുക്കിൽ ദൂരേക്കു പോകുന്നതു കണ്ടു.

ഒഴുക്കിനു നല്ല ശക്തിയുണ്ട്. സാധാരണ പോലെ നീന്താൻ കഴിയുന്നില്ലെന്നു പെട്ടെന്നു തന്നെ മനസ്സിലായി. അപകടത്തിലേക്കാണ് ഇറങ്ങിയതെന്ന് ആ കുഞ്ഞുമനസ്സു പറയുന്നുണ്ടെങ്കിലും പത്തുവയസ്സുകാര

ന്റെ ധൈര്യത്തിനു ബലം കൂടി. സർവ്വശക്തിയുമെടുത്തു നീന്തി. കുറച്ചുദൂരേക്കു പോയപ്പോഴേക്കും നിയന്ത്രണം വിട്ടു. ഒഴുക്കിൽ വരുന്ന മരത്തടികൾ ദേഹത്തുമുട്ടി അവനു വേദനിച്ചു. പെട്ടെന്ന് അരികിലൂടെ ഒരു മലമ്പാമ്പ് ഒഴുകിപ്പോയി. നിയന്ത്രണമില്ലാതെയാണ് അതും പോകുന്നത്. ഒഴുക്കിൽ നിയന്ത്രണമില്ലാതെ വന്ന ഒരു മരത്തടിയിൽ അവൻ പിടിച്ചു. ജീവൻ തിരിച്ചുകിട്ടിയ ആശ്വാസമായിരുന്നു അന്നേരം. മരത്തടിയിൽ അള്ളിപ്പിടിച്ചിരുന്നു. കുട്ടനെയും കൊണ്ട് ആ തടി പുഴയുടെ നടുവിലൂടെ അതിവേഗം ഒഴുകി. അവന്റെ കണ്ണുകളിലേക്ക് ഇരുട്ടു പരക്കുകയായിരുന്നു. ആ മരത്തടി തന്നെയും കൊണ്ട് എങ്ങോട്ടേക്കോ പോകുന്നത് അവനറിയുന്നുണ്ടായിരുന്നു. പക്ഷേ, ചിറകു തളർന്ന ആ പക്ഷിക്കുട്ടിക്ക് ഒന്നും ചെയ്യാനാവുമായിരുന്നില്ല.

## അധ്യായം 14

എങ്ങും ഇരുട്ടാണ്. ബോധം വന്നപ്പോൾ കുട്ടൻ കണ്ണുതുറന്നു. ഒന്നും മനസ്സിലാകുന്നില്ല. മരത്തടിയും അവനും ഏതോ തീരത്താണുള്ളത്. പുഴയിലേക്കു മറിഞ്ഞുകിടക്കുന്ന കൈതകളിൽ തട്ടി മരത്തടി ഒഴുകാനാവാതെ നിൽക്കുകയാണ്. പെട്ടെന്നൊരു മിന്നൽ. കൈതകൾക്കപ്പുറത്തു തെങ്ങോലകൾ കാണാൻ പറ്റി. കരയുടെ അടുത്താണ്. പേടിയും കരച്ചിലുമെല്ലാം എപ്പോഴോ ഒഴുകിപ്പോയിരുന്നു. അതുവരെയില്ലാത്തൊരു ധൈര്യം അവനെ വാരിപ്പുണർന്നു. കൈതോലകളിൽ തട്ടി ദേഹമാകെ മുറിഞ്ഞിട്ടുണ്ട്. വീണ്ടും ഒഴുകിപ്പോകാതിരിക്കാൻ കുട്ടൻ കഷ്ടപ്പെടുകയാണ്. പുഴയിലേക്കു വീണൊരു തെങ്ങു കണ്ട് അതിൽ പിടികൂടി. ഏന്തിവലിഞ്ഞ് അതിലൂടെ കരയിലേക്കു വന്നു. തെങ്ങിന്റെ നടുഭാഗം പൊട്ടി പുഴയിലേക്കു ചരിഞ്ഞതാണ്. ഇരുട്ടിൽ ഒന്നും തിരിച്ചറിയാനാകുന്നില്ല. നേരം പുലരുന്നതുവരെ തെങ്ങിൻതടിയിൽ പിടിച്ചുകിടന്നു. ശരീരമാകെ തളർന്നിരുന്നു.

അന്നേരമാണ് അമ്മയെയും അച്ഛനെയും ഓർത്തത്. തന്നെ കാണാതെ അവർ എവിടെയെല്ലാം പോയിട്ടുണ്ടാകും. നേരം പുലർന്നാൽ എത്ര നീന്തിയിട്ടായാലും വീട്ടിലെത്തണം.

മഴയ്ക്കിടയിലൂടെ വെളിച്ചം പതുക്കെ അവനരികിലേക്കെത്തുന്നുണ്ടായിരുന്നു. ചുറ്റും ഒഴുകിക്കൊണ്ടിരിക്കുകയാണ്. എവിടെയാണെന്നു പിടികിട്ടുന്നില്ല. കടവിൽ കുഞ്ഞനന്തേട്ടൻ തോണി കെട്ടുന്ന വലിയ മരം കാണുന്നുണ്ടോ എന്നു നോക്കി. മരങ്ങളെല്ലാം വെള്ളത്തിനടിയിൽ കിടന്നു ശ്വാസംമുട്ടുകയാണ്. വെള്ളം എല്ലാറ്റിനെയും മൂടിയിരിക്കുന്നു. ദൂരെ ചെറിയൊരു ഗോപുരം ഇപ്പോൾ കാണാം. കൂർമ്പ ഭഗവതിക്കാവാണെന്ന് ഏറെ നേരത്തിനു ശേഷമാണു മനസ്സിലായത്. കാവു മൂടാൻ മാത്രം വെള്ളം പൊങ്ങിയിട്ടുണ്ട്. അപ്പോഴാണു താൻ എത്ര ഉയരത്തിലാണ് ഇരിക്കുന്നതെന്നു കുട്ടനു ബോധ്യമായത്. മഴ വീണ്ടും കനത്തു. വെള്ളം ഇനിയും പൊങ്ങും. ഭഗവതിക്കാവിനു തെക്കുഭാഗത്തുള്ള അരയാലിന്റെ കൊമ്പ് കാണാം.

ഭഗവതിക്കാവു വെള്ളത്തിൽ മുങ്ങിയിട്ടുണ്ടെങ്കിൽ തന്റെ വീടും വെള്ളത്തിലായിട്ടുണ്ടാകുമല്ലോയെന്നു കുട്ടൻ പേടിച്ചു. അമ്മയും അച്ഛനുമെല്ലാം എവിടെയായിരിക്കും? ഓർക്കുംതോറും പേടി അവനുചുറ്റം നീന്തിക്കളിക്കാൻ തുടങ്ങി. അമ്മയ്ക്കു ധൈര്യം കൊടുക്കാൻ അച്ഛനുണ്ടല്ലോ എന്നതാണ് ആശ്വാസം. ഗുരുപത്നി പറഞ്ഞതുപോലെ പള്ളിക്കൂടത്തിൽ തന്നെ നിന്നാൽ മതിയായിരുന്നു. വീണ്ടും കരച്ചിൽ വന്നു. പക്ഷേ, കണ്ണീരില്ലായിരുന്നു. ഉയർന്നുവരുന്ന വെള്ളത്തെ നോക്കി അവൻ കിടന്നു.

ഉച്ചയായപ്പോഴാണു മഴയൊന്നു ചോർന്നത്. തലയ്ക്കു മുകളിൽ ദുഖഭാരത്തോടെ സൂര്യൻ നിൽക്കുന്നതുകണ്ടപ്പോഴാണ് ഉച്ചയാണെന്നു കുട്ടനു മനസ്സിലായത്. ഇത്രയും നേരം വിശപ്പിനെക്കുറിച്ചോർത്തിട്ടുണ്ടായിരുന്നില്ല. വയറിനുള്ളിൽ തീ കത്തുന്നതുപോലെ. എന്തെങ്കിലും കഴിച്ചില്ലെങ്കിൽ ചത്തുപോകും. വല്ല തോണിക്കാരും വരുന്നുണ്ടോയെന്നു നാലുപാടും പാളിനോക്കി. കുഞ്ഞനന്തേട്ടന്റെ തോണിയിൽ അച്ഛൻ വരാതിരിക്കില്ല എന്നുറപ്പാണ്. ചിലപ്പോൾ പള്ളിക്കൂടത്തിൽ പോയിട്ടുണ്ടാകും. അവിടെ നിന്നു പോന്നിട്ടുണ്ടെന്നറിഞ്ഞാൽ എന്തായാലും രണ്ടുപേരും വരും. വേഗം അമ്മയുടെ അടുത്തെത്തിയാൽ മതിയായിരുന്നു.

ഭഗവതിക്കാവിലെ ഗോപുരത്തിനു വലുപ്പം വയ്ക്കുണ്ട്. വെള്ളം കുറയുന്നുണ്ടെന്ന് ഉറപ്പായി. ഹാവൂ, വെള്ളത്തിനടിയിലുള്ള തെങ്ങിൻ തലപ്പുകളെല്ലാം പതുക്കെ തല പുറത്തേക്കിടാൻ തുടങ്ങി. ഇത്രയും നേരം വെള്ളത്തിൽ മുങ്ങിക്കിടന്നതിന്റെ പൊറുതിമുട്ട് അവയ്ക്കെല്ലാമുണ്ടായിരുന്നു. പുഴയിൽ ഒഴുക്കിനു ശക്തി കുറഞ്ഞു. ചെറിയൊരു മോങ്ങൽ പുഴയിലൂടെ ഒലിച്ചുപോകുന്നു. കറുത്തൊരു നായ ഒഴുക്കിൽപ്പെട്ടതാണ്. ആരും രക്ഷിക്കാനില്ല. കുലച്ച ഒരു വാഴ വെള്ളത്തിലൂടെ വരുന്നതു കണ്ടു കുട്ടൻ അറിയാതെ പുഴയിലേക്കു ചാടി. നീന്തിച്ചെന്ന് അതിനെ പിടിച്ചെടുത്തു താനിരുന്ന തെങ്ങിന്റെ അരികിലേക്കെത്തി. നീന്താൻ ശക്തിയില്ലെങ്കിലും ആരോ അവന്റെ കൈ പിടിച്ചുവലിക്കും പോലെയായിരുന്നു. പാതി പഴുത്ത കുലയാണ്. അവൻ ആർത്തിയോടെ തിന്നാൻ തുടങ്ങി. എത്രയോ സമയമായി എന്തെങ്കിലും അകത്തുചെന്നിട്ട്. വിശപ്പാറിയപ്പോഴേക്കും ക്ഷീണം അവനെ പിടികൂടി. ക്ഷീണിച്ചു നിന്നിട്ടുകാര്യമില്ല. അവൻ ഭഗവതിക്കാവിനെ ലക്ഷ്യമാക്കി നീന്താൻ തുടങ്ങി. വെള്ളത്തിനടിയിലുള്ള മരങ്ങളെല്ലാം രക്ഷപ്പെട്ടു തലയുയർത്തുന്നുണ്ട്. മരക്കൊമ്പുകളിൽ പിടിച്ചുകൊണ്ട് അവൻ ഭഗവതിയുടെ അടുത്തെത്തി.

“ദേവീ, രക്ഷിക്കണേ...”

## അധ്യായം 15

കരഞ്ഞുവീർത്ത കണ്ണുകളോടെ കുട്ടൻ ചുറ്റും നോക്കി. പുഴ കൊണ്ടുവന്ന അവശിഷ്ടങ്ങൾ കാവിനു ചുറ്റുമുണ്ട്. മരത്തടികളും കൊമ്പുകളും തെങ്ങിൻതടിയിൽ തട്ടിനിൽക്കുന്നു. പശുക്കിടാവിന്റെ ചത്തുവീർത്ത ശരീരം ആ കൊമ്പിൽ തൂങ്ങിനിന്നു. കുറച്ചകലെയായി ഒരു കൊതുമ്പുവള്ളം വഴിതെറ്റി വന്നുനിൽക്കുന്നു. പെട്ടെന്നാണ് ആ കൊതുമ്പുവള്ളത്തിൽ കയറി വീട്ടിലേക്കു പോകാമെന്നു കുട്ടനു തോന്നിയത്. അവൻ കാവിന്റെ ഇറയത്തു നിന്നെഴുന്നേറ്റു. കൊതുമ്പുവള്ളം വലിച്ചുകൊണ്ടുപോകാനുള്ള ആവതില്ലായിരുന്നു. സർവശക്തിയുമെടുത്ത് വള്ളത്തെ വെള്ളത്തിലിറക്കി.

എല്ലാം നഷ്ടമാകുമ്പോൾ രക്ഷപ്പെടാൻ ദൈവം ചെറിയൊരു കൊതുമ്പുവള്ളമെങ്കിലും എത്തിച്ചുകൊടുക്കുമല്ലോ. കുട്ടൻ വള്ളത്തിൽ കയറി തുഴഞ്ഞു. കാവിനു കിഴക്കു ഭാഗത്താണു വീട്. ആ ദിക്കു ലക്ഷ്യമാക്കിയാണു വള്ളം നീങ്ങിയത്. കുഞ്ഞനന്തൻ ചേട്ടന്റെ കൂടെ അച്ഛൻ ഇടയ്ക്കു ചെന്നിരിക്കാറുള്ള ആൽമരം ദൂരേ നിന്നു കാണാം ഇപ്പോൾ. അതു തെല്ലൊന്നുമല്ല അവനെ ആശ്വസിപ്പിച്ചത്. അവിടെയെല്ലാം വെള്ളമുണ്ട്. പോകുന്ന വഴിയിലൊന്നും ആരുമില്ല. ആൽമരത്തിനു തെക്കു ചെറിയൊരു പീടികയുണ്ടായിരുന്നു. അതു മഴയിൽ നിലംപൊത്തി. അവിടെയുണ്ടായിരുന്ന ആ മുത്തച്ഛനെവിടെയെന്ന് അവൻ ആലോചിച്ചു.

ആൽമരവും കടന്നു അവന്റെ തോണി മുന്നോട്ടുപോയി. ഇനി വീട്ടിലേക്കു അധിക ദൂരമില്ല. പുഴക്കടവിലേക്കു താൻ പോകാറുള്ള സ്ഥലം ഏകദേശം അവനു മനസ്സിലായി. ചെടികളെയൊന്നും കാണുന്നില്ല. എല്ലാം വെള്ളത്തിലാണ്. വള്ളത്തിനു ചുറ്റും എന്തെല്ലാമോ ഒഴുകി നടക്കുന്നുണ്ട്. അതൊന്നും നോക്കാനുള്ള സമയമില്ല.

ഹാവൂ.. കുട്ടൻ തുഴച്ചിലിനു വേഗം കൂട്ടി. അതാ വീടു കാണുന്നു. മുൻവശത്തെ തൊഴുത്തിന്റെ പകുതിയേ കാണുന്നുള്ളൂ. ബാക്കിയെല്ലാം വെള്ളത്തിലായിരിക്കും. അപ്പോ ഞങ്ങളുടെ പശുക്കളും മൂരിയുമൊക്കെ എവിടെ? ചെറിയൊരു മിന്നൽ അവന്റെ നെഞ്ചിലൂടെ കടന്നുപോയി.

Smitha

വീട് അടുത്തെത്തി.

"അമ്മേ..." കുട്ടൻ ഉള്ള ശക്തിയെല്ലാമെടുത്തു വിളിച്ചു. "അമ്മേ... അച്ഛാ..."

വെള്ളമൊഴുകുന്ന ശബ്ദം മാത്രമേ കേൾക്കുന്നുള്ളൂ. വെള്ളം വീടിന്നുള്ളിലൂടെയെല്ലാം വരുന്നുണ്ട്. അവൻ കൊതുമ്പുവള്ളം വീടിനോടു ചേർത്തു നിർത്തി.

"അമ്മേ.. അച്ഛാ...".

വിളി കേൾക്കാൻ ആരും അവിടെയില്ല. കുട്ടൻ വള്ളത്തിൽനിന്നു ചാടി നീന്തി വിടിന്റെ ഉള്ളിലേക്കു കടന്നു. അവന്റെ ഉള്ളാകെ പിടഞ്ഞു. അച്ഛനും അമ്മയും എവിടെപ്പോയി. അന്നേരമാണ് അവനാകാര്യം ഓർത്തത്. തന്നെ തിരഞ്ഞു കുഞ്ഞനന്തേട്ടന്റെ വഞ്ചിയുമെടുത്തു പള്ളിക്കൂടത്തിലേക്കു പോയതാകും. ഒഴുക്കു ശക്തമായപ്പോൾ അവിടെ നിന്നിരിക്കും.

അച്ഛനും അമ്മയും വരുന്നതുവരെ വള്ളത്തിൽ ഇരിക്കാം. അവൻ തിരിച്ചു നീന്തി. അന്നേരം കൊതുമ്പുവള്ളം ഒഴുകിപ്പോയി തൊഴുത്തിനരികെ കാത്തുനിൽക്കുകയായിരുന്നു. തൊഴുത്തിലെ ഓലയ്ക്കു മുകളിൽ പടർന്നിരുന്ന കുമ്പളം അവിടെയുള്ള മരത്തിൽ കെട്ടുപിണഞ്ഞുകിടക്കുന്നുണ്ട്. അവന്റെ തോണി അങ്ങോട്ടു നീങ്ങി. ചെറിയ നെയ്കുമ്പളം പറിച്ചെടുത്ത് അവൻ തിന്നു. കയ്പ്പുരസമാണെങ്കിലും വിശപ്പ് അതെല്ലാം മറക്കാൻ പഠിപ്പിച്ചിരുന്നു. കയറുകൊണ്ടു വള്ളത്തെ തൊഴുത്തിനു പിറകിലെ പുളിമരത്തിൽ കെട്ടി വള്ളത്തിൽ മലർന്നു കിടന്നു.

മഴ നീങ്ങിയ ആകാശത്തു സൂര്യനെ കാണാം. സൂര്യൻ മുഖത്തിനു നേരെയെത്തിയപ്പോഴാണു കുട്ടൻ കണ്ണുതുറന്നത്. എത്രയായിട്ടും അച്ഛനുമമ്മയും വരുന്നില്ലല്ലോ. രാവിലത്തേതിലും വെള്ളം താഴ്ന്നിട്ടുണ്ട്. അവൻ വള്ളവുമായി മുന്നോട്ടുനീങ്ങി. കുഞ്ഞനന്തേട്ടന്റെ വീടുവരെ പോയി നോക്കാം. ഇനി അവിടെയെങ്ങാനുമുണ്ടെങ്കിലോ..

മരങ്ങൾക്കിടയിലൂടെ വള്ളം പ്രയാസപ്പെട്ടാണു മുന്നോട്ടു പോകുന്നത്. കുറച്ചുകൂടി വെള്ളമിറങ്ങിയാൽ നടക്കാൻ കഴിയും.

കുഞ്ഞനന്തേട്ടന്റെ വീട്ടിലും ആരെയും കണ്ടില്ല.

"കുഞ്ഞനന്തേട്ടാ.." ഉറക്കെ വിളിച്ചു. അയാളുടെ വീടിന്റെ ഒരു ഭാഗം വെള്ളത്തിൽ വീണുകിടക്കുന്നതു കണ്ടു. പ്രായമായ അമ്മയെയും കൂട്ടി കുഞ്ഞനന്തേട്ടൻ തോണിയിൽ എങ്ങോട്ടായിരിക്കും പോയിരിക്കുക? അവിടുത്തെ നിശബ്ദത കുട്ടനെ പേടിപ്പിച്ചു. വള്ളം തിരിച്ചു. വീണ്ടും വീട്ടിലെത്തി. അന്നേരമാണു തൊഴുത്തിലേക്ക് അവന്റെ കണ്ണുകൾ ഒന്നുപാളിനോക്കിയത്. വയർ വീർത്തു പശുക്കളും മൂരികളും ചത്തുകിട

ക്കുന്നു. കെട്ടിയ കയറിൽ അവ അങ്ങോട്ടുമിങ്ങോട്ടും മുട്ടിയുരുമ്മി നീന്തിക്കിടക്കുകയാണ്.

"അമ്മേ..." കുട്ടൻ ആർത്തുവിളിച്ചു. ആ വീട് അവനെ പേടിപ്പിച്ചു. അതിനുള്ളിൽ എന്തായിരിക്കുമെന്നോർത്തു കുട്ടനു പേടിയായി. വള്ളം മരത്തിൽ കെട്ടിയിട്ട് അവൻ വീട്ടിലേക്കു നീന്തി. ഇപ്പോൾ ഉമ്മറത്തു വെള്ളത്തിൽ നിൽക്കാൻ കഴിയും. വാതിലെല്ലാം അടച്ചിട്ടിരിക്കുകയാണ്. ഏതെങ്കിലും കിളിവാതിൽ തുറന്നിട്ടുണ്ടോയെന്നു പരതിനോക്കി. ഒന്നും തുറക്കാൻ കഴിയുന്നില്ല. അടുക്കള ഭാഗത്തേക്ക് നീങ്ങി. തെക്കേ മുറിയിലെ കിളിവാതിൽ തുറന്നിരിക്കുന്നുണ്ട്. ഹാവൂ.. പക്ഷേ, കുട്ടന് ആശ്വസിക്കാൻ ഒന്നും അവിടെയുണ്ടായിരുന്നില്ല. "അമ്മേ...." കുട്ടൻ സർവശക്തിയുമെടുത്ത് അലറി. ആ വിളി കേൾക്കാൻ അവിടെയാരെങ്കിലും ഉണ്ടായിരുന്നോ?

# ഭാഗം രണ്ട്

## അധ്യായം 1

" അമ്മേ, ഈ കുട്ടിമാമൻ എന്റെ കൂടെ കളിക്കാൻ വരുന്നില്ല".

ശ്രീക്കുട്ടിയുടെ പരിഭവം പറച്ചിൽ കേട്ടുകൊണ്ടാണ്ടു മീനാക്ഷി അങ്ങോട്ടേക്കു വന്നത്.

"എന്താ മോളേ.."

"കുട്ടിമാമൻ ഒന്നും മിണ്ടുന്നില്ല. ഞാനെത്ര വിളിച്ചു. ഇനി പള്ളിക്കൂടം തുറക്കാൻ കുറച്ചു ദിവസല്ലേയുള്ളൂ. എനിക്കിനിയും കളിക്കണം".

"കുട്ടാ, എണീറ്റു വാ, നേരം കുറേയായില്ലേ. എന്നുമിങ്ങനെ മിണ്ടാതെ കിടക്കാൻ പറ്റോ"- മീനാക്ഷി അവനെ വിളിച്ചുണർത്തി.

"ഇനി ഇതാണു നിന്റെ വീട്. ഞാനും കുറുപ്പുമാമ്മനും ശ്രീക്കുട്ടിയുമൊക്കെയാണു നിനക്കെല്ലാം".

കുട്ടന്റെ കണ്ണുകൾ നിറഞ്ഞൊഴുകാൻ തുടങ്ങി. മാസമൊന്നു കഴിഞ്ഞു അച്ഛനുമമ്മയും അവനെ തനിച്ചാക്കി പോയിട്ട്. അന്നത്തെ ആ മലവെള്ളപ്പാച്ചിലിൽ ആ നാടാകെ കുത്തിയൊലിച്ചുപോയി. കുട്ടന്റെ അച്ഛനും അമ്മയും കുഞ്ഞനന്തേട്ടനും എന്നുവേണ്ട ആ നാട്ടിലെ ഒരുവിധം ആളുകളെയൊക്കെ പുഴ നാവുനീട്ടി നക്കിയെടുത്തുകൊണ്ടുപോയി. അമ്മയും അച്ഛനും എങ്ങുപോയെന്നു കുട്ടന് ഇനിയും മനസ്സിലായിട്ടില്ല. നാലഞ്ചുദിവസം ആ വീടിന്റെ ഉമ്മറത്തിരുന്ന കുട്ടനെ പള്ളിക്കൂടത്തിൽ നിന്നു ഗുരുവെത്തിയാണ് അങ്ങോട്ടു കൊണ്ടുപോയത്. അവിടെ താമസിക്കുമ്പോഴാണു വിവരങ്ങളിഞ്ഞു വേലുക്കുറുപ്പു കുട്ടനെ തേടിയെത്തുന്നത്. ഈ ഭൂമിയിൽ കുട്ടന് സ്വന്തമെന്നു കരുതാൻ ഇനി അവർ മാത്രമേയുള്ളൂ. ആശ്രമത്തിൽ നിന്നു പോരാൻ താൽപര്യമില്ലായിരുന്നെങ്കിലും ഗുരു നിർബന്ധിച്ചപ്പോൾ കുട്ടൻ അമ്മാവനൊപ്പം പോന്നു.

കുറുപ്പമ്മാവന്റെ മകൾ ശ്രീക്കുട്ടി പള്ളിക്കൂടത്തിൽ പോകാറായി. അടുത്ത നവമിക്ക് അവൾ പള്ളിക്കൂടത്തിൽ പോകും. അവളോടൊപ്പം കുട്ടനെയും വീടിനടുത്തുള്ള പള്ളിക്കൂടത്തിൽ വിടാമെന്നാണു കുറുപ്പ് ആശ്രമത്തിൽ നിന്നു പോരുമ്പോൾ പറഞ്ഞത്.

കളിക്കാൻ പുതിയൊരാളെ കിട്ടിയ സന്തോഷത്തിലായിരുന്നു ശ്രീ

Smitha

ക്കുട്ടി. കുട്ടൻ മുൻപ് അവളെ ഒരു തവണ മാത്രമേ കണ്ടിട്ടുള്ളൂ. കുഞ്ഞുനാളിൽ അമ്മയുടെയും അച്ഛന്റെയും കൂടെ അമ്മാവന്റെ വീട്ടിൽ വന്ന കാര്യം അവനോർമ്മയുണ്ട്.

നേരാങ്ങളയല്ലെങ്കിലും തങ്കമണിയുടെ അകന്ന ബന്ധുവായിരുന്നു കുറുപ്പ്. അതുകൊണ്ടാണു കുട്ടൻ അദ്ദേഹത്തെ അമ്മാവാ എന്നുവിളിക്കുന്നത്. അച്ഛനും അമ്മയും നഷ്ടപ്പെട്ട കുട്ടന്റെ കാര്യത്തിൽ കുറുപ്പിനു വല്ലാത്ത സങ്കടമുണ്ട്. അവന്റെ ഭാവിയോർത്ത് അദ്ദേഹം ആധിപൂണ്ടു. എന്നാൽ തന്നോടു ചോദിക്കാതെ കുട്ടനെ ആശ്രമത്തിൽ നിന്നു വീട്ടിലേക്കു കൊണ്ടുവന്നതു മീനാക്ഷിക്ക് ഇഷ്ടപ്പെട്ടിട്ടില്ല. അകന്നൊരു ബന്ധത്തിലെ കുട്ടി മാത്രമാണ് അവൾക്കു കുട്ടൻ. മീനാക്ഷിയുടെ ഇഷ്ടക്കേടു കുറുപ്പിനു മനസ്സിലായിട്ടുണ്ട്. അദ്ദേഹം അതറിഞ്ഞ ഭാവം കാണിക്കാറില്ല. ഒറ്റയ്ക്കു കളിക്കുന്ന ശ്രീക്കുട്ടിക്കു കൂട്ടിനാളായി എന്ന സന്തോഷമായിരുന്നു കുറുപ്പിന്. തങ്കമണിയുടെയും സ്വാമിനാഥന്റെയും മരണം അയാളെ നന്നായി വിഷമിപ്പിച്ചിരുന്നു. അവർക്കു ബന്ധുവെന്നു പറയാൻ താൻ മാത്രമേ ഉണ്ടായിരുന്നുള്ളൂ. എന്നാൽ അങ്ങനെയൊരു പരിഗണന താൻ നൽകിയിരുന്നില്ല എന്നതും അയാളെ ഇപ്പോൾ വിഷമിപ്പിക്കുന്നുണ്ട്. കുട്ടന്റെ കാര്യത്തിൽ നല്ല ശ്രദ്ധ വേണം.

ശ്രീക്കുട്ടി തന്നെയാണു കുട്ടനെ കുട്ടിമാമാ എന്നു വിളിക്കാൻ തുടങ്ങിയത്. അതിലൊരു തെറ്റ് ആരും കണ്ടില്ല. കുട്ടൻ വന്നതോടെ ശ്രീക്കുട്ടിയാളാകെ മാറി. കൂട്ടുകാരൊന്നുമില്ലാത്ത വിഷമം അവൾക്കു വല്ലാതെയുണ്ടായിരുന്നു. അച്ഛനോടൊപ്പം ഒരു കുട്ടി വരുന്നതുകണ്ട് ആദ്യം അവൾ മുഖം കറുപ്പിച്ചു.

" മോളേ, കുട്ടൻ ഇനി നമ്മുടെ വീട്ടിൽ ഉണ്ടാകും. നിന്റെ ചേട്ടനാണ് അവൻ. നിനക്ക് പള്ളിക്കൂടത്തിലേക്കു കുട്ടനോടൊപ്പം പോകാം"- അച്ഛൻ പറഞ്ഞപ്പോൾ അവൾക്കു സന്തോഷമായി.

അച്ഛനുമമ്മയും നഷ്ടമായതിൽപിന്നെ കുട്ടൻ ആരോടും മിണ്ടാറില്ല. ആശ്രമത്തിലാകുമ്പോൾ തനിച്ചിരിക്കുകയായിരുന്നു പതിവ്. കുട്ടന്റെ ഈയൊരവസ്ഥയിൽ നിന്നു മാറ്റം വരട്ടെ എന്നുകരുതിയാണു ഗുരുവും പത്നിയും അവനെ കുറുപ്പിനോടൊപ്പം വിട്ടത്. അവർക്കും കുട്ടനെ വിടുന്നതിൽ സങ്കടമുണ്ടായിരുന്നു. വല്ലാത്തൊരവസ്ഥയിലാണു ഗുരു കുട്ടനെ വീടിന്റെ ഉമ്മറത്തു കണ്ടത്. പേടിച്ചരണ്ട മുഖവുമായി അഞ്ചുദിവസമാണ് അവൻ ആരും തുണയില്ലാതെ ആ ഉമ്മറത്തു കഴിച്ചുകൂട്ടിയത്. പശുക്കളും മറ്റു ജീവികളും ചത്തളിഞ്ഞ ദുർഗന്ധത്തിനു നടുവിൽ കയ്യിൽ കിട്ടിയതെന്തോ കഴിച്ചാണ് നാളുകൾ നീക്കിയത്. എത്ര ചോദി

ച്ചിട്ടും കുട്ടൻ അന്നത്തെ കാര്യങ്ങളെക്കുറിച്ചൊന്നും മിണ്ടിയിരുന്നില്ല. അച്ഛനുമമ്മയും തന്നെ തേടിയെത്തുമെന്ന പ്രതീക്ഷയിയാലായിരുന്നു അപ്പോഴും. അഞ്ചു ദിവസമായി പള്ളിക്കൂടത്തിൽ വരാത്തതറിഞ്ഞു ഗുരു ചോദിച്ചറിഞ്ഞു പോകുകയായിരുന്നു.

"കുട്ടിമാമാ, വാ നമുക്കു കളിക്കാം. മ്മ്ടെ വീടിന്റെ പിറകിലെ കുളത്തിൽ കുറേ ചൂട്ടാച്ചിയുടെ കുട്ട്യേളുണ്ട്. വാ പോയി നോക്കാം".

ശ്രീക്കുട്ടി വിളിച്ചിട്ടും കുട്ടൻ എഴുന്നേറ്റില്ല.

"ഞാൻ കുട്ടിമാമനോടു പെണങ്ങും. വാ"

ശ്രീക്കുട്ടി കൈ പിടിച്ചു വലിച്ചപ്പോൾ കുട്ടൻ എഴുന്നേറ്റു. അവൾ അവനെയും പിടിച്ചു വീടിനു പിറകിലേക്കോടി. കുളത്തിന്റെ പടവുകളെല്ലാം ഇടിഞ്ഞിട്ടുണ്ട്. അതിൽ കയറി നിന്ന് അവൾ വെള്ളത്തിലേക്കു കൈ ചൂണ്ടി.

"അതാ, കണ്ടോ, ഇന്നലേം ഈ കുട്ടികളെല്ലാം വെള്ളത്തിനു മോളിലേക്കു വന്നിരുന്നു". അവൾ പാവാടയുടെ കീശയിൽ നിന്ന് കുറച്ച് അരിയെടുത്തു വെള്ളത്തിലേക്കിട്ടു. പെട്ടെന്നു മീനുകളുടെ വലിയൊരു കൂട്ടം വെള്ളത്തിനു മുകളിലേക്കു തലയിട്ടു തിരക്കുകൂട്ടി. അരി മണി കിട്ടാത്തവർ അവിടെ തന്നെ അനങ്ങാതെ നിന്നു.

"വേനലിൽ ഈ കുളത്തിൽ വെള്ളമൊന്നുമുണ്ടാകില്ല. കുറുമ്പിക്കൊക്കുകൾ വന്ന് ഈ ചൂട്ടാച്ചിയെയെല്ലാം പിടിച്ചുതിന്നും. ഇനിയവ വന്നാൽ നമുക്കോടിക്കണം ട്ടോ കുട്ടിമാമാ".

കുട്ടന്റെ മുഖത്തു പതുക്കെ ചിരി വിടർന്നു. ശ്രീക്കുട്ടി കീശയിൽ നിന്നു കുറച്ച് അരിമണിയെടുത്തു കുട്ടനു കൊടുത്തു. അവൻ പതുക്കെ അതു കുളത്തിലേക്കിട്ടു. നേരത്തെ അരി കിട്ടാതിരുന്ന മീനുകൾക്കും സന്തോഷമായി. ഇനിയും കിട്ടുമെന്ന പ്രതീക്ഷയായിരുന്നു അവയ്ക്ക്.

"അച്ഛൻ പറഞ്ഞതു കുട്ടിമാമനും ന്റെ കൂടെ പള്ളിക്കൂടത്തിൽ വരൂന്നാ. കുട്ടിമാമൻ പള്ളിക്കൂടം കണ്ടിട്ടുണ്ടോ?"

വീണ്ടും അവന്റെ മുഖം വാടി. അച്ഛനോടൊപ്പം ആദ്യമായി പള്ളിക്കൂടത്തിൽ പോയതും ഗുരുവിനെ കണ്ടതുമെല്ലാം നിമിഷനേരം കൊണ്ട് ഓർത്തുപോയി. അവന്റെ കണ്ണുകൾ നിറഞ്ഞൊഴുകി.

"കുട്ടിമാമൻ എന്തിനാ കരേണത്? അച്ഛനേം അമ്മേം കാണാത്തതോണ്ടാ? അവരു കുട്ടിമാമനെ കാണാൻ ഇങ്ങോട്ടെന്നെ വരില്ലേ? മ്മ്ള് പള്ളിക്കൂടത്തിൽ പോയ സമയത്തു വന്നാൽ ഇവിടെ കാത്തുനിൽക്കും. കരയേണ്ടട്ടോ".

കുട്ടന്റെ കൈപിടിച്ച് അവൾ വീട്ടിലേക്കു നടന്നു.

അന്നേരമാണ് പൂവാലി പൂച്ച കുഞ്ഞുങ്ങളെയും കൂട്ടി അടുത്തേക്കു വന്നത്. പൂച്ചയും കുഞ്ഞുങ്ങളും കുളത്തിലേക്കു നോക്കിനിന്നു. എങ്ങാനു മൊരു മീൻ കരയിലേക്കു വന്നാലോ എന്നായിരിക്കും പൂവാലി ചിന്തിച്ചി ട്ടുണ്ടാകുക.

“കുട്ടിമാമാ, ഈ പൂവാലിക്കു കുറേ മക്കളുണ്ട്. ആ ചക്കിക്കുട്ടിക്കു വലിയ കുറുമ്പാ. എന്നെ ഇഷ്ടല്ല. ഈ വെളുമ്പനെ കണ്ടോ. അവനെ പ്പോഴും എന്റെ കാലിനടുത്തു തന്നെ നിൽക്കും. രാത്രിയായാ ഈ കുന്നി മോളു ഭയങ്കര കരച്ചിലാ. ഉറങ്ങാൻ സമ്മതിക്കില്ല. ഇന്നലെ കുട്ടിമാമ്മനും കേട്ടതല്ലേ അവളുടെ കരച്ചില്. ഇവർക്കൊന്നും എത്ര പാലുകുടിച്ചാലും മതിയാകില്ല. നുണച്ചികളാ എല്ലാം”.

കുട്ടനു ചിരി വന്നു. പൂവാലിയും മക്കളും അവർക്കൊപ്പം വീട്ടിലേ ക്കു നടന്നു.

ശ്രീക്കുട്ടിയുടെ സാമീപ്യം കുട്ടനു വലിയൊരു ആശ്വാസം പകർന്നു. വീണ്ടും പള്ളിക്കൂടത്തിൽ പോകുന്നതിനെക്കുറിച്ചു കുട്ടൻ ചിന്തിക്കാൻ തുടങ്ങി.

## അധ്യായം 2

"മക്കൾക്കു പള്ളിക്കൂടത്തിൽ പോകാൻ ഇനി ഒരാഴ്ചയല്ലേ ഉള്ളൂ മീനാക്ഷീ. പുതിയ വസ്ത്രമൊക്കെ തയ്ക്കണ്ടേ?"

"മോൾക്കുള്ള പാവാട തുന്നാൻ കൊടുത്തു. ആങ്ങള വന്നപ്പോൾ പുതിയ തുണി കൊണ്ടോന്നിരുന്നു. ഇനിയിപ്പോ വാങ്ങണ്ട".

"എന്നാ കുട്ടനെ കൂട്ടി കുഞ്ഞക്കൻചെട്ട്യാരുടെ വീട്ടിൽ പോകാം. അതൊക്കെ വാങ്ങി തുന്നിക്കാൻ കൊടുക്കേം ചെയ്യാം".

" നിങ്ങളിത് എന്തു ഭാവിച്ചാ ഇറങ്ങിപ്പുറപ്പെടുന്നേ. തന്ത്യും തള്ളയും വെള്ളത്തിൽ പോയെന്നു കരുതി നമ്മളവനു തിന്നാനൊക്കെ കൊടുക്കുന്നില്ലേ. അതുതന്നെ അധികാ. ഇനി പള്ളിക്കൂടത്തിൽ വീട്ട് അവനെ അധികാരിയാക്കാൻ പോകാണോ? എനിക്കിതൊന്നും പിടിക്കണില്ല. ങ്ങ്ള് നയിച്ചുണ്ടാക്കുന്നതു മ്മ്ളെ മോൾക്ക് അനുഭവിക്കാനുള്ളതാ. അതിനു വേറെയാളുകൾ അവകാശം പറഞ്ഞു വരണത് എനിക്കു സഹിക്കില്ല".

മീനാക്ഷിയുടെ വാക്കുകൾ കേട്ടു കുറുപ്പു തരിച്ചിരുന്നുപോയി. എത്ര പെട്ടെന്നാ അവളുടെ മനസ്സുമാറിയത്. കുട്ടൻ ആശ്രമത്തിലാണെന്നു പറഞ്ഞുകേട്ടപ്പോ അവളാണ് തന്നെ അങ്ങോട്ടു പറഞ്ഞുവിട്ടത്. അവളുടെ വാക്കുകേട്ടാ താൻ അവനെ കൂട്ടിക്കൊണ്ടുപോന്നത്. ഇപ്പോൾ പറയുന്നു കുട്ടനെ പള്ളിക്കൂടത്തിൽ വിടണ്ടാന്ന്.

" മ്മ്ളെ മോളു പള്ളിക്കൂടത്തിൽ പോകുന്നുണ്ടെങ്കിൽ കുട്ടനും പോകും. ഇവിടുത്തെ കാര്യങ്ങൾ തീരുമാനിക്കുന്നതു ഞാനാ".

" മക്കളുറങ്ങാ. ശബ്ദമിട്ട് അവരെ ഉണർത്തണ്ടാ. പതുക്കെ പറഞ്ഞാൽ മതി എനിക്കു മനസ്സിലാകും"–മീനാക്ഷിയും വിട്ടില്ല.

മീനാക്ഷിയുടെ പതിവില്ലാത്ത സംസാരം കേട്ടു കുറുപ്പ് അത്ഭുതപ്പെട്ടു. അച്ഛനും അമ്മയും നഷ്ടപ്പെട്ടു സങ്കടപ്പെട്ടിരിക്കുന്ന കുട്ടിയാ. ശ്രീക്കുട്ടിയുടെ സ്നേഹത്തോടെയുള്ള പെരുമാറ്റം കൊണ്ട് അവനിപ്പോൾ പഴയതുപോലെയാകുന്നുണ്ട്. വീണ്ടും അവനെ സങ്കടപ്പെടുത്താൻ അയാൾ ഒരുക്കമായിരുന്നില്ല.

“മോള് പള്ളിക്കൂടത്തിൽ പോയി പഠിക്കുന്ന കാര്യങ്ങൾ അവള് ഇവിടെ വന്ന് അവനു പറഞ്ഞുകൊടുത്തോട്ടെ. അല്ലാത്ത സമയത്ത് അവൻ ങ്ങ്ളെ ജോലിയിൽ സഹായിക്കട്ടെ. പള്ളിക്കൂടത്തിൽ മറ്റു കുട്ടികളെയൊക്കെ കാണുമ്പോ അവനു വീണ്ടും പഴയതെല്ലാം ഓർമ്മവരും. ചിലപ്പോ ആരും കാണാതെ വീട്ടിലേക്കെങ്ങാനും പോയാലോ? ങ്ങ്ള് അവനെ തിരഞ്ഞു നടക്കോ?”

കുറുപ്പ് ഒന്നും മിണ്ടിയില്ല.

“അവനിപ്പോഴും മനസ്സുകൊണ്ടു മാറിയിട്ടില്ല. അതിനു കുറച്ചു സമയമെടുക്കും. അതുവരെ ഇവിടെ എന്റെ കൂടെ നിൽക്കട്ടെ. മരിച്ചുപോയ അച്ഛനേം അമ്മേം ഓർമ്മയിൽ നിന്നു മറന്നു മ്മ്ളെ സ്നേഹിക്കാൻ തുടങ്ങുമ്പോ പള്ളിക്കൂടത്തിൽ വിടാം. അല്ലെങ്കിൽ ചെക്കൻ ഏതെങ്കിലും മൂലയിൽ മിണ്ടാതെയും മൂളാതെയും ഇരിക്കും”.

മീനാക്ഷി പറയുന്നതിൽ ചെറുതായിട്ട് എന്തെങ്കിലും ഉണ്ടെന്ന് അന്നേരമാണു കുറുപ്പിനു തോന്നിയത്. കുറച്ചുകാലം അവനെ കൂടെ കൊണ്ടുനടന്നു മനസ്സൊന്നു മാറ്റിയെടുക്കാം. മീനാക്ഷി പറയുന്നതു കേട്ട് അയാൾ തലയാട്ടി.

“ശ്രീക്കുട്ടിയെ മാത്രം പള്ളിക്കൂടത്തിൽ വിട്ടാ ആളുകളു പലതും പറയില്ലേ. അച്ഛനും അമ്മയുമില്ലാത്ത കുട്ടിയെ ഇവിടെ ജോലിയെടുപ്പിക്ക്യാന്നു പറയാൻ അധിക സമയം വേണ്ടിവരില്ല”.കുറുപ്പിന്റെ ആ സംശയത്തിനും മീനാക്ഷിക്കു മറുപടിയുണ്ടായിരുന്നു.

“ശ്രീക്കുട്ടി പോകുന്നതു ചെറുകുന്നിലാശാന്റെ പള്ളിക്കൂടത്തിലാ. അവിടെ കുട്ടന് ഇഷ്ടമായില്ല എന്നു പറഞ്ഞാൽ മതി. അതിനൊക്കെ ഞാൻ മറുപടി കൊടുത്തോളാം. ങ്ങ്ള് ഇക്കാര്യം മകൾക്കു പറഞ്ഞുകൊടുത്താൽ മതി. കുട്ടനില്ലാതെ പള്ളിക്കൂടത്തിൽ പോകില്ലെന്നാണു ശ്രീക്കുട്ടി ഇന്നലേം കൂടി പറഞ്ഞത്”.

അതായിരുന്നു കുറുപ്പിന്റെയും ധർമ്മസങ്കടം. ശ്രീക്കുട്ടി മാത്രമാണു പള്ളിക്കൂടത്തിൽ പോകുന്നതെന്ന് എങ്ങനെയാ കുട്ടികളെ പറഞ്ഞുബോധ്യപ്പെടുത്തുക എന്ന് എത്ര ആലോചിച്ചിട്ടും അയാൾക്കുത്തരം കിട്ടിയില്ല.

അച്ഛനെയും അമ്മയെയും മാത്രം മനസ്സിൽ കണ്ട് ഒരാൾ ഉറക്കം വരാതെ അപ്പുറത്തു കിടക്കുന്നുണ്ടെന്ന കാര്യം അവർക്കറിയില്ലായിരുന്നു. ഒഴുകുന്ന കണ്ണീരിനെ അവനെത്രെ ശ്രമിച്ചിട്ടും അടക്കാനായില്ല.

“കുട്ടിമാമാ, നാളെ മ്മ്ക്ക് പള്ളിക്കൂടത്തിൽ പോകണ്ടേ?” ശ്രീക്കുട്ടിയുടെ ചോദ്യത്തിന് ഇല്ലെന്ന് അവൻ തലയാട്ടി.

“അതെന്താ കുട്ടിമാമാ?”

“ എനിക്കിനി പഠിക്കണ്ട. ഞാൻ ഒരു പള്ളിക്കൂടത്തിലേക്കും ഇല്ല”-സങ്കടത്തോടെ കുട്ടൻ പറഞ്ഞു. അവന്റെ കണ്ണുനിറഞ്ഞൊഴുകുന്നതു ശ്രീക്കുട്ടി കണ്ടില്ല.

പൂവാലിപൂച്ചയുടെ കുന്നിമോള് ആ രാത്രിയിലും കരയുന്നുണ്ടായിരുന്നു.

## അധ്യായം 3

“മോളേ, എഴുന്നേൽക്ക്, കാവിൽ തൊഴാൻ പോണ്ടേ? ഇന്നു പള്ളിക്കൂടം തുടങ്ങുന്ന ദിവസമായിട്ടും മൂടിപ്പുതച്ചുറങ്ങാണോ?”

മീനാക്ഷിയുടെ ചോദ്യങ്ങളിലൂടെയാണ് അന്ന് ശ്രീക്കുട്ടിയും കുട്ടനും എഴുന്നേറ്റത്.

“കുട്ടിമാമാ, വേഗം ണീക്ക്. ഇന്നു പള്ളിക്കൂടത്തിൽ പോകണ്ടേമ്മ്ക്ക്?”

കുട്ടൻ ഒന്നും മിണ്ടാതെ കണ്ണടച്ചു കിടന്നു.

“വേഗം വാ, കുളിച്ചു കാവിൽ പോയി പ്രാർഥിക്കണ്ടേ? ണീക്ക് വേഗം”.

അവൾ കുട്ടനെ കുലുക്കി വിളിച്ചു. കുട്ടൻ പതുക്കെ കണ്ണുതുറന്നു.

“ഞാനില്ല ശ്രീക്കുട്ടീ. ഇല്ല എന്നു ഞാൻ ഇന്നലെ രാത്രി തന്നെ പറഞ്ഞതല്ലേ.എനിക്കിനി പള്ളിക്കൂടത്തിൽ പോകണ്ട. നീ പൊയ്ക്കോ”.

അതുകേട്ടപ്പോൾ ശ്രീക്കുട്ടിയുടെ മുഖം വാടി.

“അമ്മേ, അച്ഛാ, ഈ കുട്ടിമാമൻ മടിയനാ. പറഞ്ഞതു കേട്ടോ. പള്ളിക്കൂടത്തിൽ പോണില്ലെന്ന്. മടിയൻ”.

കുട്ടൻ തിരിഞ്ഞുകിടന്നു. അവന്റെ കണ്ണുകൾ വീണ്ടും നിറഞ്ഞു. ശ്രീക്കുട്ടി കാണാതിരിക്കാൻ പെട്ടെന്നു തന്നെ കണ്ണുതുടച്ചു.

“കുട്ടാ, എഴുന്നേൽക്ക്. ശ്രീക്കുട്ടി വിളിക്കുന്നതു കേട്ടില്ലേ?” കുറുപ്പ് അകത്തേക്കു വന്നു.

“അച്ഛാ, കുട്ടിമാമൻ പറയാ പള്ളിക്കൂടത്തിൽ വരുന്നില്ലെന്ന്. മടിയനാ കുട്ടിമാമ്മൻ”.

“മോള് പോയി കുളിച്ചോ. കുട്ടൻ ഇന്നു പോകുന്നില്ലെങ്കിൽ വേണ്ട. കുറച്ചുദിവസം കഴിഞ്ഞു വരും”.

അമ്മാവന്റെ മുഖത്തു നോക്കാൻ കുട്ടനു മടിയായി. തലേദിവസം രാത്രി അമ്മാവൻ പറഞ്ഞതെല്ലാം അവൻ കേട്ടതാണല്ലോ. അമ്മായിക്ക് എന്നോടൊരു സ്നേഹോം ഇല്ല. എന്റെ അമ്മയായിരുന്നെങ്കിൽ ഇനിക്കിങ്ങനെ സങ്കടപ്പെടേണ്ടി വരില്ലല്ലോ. അതോർത്തപ്പോൾ അവൻ സങ്കടം കൊണ്ടു വിങ്ങിപ്പൊട്ടി.

എനിക്കാരൂല്ല്യ. ഗുരുനാഥന്റെ ആശ്രമത്തിലേക്കു തന്നെ പോയാലോ എന്നു കുട്ടൻ ചിന്തിച്ചു.

"എടാ, വേഗം എഴുന്നേൽക്ക്. ഇന്നു മോൾക്കു പള്ളിക്കൂടം തുറക്കല്ലേ. അവളു പോകാൻ നേരം നീയിങ്ങനെ പോത്തുപോലെ കിടന്നുറങ്ങാണോ?" അമ്മായിയുടെ സ്വരത്തിൽ ദേഷ്യമുണ്ടെന്നു കുട്ടനു മനസ്സിലായി. അവൻ എഴുന്നേറ്റു പായ മടക്കിവച്ചു. കഴിഞ്ഞദിവസം പായ മടക്കിവയ്ക്കാത്തതിന് അമ്മായി ദേഷ്യപ്പെട്ടിരുന്നു. അമ്മായിക്കു പെട്ടെന്നാണു ദേഷ്യം വരിക. ശ്രീക്കുട്ടിയോടു മാത്രം ദേഷ്യം കാണിക്കില്ല. അമ്മാവനോടും എന്നോടുമൊക്കെ ഇപ്പോൾ ഇങ്ങനെയാ. അമ്മ ആരോടും ദേഷ്യപ്പെടുന്നതു താനിതുവരെ കണ്ടിട്ടില്ല.

അവൻ പല്ലുതേയ്ക്കാൻ കുളക്കരയിലേക്കു പോയി. അമ്മായിയും ശ്രീക്കുട്ടിയും കാവിലേക്കു പോകുന്നതു കണ്ടു. പുത്തനുടുപ്പിട്ട ശ്രീക്കുട്ടിയെ നല്ലചന്തമുണ്ടു കാണാൻ. അവളോടൊപ്പം പുത്തനുടുപ്പിട്ടു പള്ളിക്കൂടത്തിൽ പോകാൻ കുട്ടനും ആഗ്രഹം വന്നു. വേണ്ട, അമ്മായി ചീത്ത പറയും. അതുകേട്ടാ അമ്മാവനും ശ്രീക്കുട്ടിക്കും സങ്കടാവും. ആദ്യമായി പള്ളിക്കൂടത്തിൽ പോകുന്ന ദിവസം തന്നെ ശ്രീക്കുട്ടിയെ സങ്കടപ്പെടുത്തേണ്ട.

കുട്ടൻ മുഖമെല്ലാം കഴുകി അകത്തേക്കു വന്നു. നാണിയമ്മ മുറ്റമടിക്കുകയാണ്. അവരു രാവിലെ ജോലിക്കു വന്നാൽ ഉച്ചയോടെ പോകും. ചായയും പലഹാരവുമെല്ലാം നാണിയമ്മയാണുണ്ടാക്കുക.

"നീയെന്താ മോനേ പള്ളിക്കൂടത്തിലൊന്നും പോകാത്തത്? പഠിച്ചു വല്ല്യാളാവണ്ടേ?" നാണിയമ്മ അവനെ പിടിച്ചു നിർത്തി ചോദിച്ചു. അവന്റെ കണ്ണു നിറഞ്ഞു.

"ഇനി ഇതല്ലേ നിന്റെ വീട്. മീനാച്ച്യും കുറുപ്പൊക്കെ നിന്നെ പൊന്നുപോലെ നോക്കില്ലേ. ഈ നാണ്യമ്മയുടെ കുട്ടിക്കാലത്തൊന്നും പള്ളിക്കൂടോ വാത്യാരോ ഒന്നൂല്യായ്രുന്നു. അതോണ്ടല്ലേ കണ്ടോരെ മുറ്റമടിച്ചും ചാണം വാരിയും കഴിയേണ്ടി വന്നേ. നീ നല്ല കുട്ട്യായി പള്ളിക്കൂടത്തിലു പോണട്ടോ".

അവര് അവന്റെ തലയിൽ തലോടി. കുട്ടൻ നാണിയമ്മയോടു ചേർന്നു നിന്നു. അമ്മ തലോടുന്നതു ഓർമ്മ വന്നു. ഒഴുകി വന്ന കണ്ണീർ നാണിയമ്മയുടെ കൈകളിലേക്ക് ഇറ്റി. അവർ കുട്ടന്റെ മുഖം തുടച്ചു.

"വേഗം പോയി എന്തെങ്കിലും കഴിക്ക്. നാണിയമ്മ ഇപ്പോ വരാ. മോൻ ചെല്ല്".

പൂമുഖത്ത് കുറച്ചുനേരം വെറുതെയിരുന്നു.

"കുട്ടിമാമാ, ഇന്നാ ചന്ദനം".

അവൾ കുറി തൊടാനായി അവന്റരികിലേക്കെത്തി.

"ഇരുന്നൊറങ്ങാ. കുളിച്ചിട്ടുംല്ല്യേ. അയ്യേ, ഈ കുട്ടിമാമ്മൻ ശരിക്കും മടിയൻ തന്നെയാ".

അവൾ കളിയാക്കി. അമ്മാവനും അമ്മായിയും അവളുടെ പിന്നാലെ കയറിവന്നു. അമ്മായി ഒന്നും മിണ്ടാതെ അകത്തേക്കു പോയി.

"കുട്ടൻ പള്ളിക്കൂടത്തിൽ പോണില്ല്യാ എന്നല്ലേ പറഞ്ഞത്. നിനക്കു തോന്നുമ്പോൾ പോയാൽ മതി. നീ വേഗം പോയി കുളിക്ക്. നമുക്കു ശ്രീക്കുട്ടിയെ പള്ളിക്കൂടത്തിൽ കൊണ്ടുവിടാൻ പോകണം. നാളെ മുതൽ നീയാ അവളെ പള്ളിക്കൂടത്തിൽ കൊണ്ടു പോകുക. ഉച്ചയ്ക്ക് ഊണു കൊടുക്കാനും വൈകിട്ടു വിളിക്കാനും പോകണം. ദിവസോം രണ്ടുമൂന്നുനേരം പള്ളിക്കൂടം കാണുമ്പോ നിനക്കും പോകാൻ തോന്നും".

അമ്മാവൻ പറഞ്ഞപ്പോൾ കുട്ടൻ എഴുന്നേറ്റു. അവൻ തലയിൽ എണ്ണയിട്ടു കുളത്തിലേക്ക് ഓടി. ശ്രീക്കുട്ടിയുടെ കൂടെയെങ്കിലും പള്ളിക്കൂടത്തിൽ പോകാലോ. ആശ്വാസമായി.

"ഇത്രപെട്ടെന്നു കുളീം കഴിഞ്ഞോ?" അമ്മാവൻ കളിയാക്കി ചോദിച്ചപ്പോൾ കുട്ടൻ ചിരിച്ചു. തലേദിവസത്തെ സംസാരം കുട്ടൻ കേട്ടിരിക്കുമെന്ന് അമ്മാവനു തോന്നിയിരുന്നു. എന്തൊക്കയോ ആ കുഞ്ഞുമനസ്സിൽ കിടന്നു വിങ്ങുന്നുണ്ട്. പക്ഷേ, അതുകാണാൻ അലിവുള്ളൊരു മനസ്സ് ഇല്ലാതെ പോയല്ലോ എന്ന് അദ്ദേഹം ചിന്തിച്ചു. തന്റെ നിസ്സഹായത അയാളെ കുറച്ചല്ല വിഷമിപ്പിച്ചത്. അച്ഛനും അമ്മയും നഷ്ടമായൊരു മകന്റെ വിഷമം തനിക്കു ശരിക്കും ഉൾക്കൊള്ളാൻ കഴിയും. അമ്മാവന്റെ പാണ്ട്യാലേല് കിടന്നു നരകിച്ച നാളുകൾ പെട്ടെന്ന് അയാളിലൊരു ഞെട്ടലുണ്ടാക്കി. ലോകത്ത് എല്ലാ അമ്മാവ ാരും അമ്മായിമാരും ഒരുപോലെയാണോ?

ഒന്നുമില്ലാത്തിടത്തു നിന്നു തന്നെ ഇത്രേം നല്ലൊരു നിലയിലേക്കെത്തിച്ചത് മീനാക്ഷിയുടെ വീട്ടുകാരാ. അപ്പോൾ അവളു പറയുന്നതു കേൾക്കാതിരിക്കാനും പറ്റില്ല. പതുക്കെ അവളുടെ മനസ്സു മാറ്റിയെടുക്കാമെന്ന് അയാൾ സ്വയം ആശ്വസിച്ചു.

"അച്ഛാ, വേഗം കഴിക്കാൻ വാ. ശ്രീക്കുട്ടിക്കു പള്ളിക്കൂടത്തിൽ പോകണ്ടേ".

കുട്ടനു ഭക്ഷണം കഴിക്കാൻ തോന്നിയില്ല. കഴിച്ചില്ലെങ്കിൽ അമ്മായി ചീത്തപറയും. പതുക്കെയായിരുന്നു അവൻ കഴിച്ചത്.

"ഒന്നു വേഗമാകട്ടെ, പള്ളിക്കൂടത്തിൽ പോകാൻ നേരമായി"– അ

മ്മായി അവനോടു പറഞ്ഞു.

കുട്ടന്റെ കൈ പിടിച്ചു ശ്രീക്കുട്ടി ഇറങ്ങി. പൂവാലിയും മക്കളും മുറ്റത്തു തന്നെയുണ്ടായിരുന്നു. വെളുമ്പൻ അവൾക്കരികിലേക്ക് ഓടിയെത്തി. രാത്രി കരഞ്ഞിരുന്ന കുന്നിമോളെ ആ കൂട്ടത്തിൽ കണ്ടില്ല.

ശ്രീക്കുട്ടിയും കുട്ടനും കുറുപ്പും പള്ളിക്കൂടത്തിലേക്കു പോകുന്നതു മീനാക്ഷിയും നാണിയമ്മയും നോക്കിനിന്നു. കുറച്ചുനേരം അവരുടെ പിന്നാലെ നടന്ന വെളുമ്പൻ തിരിഞ്ഞുനോക്കിയപ്പോൾ അമ്മ മുറ്റത്തു നിൽക്കുന്നതാണു കണ്ടത്. അവൻ പെട്ടെന്നു തന്നെ തിരിച്ചോടി.

## അധ്യായം 4

പുതിയൊരു ലോകം. ശ്രീക്കുട്ടി അത്ഭുതത്തോടെ അച്ഛന്റെ കൈപിടിച്ചു നടന്നു. ഓലമേഞ്ഞ ചെറിയൊരു കെട്ടിടത്തിൽ കുറച്ചു കുട്ടികൾ. വെള്ള മുണ്ടും കുപ്പായവുമിട്ട എഴുത്താശാൻ കുട്ടികളെ നിലത്തിരുത്തി. ഓരോരുത്തരുടെ പേരും വിശേഷങ്ങളും ചോദിച്ചു. പേടിച്ചുകൊണ്ടാണു ശ്രീക്കുട്ടി ഉത്തരം പറഞ്ഞത്. വീട്ടിൽ ആരെല്ലാം ഉണ്ടെന്നു ചോദിച്ചപ്പോൾ കുട്ടിമാമ്മന്റെ പേരാണ് ആദ്യം പറഞ്ഞത്. പള്ളിക്കൂടത്തിനു പുറത്തുനിന്നു കുറുപ്പും കുട്ടനും ഇതെല്ലാം കേൾക്കുന്നുണ്ടായിരുന്നു. താൻ ഒറ്റയ്ക്കല്ലെന്ന് അന്നേരമാണു കുട്ടനു ബോധ്യമായത്. അച്ഛനും അമ്മയും നഷ്ടപ്പെട്ട താൻ ഈ ലോകത്ത് ഒറ്റയ്ക്കാണെന്നാണ് അവൻ കരുതിയിരുന്നത്. ശ്രീക്കുട്ടിക്കു തന്നെ ഇഷ്ടമാണെന്നറിഞ്ഞപ്പോൾ അവനു വലിയ സന്തോഷം തോന്നി.

പള്ളിക്കൂടത്തിന്റെ പുറത്തു നിൽക്കുമ്പോൾ കുട്ടനു വല്ലാത്തൊരു വിങ്ങലുണ്ടായിരുന്നു. തന്റെ പള്ളിക്കൂടത്തെക്കുറിച്ചായിരുന്നു അന്നേരം അവൻ ഓർത്തത്. ഗുരുവും പത്നിയും കൂട്ടുകാരുമെല്ലാമായി എന്തൊരു രസമായിരുന്നു. കുഞ്ഞമ്പു പോയപ്പോൾ മാത്രമാണു വിഷമം തോന്നിയത്.

“കുട്ടാ നമുക്കു പോകാം. വീട്ടിൽ നിന്നു പള്ളിക്കൂടത്തിലേക്കുള്ള വഴിയെല്ലാം കുട്ടൻ മനസ്സിലാക്കണം. കുറച്ചുദിവസം കഴിഞ്ഞാൽ ശ്രീക്കുട്ടിയെ പള്ളിക്കൂടത്തിലേക്കു നീ വേണം കൊണ്ടുപോകാനും കൂട്ടി വരാനും. എനിക്കു കടയിൽ തിരക്കായിരിക്കും. പള്ളിക്കൂടത്തിൽ തൽക്കാലം പോകുന്നില്ല എന്നേയുള്ളൂ. കുറച്ചു കഴിയുമ്പോഴേക്കും എല്ലാം ശരിയാകും. അന്നേരം നിനക്കും ശ്രീക്കുട്ടിക്കും ഒന്നിച്ചു തന്നെ പള്ളിക്കൂടത്തിൽ പോകാം”.

അവൻ അമ്മാവനു പിന്നാലെ നടന്നു. അമ്മാവൻ എന്തൊക്കയോ പറയുന്നുണ്ട്. കുട്ടന്റെ ശ്രദ്ധ അതിലൊന്നുമായിരുന്നില്ല.

വീട്ടിൽ നിന്നു പള്ളിക്കൂടത്തിലേക്കുള്ള വഴി വിജനമാണ്. അധികമാരും അതിലേ പോകാറില്ല.

“ വാ നമുക്കു കടയിലൂടെ പോകാം. ആ വഴിയും നീയൊന്നു അറിയുന്നതു നല്ലതാണ്. ഞാനില്ലാത്തപ്പോൾ കടയിൽ വന്നിരിക്കാമല്ലോ. വീ

ട്ടിൽ വെറുതെയിരുന്നാൽ ചിലപ്പോൾ അമ്മായി ചീത്തപറഞ്ഞെന്നിരിക്കും. അതൊന്നും നീ കാര്യമായി എടുക്കേണ്ട. നിന്നോടുള്ള സ്നേഹം കൊണ്ടാണെന്നു കരുതിയാൽ മതി".

കുട്ടൻ എല്ലാറ്റിനും തലയാട്ടി.

കൈതകൾ നിറഞ്ഞ തോട്ടുവക്കത്തൂടെയുള്ള നടത്തം അവനെ പേടിപ്പിച്ചു. കൈതക്കാടുകളിൽ ആരൊക്കയോ ഒളിച്ചിരിക്കുന്നതായി അവനു തോന്നി. അമ്മാവന്റെ കൈപിടിച്ചായി അവന്റെ നടത്തം. അന്നേരമാണു ചെറിയൊരാശ്വാസം തോന്നിയത്.

"ശ്രീക്കുട്ടിയെ പള്ളിക്കൂടത്തിൽ ചെന്നാക്കിയാൽ ഞാനെന്താ ചെയ്യാ?"

കുട്ടന്റെ ചോദ്യത്തിന് അമ്മാവനു മറുപടിയില്ലായിരുന്നു.

"നീ വീട്ടിലേക്കു പോന്നോളൂ. ഉച്ചയ്ക്ക് ഊണും കൊണ്ടു പോയാൽ മതി. വൈകിട്ടു രണ്ടുപേർക്കും ഒന്നിച്ചു തിരിച്ചുപോരാം".

" ഈ വഴിയിലൂടെ ഒറ്റയ്ക്കു പോകാൻ എനിക്കു പേടിയാകും"

"പേടിക്കാനെന്തിരിക്കുന്നു? ഇവിടെയൊന്നും ആരുമുണ്ടാകില്ല".

" കൈതക്കാട്ടിൽ പാമ്പും പുലിയുമൊക്കെണ്ടാകില്ലേ?"

"അതൊക്കെ ആരോ നിന്നെ പേടിപ്പിക്കാൻ പറഞ്ഞതാ. ഈ നാട്ടിൽ പുലിയും പാമ്പുമൊന്നുമില്ല. നീയൊരാൺകുട്ടിയല്ലേ. ഇങ്ങനെ പേടിക്കാൻ പറ്റ്വോ?"

അമ്മാവൻ പറഞ്ഞതു നേരാണല്ലോ. ആൺകുട്ടികൾ ആരെയും പേടിക്കാൻ പറ്റില്ല. അമ്മ പറഞ്ഞുതന്ന കഥയിലെ ലവനും കുശനുമൊന്നും ആരെയും പേടിയില്ലല്ലോ. അവരൊക്കെ അമ്പും വില്ലുമായിട്ടാണു നടക്കുന്നത്. അതുപോലെയെരെണ്ണം കിട്ടാൽ പിന്നെ ഒന്നിനെയും പേടിക്കേണ്ട.

"അമ്മാവാ, എനിക്കൊരു അമ്പും വില്ലും കൊണ്ടുതരുമോ? ആരെങ്കിലും വന്നാൽ അമ്പെയ്ത് ഓടിക്കല്ലോ. ലവനും കുശനുമൊക്കെ രാക്ഷസൻമാരെ ഓടിച്ചതുപോലെ".

" ആരാടാ ഈ ലവനും കുശനും?"

"അമ്മ പറഞ്ഞുതന്ന കഥയിലുള്ളതാ."

" കഥയിൽ അങ്ങനെ പലതും കാണും. അതൊന്നും മ്മ്ടെ നാട്ടിൽ വേണ്ട. നീ ധൈര്യായിട്ടു മുന്നിൽ നടക്ക്. നിന്റെ പേടി ഞാനിന്നു മാറ്റിത്തരാം".

അമ്മാവൻ അവനെ പിടിച്ചു മുന്നിൽ നടത്തിച്ചു. അവന്റെ മുഖത്തെ മൂകത നീങ്ങിയ സന്തോഷത്തിലായിരുന്നു അമ്മാവൻ.

അരികിലെ കൈതക്കാട്ടിൽ നിന്നൊരു നീർനായ അവരെ നോക്കി നിന്നു. അതിനു പിന്നാലെ നാലഞ്ചു മക്കളും ആ കാഴ്ച കാണാൻ വന്നു.

## അധ്യായം 5

മീനാക്ഷിയും കുട്ടനുമായിരുന്നു വൈകിട്ട് ശ്രീക്കുട്ടിയെ കൊണ്ടുവരാൻ പള്ളിക്കൂടത്തിലേക്കു പോയത്. അമ്മാവന്റെ കൂടെ പോകുമ്പോഴുണ്ടായ രസം കുട്ടനു തോന്നിയില്ല. കാര്യമില്ലാതെ എന്തൊക്കയോ അമ്മായി അവനോടു പറഞ്ഞുകൊണ്ടിരുന്നു. അതിലൊന്നും സ്നേഹത്തിന്റെ ഒരു തരിമ്പുപോലുമില്ലായിരുന്നു. തന്നെ വീട്ടിലെ ഒരു ജോലിക്കാരനായിട്ടാണ് അമ്മായി കാണുന്നതെന്നു ആ യാത്രയിൽ കുട്ടനു ബോധ്യമായി. നാണിയമ്മയും താനും അമ്മായിക്ക് ഒരുപോലെയാണ്. പകൽ ആ വീട്ടിലിരിക്കാൻ ഇടയുണ്ടാകരുതേയെന്നായിരുന്നു അവൻ പ്രാർഥിച്ചത്.

വയലിൽ ജോലി കഴിഞ്ഞു മടങ്ങുന്ന സ്ത്രീകൾ അവരെ കടന്നുപോയി. തങ്ങളെ കണ്ടപ്പോൾ അവർ വഴിയിൽ നിന്നിറങ്ങി നിൽക്കുന്നതു കുട്ടൻ കണ്ടു. എല്ലാവരുടെ തലയിലും പുല്ലുകെട്ടുണ്ട്. ഏറ്റവും പിന്നാലെ ചെറിയൊരു പട്ടിക്കുട്ടിയുമുണ്ട്. അവരെല്ലാം പാടത്തേക്കിറങ്ങിയപ്പോൾ അതും വെള്ളത്തിലേക്കു ചാടി. എന്നാൽ പ്രതീക്ഷിച്ചതിലും കൂടുതൽ വെള്ളമുണ്ടായിരുന്നു. ചെറുതായൊന്നു മുങ്ങിയിട്ടാണു പട്ടിക്കുട്ടി പൊങ്ങിയത്. കുട്ടനും ശ്രീക്കുട്ടിയും ആ കാഴ്ച കണ്ടു ചിരിച്ചുപോയി.

“വേഗം വാ മോളേ”

മീനാക്ഷി അൽപം ദൂരെയത്തിയിട്ടുണ്ട്.

“അമ്മ നടന്നോ. ഞാൻ കുട്ടിമാമന്റെ കൂടെയുണ്ട്”.

“കുട്ടിമാമാ, എന്റെ കൂടെയുള്ള അമ്മിണിയുടെ വീട്ടിൽ രണ്ട് ആട്ടിൻകുട്ടികളുണ്ട്. ഓളെ അമ്മേനോടു ചോയിച്ചിട്ട് ഒന്നെനിക്കു തരും”.

“ഓള് പറ്റിച്ചതാട്ടോ നിന്നെ. ആട്ടിൻകുട്ടീനൊന്നും ആരും കൊടുക്കില്ല. പൂച്ചക്കുട്ടീനും പട്ടിക്കുട്ടീനും കിട്ടും”.

“അല്ല, ഓള് എന്തായാലും തരും”.

“നേരത്തെ അമ്മാവന്റെ കൂടെ പോകുമ്പോൾ ഇവിടെ കുറേ തത്തകളെ കണ്ടീരുന്നു. നെല്ലു കൊത്താൻ വന്നതാ. അമ്മാവൻ ശൂർർർ എ

ന്നാക്ക്യപ്പോ എല്ലാം പാറിപ്പോയി. നമുക്കു പതുക്കെ പോകാം. ചെല പ്പോ തത്തമ്മ്യൂം മക്കളും ഉണ്ടെങ്കിലോ?"

പച്ചപ്പണിഞ്ഞു നിൽക്കുന്ന പാടത്തേക്ക് അവർ സൂക്ഷ്മമായി കണ്ണു നട്ടു.

"വേഗം വാ മക്കളേ, ചെന്നിട്ട് ഒരുകൂട്ടം പണിയുണ്ട്. ഇങ്ങനെ നാട്ടു വർത്താനം പറഞ്ഞുനിന്നാ എപ്പൊഴാ പൊരേലെത്താ?"

" ശ്രീക്കുട്ടീ, വേഗം നടന്നോ. അമ്മായി ചീത്തപറയും. ചെലപ്പോം അടീം കിട്ടും. ഉണക്കാനിട്ട നെല്ലു കോഴി കൊത്തിയതിന് ഉച്ചയ്ക്ക് എനിക്കൊന്നു കിട്ട്യതാ. ആരോടും പറയണ്ട. വേഗം നടന്നോ".

ശ്രീക്കുട്ടി സങ്കടത്തോടെ അവനെ നോക്കി. തന്റെ സങ്കടം പുറത്തു കാണിക്കാതെ കുട്ടൻ ചിരിച്ചു. ഇതു മൂന്നാം തവണയായിരുന്നു അമ്മായി അവനെ അടിച്ചത്. അതു കുട്ടൻ ആരോടും പറഞ്ഞിരുന്നില്ല. ചില കാര്യങ്ങൾ മറച്ചുവയ്ക്കാനുള്ളതാണെന്ന് ആ കുഞ്ഞുമനസ്സിനു തന്നെ തോന്നിയിരുന്നു.

## അധ്യായം 6

" കുട്ടാ, നീ ശ്രീക്കുട്ടീനെ പള്ളിക്കൂടത്തിൽ കൊണ്ടാക്കി വരുമ്പോ അമ്മാവന്റെ പീടേയ്യലൂടെ വരണം. അമ്മാവൻ തരുന്ന സാധനങ്ങൾ ഇ വിടെ കൊണ്ടുവന്നിട്ടു ശ്രീക്കുട്ടീക്ക് ഉച്ചയ്ക്കുള്ള ചോറു കൊണ്ടുകൊ ടുക്കണം. അവിടേം ഇവിടേം തെണ്ടിത്തിരിഞ്ഞു നടക്കാതെ നേരെ വേ ഗം വീട്ടിലേക്കു വന്നോണം".

അമ്മായിയുടെ സ്വരത്തിൽ കടുപ്പം കൂടിവരുന്നതു കുട്ടൻ അറിഞ്ഞു.

" അമ്മയെന്തിനാ കുട്ടിമാമനോടു കണ്ണുരുട്ടി പറേണത്. കുട്ടിമാമ്മൻ പാവല്ലേ. ഒറ്റയ്ക്കെങ്ങന്യാ അച്ഛന്റെ പീടേയ്യലേക്കു പോകാ. പീടേയ്യലെ സാധനങ്ങൾ നാരാണേട്ടനല്ലേ കൊണ്ടോരുന്നത്".

" എടീ, കുട്ട്യേള് ചെറ്യേ വായില് വല്യ വർത്താനം പറയണ്ട. ഇനി കടയിൽ പോയി സാധനങ്ങൾ കൊണ്ടുവരുന്നതു കുട്ടനാ. അവനതിനു സമ്മതക്കുറവൊന്നുല്ല്യ"- മീനാക്ഷി കുട്ടന്റെ മുഖത്തു നോക്കി പറഞ്ഞു. കുട്ടൻ ഞാൻ ചെയ്യാമെന്ന ഭാവത്തിൽ തലയാട്ടി. ശ്രീക്കുട്ടിയുടെ പള്ളി ക്കൂടത്തിലേക്കുള്ള സഞ്ചിയുമെടുത്ത് അവൻ മുന്നിൽ നടന്നു.

" വേഗം വാ ശ്രീക്കുട്ടി. ചെലപ്പോ ആ തത്തമ്മേം മക്കളും ഇന്നു പാടത്തുണ്ടാകും. അവരുടെ കൂടു കണ്ടുപിടിച്ചാൽ നമുക്കു കുട്ടികളെ പിടിച്ചു വീട്ടിൽ കൊണ്ടോരാം. മുൻപ് അച്ഛൻ എനിക്ക് ഇതുപോലെ ര ണ്ടു തത്തമ്മ കുട്ട്യേളെ കൊണ്ടോന്നിരുന്നു. ഒരീസം ഞാൻ പള്ളിക്കൂട ത്തിൽ നിന്നു വരുമ്പോഴേക്കും ഏതോ പൂച്ച വന്നു രണ്ടിനീം കൊന്നു. ദുഷ്ടൻ".

"മ്മ്ടെ വീട്ടിലും പൂച്ചണ്ടല്ലോ. അപ്പോ ഈ തത്തമ്മേനെയും തിന്നോ".

"ഹയ്യേ, അതിന് ആദ്യം തത്തമ്മേനെ കിട്ടണ്ടേ. വേഗം വാ".

കുട്ടനും ശ്രീക്കുട്ടിയും പാടവരമ്പിലൂടെ അതിവേഗം നടന്നു. പക്ഷേ അന്നും ആ തത്തമ്മയും മക്കളും അവരുടെ മുന്നിൽ വന്നില്ല.

പള്ളിക്കൂടം കണ്ടപ്പോ കുട്ടന്റെ മനസ്സു സന്തോഷം കൊണ്ടു തു ടിച്ചു. എനിക്കും ശ്രീക്കുട്ടിക്കൊപ്പം അവിടെ പോകാൻ പറ്റിയിരുന്നെങ്കിൽ എന്ന് അവൻ ആശിച്ചു. പള്ളിക്കൂടത്തിലേക്കു യാത്രയാക്കാൻ വരുന്ന

അമ്മയെ അവൻ ഓർത്തുപോയി.

"കുട്ടിമാമാ, ഞാൻ പോവട്ടേ. ഉച്ചയ്ക്കു വന്നാൽ പിന്നെ പള്ളിക്കൂടം വിടുന്നതുവരെ എന്തു ചെയ്യും?"

ശ്രീക്കുട്ടിയോട് ഉത്തരം പറയാൻ അവന്റെ നാവുപൊങ്ങിയില്ല. അമ്മയുടെ കൈപിടിച്ചു നടക്കുകയായിരുന്നു അവൻ. പള്ളിക്കൂടത്തിലെ ശബ്ദമാണ് അമ്മയെ അവിടെ നിന്നു യാത്രയാക്കിയത്. പെട്ടെന്നു സ്ഥലകാലബോധമില്ലാത്തവനെ പോലെയായി അവൻ. അമ്മയെ നാലു പാടും നോക്കി. എങ്ങോ പോയി മറഞ്ഞ അമ്മ എങ്ങിനെ വരും?

അമ്മാവന്റെ പീടികയിലേക്കുള്ള വഴിയിലൂടെ നടന്നു. പള്ളിക്കൂടത്തിന്റെ പടിഞ്ഞാറു ഭാഗത്തുകൂടെ വേണം അമ്മാവന്റെ പീടികയിലേക്കു പോകാൻ.

ആ വഴിയിലെങ്ങും വീടുകളില്ലായിരുന്നു. കുട്ടനു ചെറുതായൊരു പേടി തോന്നി. വേലിക്കരികിലൂടെ അവൻ നോക്കിയപ്പോൾ എല്ലായിടത്തും കാടുകൾ തന്നെ. പുലിയോ പാമ്പോ മുന്നിൽ വന്നു ചാടുമെന്ന പേടിയോടെയായിരുന്നു നടന്നത്. കുറച്ചു നടന്നപ്പോൾ മരങ്ങൾക്കിടയിൽ ചെറിയൊരു വീടു കണ്ടു. ഈ കാട്ടിൽ ആരാണാവോ ഇത്ര ധൈര്യത്തോടെ പാർക്കുന്നത്. കുട്ടന് അത്ഭുതം തോന്നി. ഈ വഴിയിലൂടെ ഒറ്റയ്ക്കു പോകണമെങ്കിൽ ധൈര്യത്തിന് അമ്പും വില്ലും വേണ്ടിവരും. പുലി വന്നാൽ അമ്പെയ്തു കൊല്ലാമല്ലോ. ലവനും കുശനും കാട്ടിലൂടെ പോകുമ്പോൾ പുലിയുടെ രൂപത്തിൽ രാക്ഷസൻ വന്നതും രണ്ടുപേരും ഒരുമിച്ച് അമ്പെയ്തു കൊന്നതും അവൻ ഓർത്തു. അമ്മയ്ക്ക് എന്തെല്ലാം കഥകൾ അറിയാം. അതൊക്കെ സത്യമായിരിക്കും. അമ്മ ഒന്നും വെറുതെ പറയില്ല. കഥയിലുള്ളതൊന്നും സത്യമല്ല എന്നാണ് അമ്മാവൻ പറഞ്ഞത്. അങ്ങനെയാണെങ്കിൽ മുത്തപ്പനും ദൈവൊന്നും ഇല്ലാതിരിക്ക്യോ? മുത്തപ്പനല്ലേ ഈ നാട്ടിലുള്ള ആളുകളെയൊക്കെ രക്ഷിക്കണത്? അമ്മാവനും രാത്രിയിൽ മുത്തപ്പാ രക്ഷിക്കണേ എന്നു പ്രാർഥിക്കണതു കേൾക്കാമല്ലോ. മുത്തപ്പൻകാവിലു പോയാലറിയാം മുത്തപ്പനുണ്ടെന്ന്. പുഴ കടന്നു മുത്തപ്പൻകാവില് അച്ഛന്റെയും അമ്മയുടെയും കൈപിടിച്ചു പോയ കാര്യം ഓർമ്മയിലെത്തി. ശരിക്കും മുത്തപ്പൻ വന്ന് അവന്റെ തലയിൽ തൊട്ടനുഗ്രഹിച്ചിരുന്നു. വല്യ ആളാകുമെന്നു മുത്തപ്പൻ അമ്മയോടു പറഞ്ഞതും അമ്മ കരഞ്ഞതുമൊക്കെ ഓർമ്മയിലുണ്ട്. മുത്തപ്പാ രക്ഷിക്കണേ എന്നുരുവിട്ടുകൊണ്ടു കുട്ടൻ മുന്നോട്ടു നടന്നു.

കാടു കടന്നു വയൽക്കരയിലെത്തിയപ്പോഴാണു ശ്വാസം നേരെ വീണത്. നടന്നതാണോ ഓടിയതാണോ എന്നറിയില്ല. അവന്റെ ശ്വാസത്തി

നു വേഗം കൂടിയിരുന്നു.

"എന്തിനാ കുട്ടീ നീയിങ്ങനെ കെതയ്ക്കണേ?"

വയൽവരമ്പിലിരുന്ന് വെറ്റില തിന്നുന്ന ഒരു മുത്തശ്ശി ചോദിച്ചു. ഞാറു നടുമ്പോൾ നടുനിവർത്താനൊന്നു വരമ്പിലേക്കു കയറിയതാണ് അവർ.

കുട്ടൻ ഒന്നും മിണ്ടാതെ നടന്നു.

"ഏതാ ഈ കുട്ടി. പള്ളിക്കൂടത്തിലൊന്നും പോകാതെ തെണ്ടി നടക്കുന്നത്?"

അവരുടെ ചോദ്യം കേട്ടു കുട്ടനു ദേഷ്യം വന്നു. പള്ളിക്കൂടത്തിൽ പോകാതെ തെണ്ടി നടക്കാത്രെ. ആർക്കാ പള്ളിക്കൂടത്തിൽ പോകാൻ ഇഷ്ടമില്ലാത്തത്. എന്നോടു പോകണ്ടാ എന്നു പറഞ്ഞിട്ടല്ലേ.

വയൽ കഴിയുമ്പോൾ ചെറിയൊരു തോടാണ്. അതിലൂടെയിട്ട തെങ്ങുതടിയുടെ പാലത്തിലൂടെ കുട്ടൻ പേടിയോടെ കടന്നു. ആദ്യമായിട്ടാണു ചെറിയൊരു പാലത്തിലൂടെ ഒറ്റയ്ക്കു പോകുന്നത്. പാലം കടന്നു ചെറിയൊരു കുണ്ടനിടവഴിയും കടന്ന് അമ്മാവന്റെ പീടികയുള്ള അങ്ങാടിയിലെത്തി. ചായക്കടയുടെ അപ്പുറമാണ് അമ്മാവന്റെ പീടിക.

അമ്മാവൻ മേശയുടെ പിറകിൽ ഇരിക്കുന്നുണ്ടായിരുന്നു.

"നീ ഇത്ര വേഗം എത്തിയോ? പേടിച്ച് ഓടിയതു പോലെയുണ്ടല്ലോ".

അമ്മാവൻ ചിരിച്ചുകൊണ്ടു പറഞ്ഞു.

"ബാലേട്ടാ, നമ്മളെ കുട്ടനൊരു ചായ കൊടുക്കീ. തിന്നാനൊരു കപ്പക്കൊള്ളി പുഴുങ്ങീതും".

"വേഗം പോയി ചായ കുടിച്ചു വാ. എന്നിട്ടു ഈ സാധനങ്ങളൊക്കെയായിട്ടു വീട്ടിലേക്കു പൊയ്ക്കോ. അമ്മായി ദേഷ്യപ്പെട്ടാ നീ കാര്യമാക്കണ്ട. നിന്നോടു നല്ല സ്നേഹമുള്ളതോണ്ടാ. നീ വല്ല്യ ആളായിട്ടു വേണം അമ്മാവന്റെ ഈ പീടികയൊക്കെ നടത്താൻ".

അമ്മാവൻ അവനെം കൂട്ടി ബാലേട്ടന്റെ ചായക്കടയിലേക്കു നടന്നു.

"അമ്മാവാ ഞാനിന്നലെ പറഞ്ഞ കാര്യം?"

"എന്താ നീ പറഞ്ഞത്? ഞാൻ മറന്നല്ലോ".

"അമ്പും വില്ലും".

"അമ്പും വില്ലോ?"

"അതേ, വരുന്ന വഴിക്കൊക്കെ വലിയ കാടാണ്. പുലിയും രാക്ഷസനുമൊക്കെയുണ്ടാകും. എങ്ങാനും മുന്നിൽ വന്നാൽ ഞാനെന്തു ചെയ്യും? "

" അതിന് അമ്പും വില്ലും ഉണ്ടെങ്കിലോ?"

"അമ്പെയ്തു കൊല്ലും".

"അതിനു മാത്രം ധൈര്യമുണ്ടോടാ നിനക്ക്?"

കുട്ടൻ അമ്മാവനെ നോക്കി ചിരിച്ചു.

"ബാലേട്ടാ, ഇവിടെ ഏതു പീടികേലാ അമ്പും വില്ലും കിട്ടാ. എന്റെ മരുമോന് ഒറ്റയ്ക്കു പോകുമ്പോ ധൈര്യത്തിന് ഒരു അമ്പും വില്ലും വേണം".

"ചപ്പാത്ത്ലെ കാണി മൂപ്പന്റെ കൈവശം ഒരു അമ്പും വില്ലും ഉണ്ട്".

"എന്നാ കാണിമൂപ്പൻ വരുമ്പോൾ ഞാൻ ചോദിക്കാം. നീ വേഗം ചായ കുടിക്ക്".

അമ്മാവന്റെ വാക്കുകൾ കുട്ടനൊരു ധൈര്യം നൽകി. കാണി മൂപ്പൻ വന്നാൽ അമ്പും വില്ലും കിട്ടും. അതോടെ ഏതു കാട്ടിനു നടുവിലൂടെയും ധൈര്യമായിട്ടു നടക്കാം. അമ്മാവൻ പറയാറുള്ള ധൈര്യമുള്ള ആണായിട്ട്.

കൊള്ളിക്കിഴങ്ങും ചായയും കുടിച്ച ശേഷം അമ്മാവൻ തലയിൽ വച്ചുകൊടുത്ത ചാക്കുമായി കുട്ടൻ വീട്ടിലേക്കു നടന്നു. ആ നടത്തത്തിനൊരു വീര്യമുണ്ടായിരുന്നു, ധൈര്യശാലിയായ ഒരു ആൺകുട്ടിയുടെ നടത്തം.

## അധ്യായം 7

ശ്രീക്കുട്ടിക്ക് ഉച്ചയ്ക്കുള്ള ചോറു കൊണ്ടുകൊടുത്തു കുട്ടൻ പള്ളിക്കൂടത്തിൽ നിന്നു പുറത്തിറങ്ങി. ഇനി വൈകുന്നേരം വരെ അവിടെയെവിടെങ്കിലും നിന്നു സമയം തീർക്കണം. പള്ളിക്കൂടത്തിനു മുന്നിൽ വെറുതെ നിൽക്കുന്നതു കണ്ടാൽ ആളുകൾ കാരണം അന്വേഷിക്കും. പള്ളിക്കൂടത്തിൽ പോകാൻ മടിയാണെന്നു പറഞ്ഞു കുറ്റപ്പെടുത്തും.

പെട്ടെന്നാണവൻ കാട്ടിനുള്ളിൽ കണ്ട ഇടിഞ്ഞുവീഴാറായ വീടിനെക്കുറിച്ചോർത്തത്. അന്നു കണ്ടപ്പോൾ ചെറിയൊരു പേടിയുണ്ടായിരുന്നു. എന്നാൽ ഇപ്പോൾ ആ വീടിനെക്കുറിച്ചറിയാനുള്ള താൽപര്യം കൂടി. ആരായിരിക്കും ആ വീട്ടിലുണ്ടാകുക? കാട്ടിനുള്ളിൽ പൊളിയാറായ വീട്ടിൽ താമസിക്കാൻ ആർക്കാണിത്ര ധൈര്യം? ഒന്നു നോക്കിയാലോ? കുട്ടന്റെ മനസ്സിൽ പലതരം ചിന്തകളായി. ഒറ്റയ്ക്കു പോകാനുള്ള ധൈര്യമില്ല. പക്ഷേ, അവിടെയെന്താണെന്നറിയാനുള്ള ആഗ്രഹവും ഉണ്ട്. ആ വീടിനെക്കുറിച്ച് ആരോടെങ്കിലും ചോദിക്കാമെന്നു കരുതി കുട്ടൻ മുന്നോട്ടു നടന്നു. വഴിയിൽ ആരുമില്ല. കുട്ടൻ മുന്നോട്ടു നടന്നു. വീടു നിന്നിരുന്ന സ്ഥലമെത്തി. അത്രയും നേരം ആരും കുട്ടനെ കടന്നുപോയില്ല. വഴിയരികിലെ വേലിക്കടുത്തു നിന്നു കുട്ടൻ വീട്ടിലേക്കു പാളി നോക്കി. മരങ്ങൾക്കിടയിലൂടെ ഒന്നും കൃത്യമായി കാണുന്നില്ല. ആരെങ്കിലും പുറത്തുവരാതിരിക്കില്ല. അവൻ അവിടെത്തന്നെ നിന്നു. ഒരാളെയും പുറത്തുകാണുന്നില്ലല്ലോ.

കുറച്ചപ്പുറം വേലി പൊളിഞ്ഞു കിടക്കുന്നുണ്ടായിരുന്നു. കുട്ടൻ അതിലൂടെ പറമ്പിലേക്കു കടന്നു. അകത്തേക്കു കാലെടുത്തുവച്ചതും ഒരു കൂട്ടം വവ്വാലുകൾ ഉറക്കെ ശബ്ദമുണ്ടാക്കി പല ദിക്കിലേക്കു പാറിപ്പോയി. കുട്ടൻ ശരിക്കും പേടിച്ചു. ഇത്രയും വലിയൊരു വവ്വാൽക്കൂട്ടത്തെ ആദ്യമായി കാണുകയായിരുന്നു. പെട്ടെന്നുള്ള ഞെട്ടലിൽ അവനൊരു മരത്തിന്റെ മറവിൽ ഒളിച്ചു. വവ്വാലുകൾക്കു പകൽ കണ്ണുകാണുകയില്ലെന്ന് അവനറിയാമായിരുന്നു. അമ്മയായിരുന്നു അവനോട് അക്കാര്യം പറഞ്ഞത്. മരങ്ങൾക്കിടയിലൂടെ കുട്ടൻ നടന്നു. പേടി അവന്റെ എല്ലാ ഞ

Smitha

രമ്പുകളെയും പിടികൂടിയിരുന്നു. ഇനിയും ഇതുപോലെ ഉണ്ടാകുമെന്നൊരു മുന്നറിയിപ്പ് ഉള്ളതുപോലെയായിരുന്നു നടത്തം. ഇപ്പോൾ കുട്ടന് ആ വീട് അടുത്തു നിന്നു കാണാം. കുറച്ചുനേരം അവിടെ നിന്നു. ആരെയും കാണുന്നില്ല. ചെറിയൊരു വടി കയ്യിൽ വച്ച് വീണ്ടും നടന്നു. ഓലമേഞ്ഞ ആ വീടിന്റെ മുന്നിലാണു കുട്ടനിപ്പോൾ.

"ആരുമില്ലേ ഇവിടെ?"

കുട്ടൻ വിറയാർന്ന ശബ്ദത്തിൽ ചോദിച്ചു.

ഒരു അനക്കവുമില്ല. കുറച്ചുകൂടി അടുത്തേക്കു നടന്നു. ചെറിയൊരു കല്ലെടുത്ത് വീടിനു നേരെ എറിഞ്ഞു.

"ആരെങ്കിലുമുണ്ടോ ഇവിടെ?"

വീടിന്റെ ഇടതുവശത്തിലൂടെ അവനൊന്നു നടന്നു. ജാലകമെല്ലാം അടച്ചിട്ടിരിക്കുകയാണ്. അതുകൊണ്ടു തന്നെ അകത്തേക്കു പാളിനോക്കാൻ കഴിയുന്നില്ല.

മ്യാവൂ.. വീടിന്റെ മുൻവശത്തു നിന്നൊരു പൂച്ച കരയുന്നതു കേട്ടു. കുട്ടൻ അങ്ങോട്ടേക്കോടി. പക്ഷേ, അവിടെ പൂച്ചയൊന്നുമില്ലായിരുന്നു.

മ്യാവൂ..

ഇപ്പോൾ വീടിന്റെ പുറകിൽ നിന്നായി ശബ്ദം. വീണ്ടും പേടിയായി. ഹൃദയമിടിപ്പിനു വേഗം കൂടി. കൂട്ടംതെറ്റിപ്പോയ ഒരു വവ്വാൽ അവന്റെ തലയ്ക്കു മുകളിലൂടെ പാറി.

"ഹമ്മേ..." അവൻ പേടിച്ചു നിലവിളിച്ചു. ഓടാൻ ശ്രമിച്ചിട്ടും കഴിയുന്നില്ല. കാലുകൾ കുഴയുന്നു. തൊണ്ടയിൽ നിന്നു ശബ്ദം പുറത്തേക്കു വരുന്നില്ല. അതവിടെ കിടന്നു ചിലമ്പിച്ചു. കണ്ണിൽ ഇരുട്ടുകയറുന്നതു പോലെ. വന്ന വഴിയേതാണെന്നുപോലും കുട്ടനോർക്കാൻ കഴിയുന്നില്ല.

വീടിന്റെ മുൻവാതിൽ തുറന്നിട്ടിരിക്കുകയാണെന്ന് അന്നേരമാണ് കുട്ടൻ ശ്രദ്ധിക്കുന്നത്. അല്ല, നേരത്തെ അത് അടഞ്ഞുകിടക്കുകയായിരുന്നു. അകത്തുനിന്നൊരു വെളിച്ചം പതുക്കെ നടന്നുവരുന്നതുപോലെ തോന്നി. അതൊരു തോന്നലായിരുന്നില്ല. വെളിച്ചം പതുക്കെ മുന്നോട്ടേക്കു വന്നു.

"ആരാ അത്?"

പെട്ടെന്നൊരു ശക്തി കുട്ടന്റെ കാലിൽ കയറി. അവൻ ഒന്നും നോക്കാതെ ഓടി. താനിപ്പോൾ പിടിയിലാകും. ഉറപ്പാണ്. തിരിഞ്ഞുനോക്കാൻ ധൈര്യമില്ല. കാലുകളിൽ മുള്ളുകൾ കോറുന്നത് അറിയുന്നില്ല. എങ്ങനെയോ വേലിക്കു മുകളിലൂടെ പുറത്തേക്കു ചാടി.

ആരോ എന്നെ പിടിക്കാൻ വരുന്നേയെന്ന് വിളിച്ചുപറയുന്നുണ്ടായിരുന്നു. എന്നാൽ ആ കരച്ചിൽ കേൾക്കാൻ അവിടെ ആരുണ്ടാകാൻ...

## അധ്യായം 8

പള്ളിക്കൂടത്തിനു മുന്നിലെ പാറക്കെട്ടിൽ കുട്ടൻ കിതപ്പോടെ ഇരുന്നു. ഓടി വന്ന ഭാഗത്തേക്കു തിരിഞ്ഞുനോക്കാൻ ധൈര്യമില്ല. പള്ളിക്കൂടത്തിൽ പോയി പറഞ്ഞാലോ...പക്ഷേ, തന്നെ ആരും വിശ്വസിക്കില്ല. പള്ളിക്കൂടത്തിൽ പോകാതെ തെണ്ടിനടക്കുന്നൊരു ചെക്കൻ വന്ന് എന്തോ പറയുകയാണെന്നേ എല്ലാവരും കരുതൂ. താൻ പറയുന്നത് ഒരാൾ വിശ്വസിക്കും. ശ്രീക്കുട്ടി. അവൾ പള്ളിക്കൂടം വിട്ടുവരുന്നതുവരെ കാത്തിരിക്കുക തന്നെ. രണ്ടുകാലുകളും നോവുന്നുണ്ട്. മുള്ളുകോറി കാലാകെ ചോരപൊടിയുകയാണ്. ഒരു ചെടിയുടെ ഇലയെടുത്തു ചോരയെല്ലാം തുടച്ചു. നല്ല നീറ്റലുണ്ട്. അമ്മായി ചോദിച്ചാൽ എന്തുപറയും എന്നായി അടുത്ത പേടി. നായയെ കണ്ട് ഓടിയതാണെന്നു പറഞ്ഞു തൽക്കാലം രക്ഷപ്പെടാം. ക്ഷീണം തോന്നിയപ്പോൾ അവിടെ ചുരുണ്ടുകൂടി കിടന്നു.

ആരായിരിക്കും ആ വീട്ടിനുള്ളിലുള്ളത്? വെളിച്ചം മാത്രമേ കണ്ടുള്ളൂ. വല്ല രാക്ഷസിമാരുമാകുമോ? ഒരു സ്ത്രീയുടെ ശബ്ദമാണ്. രാക്ഷസൻമാർക്കു പലശബ്ദത്തിലും സംസാരിക്കാൻ കഴിയുമല്ലോ. ഇങ്ങനെ ഇടിഞ്ഞു വീഴാറായ വീട്ടിലൊന്നും രാക്ഷസൻമാർ താമസിക്കില്ല. അവർ കൊട്ടാരത്തിലോ വലിയ കാട്ടിലോ മാത്രമേ താമസിക്കൂ. രാക്ഷസൻമാർ സദാസമയവും ഉറക്കമായിരിക്കും. തിന്നാൻ വേണ്ടി മാത്രമേ ഉണരുകയുള്ളൂ. രാക്ഷസിയാണെങ്കിൽ തന്നെ എപ്പഴോ പിടിച്ചു വിഴുങ്ങിയിരിക്കും.

വല്ല മന്ത്രവാദിനിയുമായിരിക്കുമോ? മന്ത്രവാദിയുടെ കൂടെയാണു പൂച്ചയും വവ്വാലുമൊക്കെയുണ്ടാകുക. മന്ത്രവാദിനിയാണെങ്കിൽ അന്നേരം തന്നെ മന്ത്രം ചൊല്ലി തന്നെ വല്ല കുരങ്ങനോ മുയലോ ആക്കേണ്ടതല്ലേ..

കുട്ടന്റെ മനസ്സിൽ മുഴുവൻ ആ ശബ്ദമായിരുന്നു. പ്രായമായൊരു സ്ത്രീയുടെ ശബ്ദം. അതു തന്റെ അടുത്തേക്കു തന്നെ വരുന്നതുപോലെ തോന്നി. കുട്ടൻ കണ്ണടച്ചു കിടന്നു.

"കുട്ടിമാമാ, ഇതെന്താ ഇവിടെ കിടക്കുന്നത്?"

"അയ്യോ, എന്നെ പിടിക്കാൻ വരുന്നേ..." കുട്ടൻ ആർത്തുവിളിച്ചു.

ശ്രീക്കുട്ടി മുന്നിൽ നിന്നു ചിരിക്കുകയാണ്. കൂടെ കൂട്ടുകാരികളുമുണ്ട്. കുട്ടന്റെ കരച്ചിൽ കേട്ട് അവരും പേടിച്ചു. പിന്നെ അവിടെയൊരു കൂട്ടച്ചിരിയായി. കുട്ടനു നാണംതോന്നി.

"ഇതെന്താ കുട്ടിമാമാ ഇങ്ങനെ. ആരാ പിടിക്കാൻ വരുന്നത്?"

കുട്ടൻ തലതാഴ്ത്തിയിരുന്നു.

"നിങ്ങൾ നടന്നോ, ഞാൻ കുട്ടിമാമ്മന്റെ കൂടെ വരാം"-ശ്രീക്കുട്ടി കൂട്ടുകാരോടു പറഞ്ഞു. അവരെല്ലാം ചിരിച്ചുകൊണ്ടു നടന്നുപോയി. അവർ കുട്ടനെ തിരിഞ്ഞുനോക്കുന്നുണ്ടായിരുന്നു.

"കുട്ടിമാമാ, അയ്യോ ചോര". കുട്ടന്റെ കാലിലേക്കു നോക്കി അവൾ പരിഭ്രമിച്ചു. മുറിവുകളിൽ നിന്നു ചോര കിനിയുന്നുണ്ട്.

"ഇതെന്തു പറ്റി? കുട്ടിമാമ്മൻ എവിടെയെങ്കിലും വീണോ?" അവൾ ഓരോന്നു ചോദിച്ചുകൊണ്ടിരുന്നു.

ഒരു ഇല പറിച്ചെടുത്തു കുട്ടൻ ചോര തുടച്ചു.

"എന്താ കുട്ടിമാമൻ ഒന്നും മിണ്ടാത്തത്? എന്താ പറ്റിയത്?" അവൾക്കു സങ്കടം വന്നു.

"ഒന്നുമില്ല. വാ നമുക്കു പോകാം". കുട്ടൻ എഴുന്നേറ്റു. അവൻ അവളുടെ കൈവശമുള്ള സഞ്ചി വാങ്ങിപ്പിടിച്ചു. കുട്ടൻ ഒന്നും മിണ്ടാതെ നടന്നു.

" ഞാനില്ല". കുട്ടൻ തിരിഞ്ഞു നോക്കിയപ്പോൾ ശ്രീക്കുട്ടി ചൊടിച്ചുകൊണ്ട് അവിടെ തന്നെ നിൽക്കുകയാണ്.

" എന്താ ശ്രീക്കുട്ടീ, വേഗം വാ'.

"ഞാനില്ല".

"അതെന്തേ, മഴ വരും. വേഗം പോകാം".

"ഞാനില്ല".

കുട്ടൻ അവളുടെ അടുത്തേക്കു ചെന്നു. ശ്രീക്കുട്ടി പിണങ്ങുന്നത് അവനിഷ്ടമല്ല. അവനോട് ആകെ ഇഷ്ടമുള്ള ഒരാളേ ഈ ഭൂമിയിലുള്ളൂ. അതു ശ്രീക്കുട്ടിയാണ്. അവൾ പിണങ്ങിയാൽ കുട്ടനു സങ്കടം വരും.

"എന്താ കുട്ടിമാമനു പറ്റിയത്? അതു പറയാതെ ഞാൻ വരില്ല".

"അയ്യേ, എനിക്കൊന്നും പറ്റിയില്ല. നീ നടക്കു ഞാനെല്ലാം പറയാം".

കുട്ടൻ അവളുടെ കൈ പിടിച്ചു വലിച്ചു. പിണക്കം വിടാതെ അവൾ അവനു പിന്നാലെ നടന്നു.

“ഞാൻ കഴിഞ്ഞദിവസം നിന്നോടു പറഞ്ഞിരുന്നില്ലേ കാട്ടിനുള്ളിലെ ചെറിയ വീടിനെക്കുറിച്ച്..അവിടെയെന്താണെന്നറിയാൻ പോയി നോക്കി..” കുട്ടൻ പതുക്കെ തുടങ്ങി. ആകാംക്ഷയോടെ ശ്രീക്കുട്ടി അവന്റെ അരികിലേക്കു നീങ്ങി നടന്നു. അവളുടെ മുഖത്തും പേടി പടരുന്നുണ്ടായിരുന്നു. കുട്ടന്റെ കൈയിൽ അവളുടെ പിടുത്തം മുറുകി.

## അധ്യായം 9

" ഒന്നും അമ്മായിയോടു പറയണ്ട. പറഞ്ഞാൽ പിന്നെ ശ്രീക്കുട്ടിയെ എന്റൂടെ വിടില്ല. ഞാൻ ഈ വീട്ടിൽ ഒറ്റയ്ക്കിരിക്കേണ്ടിവരും. നീ പറയോ?"

കുട്ടൻ അപേക്ഷാസ്വരത്തിൽ അവളോടു ചോദിച്ചു.

" ഇല്ല കുട്ടിമാമാ. ആരോടും പറയില്ല. ഇനി ആ വീട്ടിലേക്കു പോകണ്ട. എനിക്കുറപ്പാ അവർ മന്ത്രവാദ്യായിരിക്കും. വേറെയാർക്കാ ആ വീട്ടിൽ താമസിക്കാൻ ധൈര്യമുണ്ടാക്വ. അവരു മന്ത്രം ചൊല്ലി കുട്ടിമാമനെ കാക്കയോ പൂച്ചയോ ആക്കിയാൽ എന്താ ചെയ്യാ?"

"നീ പേടിക്കേണ്ട. അതൊക്കെ ഞാൻ വെറുതെ പറഞ്ഞതാ".

രണ്ടുപേരും ഒന്നും സംഭവിക്കാത്തതുപോലെ വീട്ടിലേക്കു കയറി. ഉത്തരം കിട്ടാത്ത പലതരം ചോദ്യങ്ങൾ അവരുടെ തലയിൽ നിറയുന്നുണ്ടായിരുന്നു. മന്ത്രവാദി കുട്ടിമാമ്മനെ പൂച്ചയാക്കിയാൽ എങ്ങനെയാ തിരിച്ചറിയുക എന്നായിരുന്നു ശ്രീക്കുട്ടിയുടെ പേടി. പൂച്ചയ്ക്ക് ആളുകളെ പോലെ സംസാരിക്കാൻ കഴിയില്ലല്ലോ. അപ്പോൾ ശ്രീക്കുട്ടീ എന്നു വിളിച്ചാൽ എനിക്കെങ്ങനെ മനസ്സിലാകും?

കാലിലെ മുറിവിൽ നോക്കി കുട്ടൻ പടിഞ്ഞാറ്റയിൽ തനിച്ചിരുന്നു. ശ്രീക്കുട്ടിയോട് അമ്മായി പള്ളിക്കൂടത്തിലെ വിശേഷങ്ങൾ ചോദിക്കുന്നുണ്ട്. അമ്മാവൻ രാത്രിയായിട്ടും വന്നിട്ടില്ല. ഈയിടെയായി വൈകിയാണെത്തുന്നത്. ശ്രീക്കുട്ടിയും താനും ഉറങ്ങിയ ശേഷം. വൈകിയെത്തുന്ന അമ്മാവനോട് അമ്മായി ദേഷ്യപ്പെടുന്നത് അവൻ അറിയാറുണ്ട്. എന്നാൽ ഒന്നും കേൾക്കാത്ത ഭാവത്തിൽ ഉറങ്ങിയപോലെ കിടക്കും.

കാലിലെ മുറിവുകൾ അമ്മായി കണ്ടിട്ടില്ല. ചോദിച്ചാൽ എന്താണു പറയേണ്ടതെന്നു ശ്രീക്കുട്ടിക്കു പറഞ്ഞുകൊടുത്തിട്ടുണ്ട്. പാടവരമ്പത്ത് നാറാണത്തുപ്രാന്തനെ കണ്ടപ്പോൾ ഓടി വീണതാണെന്നു പറയണം. കൈതമുള്ളുതറച്ചാണു മുറിവുണ്ടായത്. അപ്പോൾ അമ്മായിക്കു സംശയം തോന്നില്ല.

വീണ്ടും അവന്റെ ചിന്തകൾ ഒഴിഞ്ഞ ആ വീടിന്റെ പരിസരത്തേ

ക്കെത്തി. ആരായിരിക്കും ആ മുത്തശ്ശി?

"കുട്ടിമാമാ, ചോറുതിന്നാൻ വിളിക്കുന്നു".

ശ്രീക്കുട്ടി വിളിച്ചുപറഞ്ഞു. ഇതുവരെ അമ്മായി ഒന്നും അറിഞ്ഞിട്ടില്ല.

ഭക്ഷണം കഴിച്ചു കിടന്നിട്ടും രണ്ടുപേർക്കും ഉറക്കം വന്നില്ല. അച്ഛൻ വൈകിയെത്തിയതും അമ്മ കരയുന്നതുമെല്ലാം അവൾ കേൾക്കുന്നുണ്ടായിരുന്നു. അച്ഛൻ എന്തോ കുടിച്ചെന്നാണ് അമ്മ പറയുന്നത്. അതിന്റെ നാറ്റമുണ്ടത്രെ.

"ശ്രീക്കുട്ടീ, ഞാൻ നാളെ ഒരിക്കൽ കൂടി ആ വീട്ടിലേക്കു പോകും".

"വേണ്ട കുട്ടിമാമാ. അവരു കുട്ടിമാമ്മനെ പൂച്ചയാക്കും".

കുട്ടനും പേടിയായി. ഇനിയെങ്ങാനും പൂച്ചയാക്കിയാൽ ഞാനെങ്ങനെ ശ്രീക്കുട്ടിയുടെ അടുത്തേക്കു വരും. കുട്ടിമാമനാണ് ഈ പുച്ചയെന്ന് അവൾക്കു മനസ്സിലാകുമോ?

ആ ചിന്ത അവനെ ഉറക്കത്തിലേക്കു നയിച്ചു. പിറ്റേന്നു ശ്രീക്കുട്ടി എഴുന്നേൽക്കും മുൻപു തന്നെ കുട്ടന്റെ കുളിയെല്ലാം കഴിഞ്ഞു. പള്ളിക്കൂടത്തിലേക്കു പോകുമ്പോഴും അവൻ തിടുക്കംകൂട്ടി. എത്രയും വേഗം ശ്രീക്കുട്ടിയെ പള്ളിക്കൂടത്തിൽ വിട്ട് ആ വീട്ടിൽ പോയി നോക്കണം.

"കുട്ടിമാമാ അങ്ങോട്ടു പോകണ്ട. അവരു മന്ത്രവാദിയാ.." ശ്രീക്കുട്ടി സങ്കടത്തോടെ ഒരിക്കൽ കൂടി പറഞ്ഞുനോക്കി.

"അവരെങ്ങാനും എന്നെ പൂച്ചയാക്കിയാൽ ഞാൻ നിന്റെ അടുത്തേക്കു വരും. അപ്പോൾ ഞാനാണു പൂച്ചയെന്നു നീ ഉറപ്പിക്കണം". കുട്ടൻ അവളെ പള്ളിക്കൂടത്തിലേക്കു വിട്ടു തിരിച്ചുനടന്നു.

വിജനമായ ആ വഴിയിൽ പേടി അവന്റെ കൂട്ടിനെത്തി. ഓരോ ഇല അനങ്ങുന്നതും കുട്ടൻ അറിയുന്നുണ്ടായിരുന്നു. വേലിക്കിടയിലൂടെ കുട്ടൻ അകത്തേക്കു നൂണ്ടുകയറി. പതിവുപോലെ വീട്ടിൽ നിന്ന് അനക്കമൊന്നും കേട്ടില്ല. പുറത്തെ വാതിൽ അടച്ചിട്ടിരിക്കുന്നു. അവൻ പതുക്കെ വാതിലൊന്നു തള്ളിനോക്കി. ഇല്ല തുറക്കാൻ സാധിക്കുന്നില്ല. മന്ത്രവാദി വല്ല മാന്ത്രികപൂട്ടുമിട്ടു പൂട്ടിയതായിരിക്കും. ഇനി ഈ വീട്ടിൽ വല്ല രാജകുമാരിമാരെയും മന്ത്രവാദി തട്ടിക്കൊണ്ടുവന്നു താമസിപ്പിക്കുന്നുണ്ടാകുമോ? കാതുകൂർപ്പിച്ചു കുട്ടൻ വീടിനു ചുറ്റും നടന്നു. ഒരു ശബ്ദവും അവന്റെ കാതുകൾക്കു തിരിച്ചറിയാൻ സാധിച്ചില്ല. ജനലുകളെല്ലാം അടഞ്ഞുകിടക്കുകയാണ്. വീണ്ടും മുന്നിലെത്തിയപ്പോൾ കുട്ടൻ അത്ഭുതപ്പെട്ടുപോയി. വാതിൽ മലർക്കെ തുറന്നിട്ടിരിക്കുന്നു. അവന്റെ ഉള്ളിലെ മിടിപ്പ് ഇരട്ടിയായി. എന്തു ചെയ്യണം? അകത്തേക്കു കട

Smitha

ക്കണോ അതോ ഓടി രക്ഷപ്പെടണമോ? ഒരു തീരുമാനമെടുക്കാനാവാതെ അവൻ കുഴങ്ങി.

പെട്ടെന്നൊരു കൈ അവന്റെ തോളിൽ പതിച്ചു. പിന്നെയൊന്നും ഓർമ്മയുണ്ടായില്ല.

മുഖത്തു വെള്ളം വീണപ്പോൾ കുട്ടൻ ഞെട്ടിയുണർന്നു.“ അയ്യോ എന്നെ കൊല്ലുന്നേ.. ഓടി വരണേ, രക്ഷിക്കണേ...” അവൻ ഉറക്കെ വിളിച്ചുപറഞ്ഞു. എന്നാൽ നേർത്തൊരു ശബ്ദം മാത്രമേ തൊണ്ടയിൽ നിന്നു പുറത്തേക്കു വന്നുള്ളൂ.

“ അപ്പോൾ നീയാണല്ലേ കുറച്ചുദിവസമായി ഇവിടെ പാത്തും പതുങ്ങിയും നടക്കുന്നത് ”- മുന്നിൽ നിൽക്കുന്ന മുത്തശ്ശിയുടെ ചോദ്യം കേട്ടതോടെ അവൻ വീണ്ടും കരഞ്ഞു.

“അയ്യോ, എന്നെ പൂച്ചയാക്കുന്നേ.. രക്ഷിക്കണേ...”

“പൂച്ചയോ.. ആരാ നിന്നെ പൂച്ചയാക്കുന്നത്? അതൊന്നു കാണണമല്ലോ.”

“ങ്ങ്ള് മന്ത്രവാദിയാ. ങ്ങ്ളെന്നെ പൂച്ചയാക്കും.. ഞാനൊരു പാവമാ. എന്നെ വിടൂ. ഞാൻ പോകട്ടെ”.

“മന്ത്രവാദിയോ?” പല്ലില്ലാത്ത മോണ കാട്ടി അവർ ചിരിച്ചു.“ ആരാ മോനോട് ഇതൊക്കെ പറഞ്ഞത്?”

“മന്ത്രവാദിയല്ലേ ഒറ്റയ്ക്ക് ഇതുപോലെയുള്ള ഇടിഞ്ഞുപൊളിഞ്ഞ വീട്ടിൽ താമസിക്കുക”.

“മുത്തശ്ശിക്ക് ആരുമില്ല. ഒറ്റയ്ക്കാ കഴിയുന്നത്. അതോണ്ടല്ലേ വീടൊക്കെ പൊളിഞ്ഞു കിടക്കുന്നത്. മുത്തശ്ശിയുടെ മക്കളൊക്കെ മരിച്ചുപോയി”.

കുട്ടൻ എഴുന്നേറ്റിരുന്നു. അവർ പറയുന്നതൊന്നും കുട്ടൻ വിശ്വസിച്ചില്ല. അവന്റെ ഹൃദയമിടിപ്പു മുത്തശ്ശി കേൾക്കുന്നുണ്ടായിരുന്നു.

“മോനെന്തിനാ പേടിക്കുന്നത്? ഞാൻ ഒന്നും ചെയ്യില്ല. മുത്തശ്ശിയുടെ വീട്ടിലേക്ക് ആദ്യമായിട്ടാ ഒരു കുട്ടി വരുന്നത്. ഇവിടെ കളിക്കാനൊന്നും ആരുമുണ്ടാകില്ല. നീയെന്തിനാ ഇവിടെ വന്നത്?”

“വെറുതെ വന്നതാ. എനിക്കു പോണം..” കുട്ടൻ വിക്കി വിക്കി പറഞ്ഞു.

“വെറുതെ ഈ കാട്ടിലെ വീട്ടിലേക്ക് ആരെങ്കിലും വരോ”.

“ ശ്രീക്കുട്ടിയെ പള്ളിക്കൂടത്തിലാക്കിയിട്ടു വെറുതെ നിന്നപ്പോൾ ഇതിലൂടെയൊക്കെ നടന്നു. അങ്ങനെയാ ഈ വീടുകണ്ടത്. ആരാ ഈ കാട്ടിലെ വീട്ടിൽ കഴിയുന്നതെന്നറിയാൻ വന്നുനോക്കിയതാ. ഇനി വ

രില്ല. ഞാൻ പോകട്ടെ..”

“മുത്തശ്ശി മനുഷ്യന്മാരെ കണ്ടിട്ടു നാളേറെയായി. മോൻ പേടിക്കണ്ട. ഇവിടെയാരും വരില്ല. നീ പേടിക്കുന്നതുപോലെ ഞാൻ മന്ത്രവാദിയൊന്നുമല്ല. നിന്റെ വീടെവിടെയാ?” മുത്തശ്ശി അവനോടു ഓരോന്നു ചോദിച്ചുകൊണ്ടിരുന്നു. ഓരോ ഉത്തരം നൽകുമ്പോഴും കുട്ടന്റെ പേടി ആഴം കുറഞ്ഞുവന്നു.

“അച്ഛനും അമ്മയുമില്ലാത്ത കുട്ടികൾക്കും അറിവു വേണ്ടേ.. നിന്റെ അമ്മായി ആളു കൊള്ളാമല്ലോ..”

“നിനക്കെന്താ കഴിക്കാൻ വേണ്ടത്?”

“ഒന്നും വേണ്ട. ഭക്ഷണം തന്ന് എന്നെ പൂച്ചയാക്കാനല്ലേ. എനിക്കൊന്നും വേണ്ട”.

കുട്ടന്റെ മറുപടി കേട്ടു മുത്തശ്ശി ഉറക്കെ ചിരിച്ചു. അവർ അവന്റെ കൈ പിടിച്ച് അത്തേക്കു നടന്നു. പേടിയോടെയാണു കുട്ടൻ അകത്തേക്കു പോയത്.

“ഏതു മുറിയിലാ രാജകുമാരിയെ ചങ്ങലയ്ക്കിട്ടിരിക്കുന്നത്?”

“ രാജകുമാരിയോ?”

“അതെ, ങ്ങ്ള് തട്ടിക്കൊണ്ടുവന്ന രാജകുമാരി. അവളും എന്നെ പോലെ പാവമല്ലേ”.

“എന്റെ മോനേ, ഞാനും പാവമാ. രാജകുമാരിയെ പോയിട്ടു നിന്റെ ശ്രീക്കുട്ടിയെ തട്ടിക്കൊണ്ടുവരാൻ പോലും എനിക്കു കഴിയില്ല. ഓരോരോ കഥകൾ കേട്ടു കുട്ടികൾക്കുണ്ടാകുന്ന ചിന്തകൾ..”

മുത്തശ്ശി അവനെ അകത്തെ മുറികളെല്ലാം കൊണ്ടുപോയി കാണിച്ചു.

“ നോക്ക്, ഇവിടെയെവിടെയെങ്കിലും ആരെങ്കിലും ഉണ്ടോ?”

“ഇല്ല”.

“ ഇപ്പോൾ വിശ്വാസമായില്ലേ, മുത്തശ്ശി പാവമാണെന്ന്”.

അവർ അവനെ അടുക്കളയിലേക്കു കൂട്ടിക്കൊണ്ടുപോയി. മഞ്ഞനിറത്തിലുള്ള ഒരു പഴം അവനു സമ്മാനിച്ചു.

“ നീ പേടിക്കേണ്ട, ഇതുകഴിച്ചാൽ പൂച്ചയൊന്നും ആകില്ല. നിന്റെ വിശപ്പുമാറും. കുറേ പേടിച്ചു കരഞ്ഞതല്ലേ. വിശപ്പും ക്ഷീണവുമൊക്കെ മാറട്ടെ.

കുട്ടൻ പേടിയോടെ ആ പഴമൊന്നു കടിച്ചു. നല്ല രുചി. അവൻ സാവധാനം പഴം കഴിക്കാൻ തുടങ്ങി.

അന്നേരമാണു പുറത്തുനിന്ന് ഒരു തത്തയുടെ ശബ്ദം കേട്ടത്.

“അതു പവിഴമാ. എന്റെ വളർത്തു തത്ത. നീ പഴം കഴിക്കുന്നത് അ

വൾ കൂട്ടിലിരുന്ന് അറിഞ്ഞിട്ടുണ്ട്".

തത്തയോ? ഇത്രയും നേരം പുറത്തുനിന്നപ്പോഴും താൻ ഒന്നും കണ്ടില്ലല്ലോ? കുട്ടൻ അത്ഭുതപ്പെട്ടു. പകുതി തിന്ന പഴം അവൻ അവിടെ വച്ചു. മുത്തശ്ശി തട്ടിക്കൊണ്ടുവന്ന രാജകുമാരിയെ തത്തയാക്കി കൂട്ടിലടച്ചിരിക്കുകയാ. പേടി ഒരു മിന്നൽ പോലെ അവന്റെ ശരീരത്തിലേക്കു പാഞ്ഞുകയറി. കുട്ടനു ശബ്ദം പുറത്തുവരാതെയായി. ഏതു നിമിഷവും ഞാനൊരു പൂച്ചയാകും.

മ്യാവൂ...അവൻ പൂച്ചയുടെ കരച്ചിൽ കേട്ടു. മ്യാവൂ എന്ന് അവനും പറഞ്ഞുനോക്കി. പിന്നിലൊരു വാലു വളർന്നുവരുന്നതുപോലെ കുട്ടനു തോന്നു. അവന്റെ കൈ പിന്നിലേക്കു നീണ്ടു.

## അധ്യായം 10

ഒരു പൂച്ച ഓടി വരുന്നതു ശ്രീക്കുട്ടി കണ്ടു. ഗുരുനാഥൻ പറയുന്ന തൊന്നും അവൾ അറിഞ്ഞിരുന്നില്ല. കുട്ടിമാമൻ പൂച്ചയായി മാറി കര ഞ്ഞുവരുന്നുണ്ടോ എന്നായിരുന്നു അവൾ ശ്രദ്ധിച്ചുകൊണ്ടിരുന്നത്. ര ണ്ടുതവണ ഗുരുനാഥൻ അവളെ ചീത്ത പറഞ്ഞു. പക്ഷേ, എന്നിട്ടും അവളുടെ ശ്രദ്ധ മാറിയില്ല. പൂച്ചയായി വന്നാൽ കുട്ടിമാമനെ എങ്ങനെ തിരിച്ചറിയും? അച്ഛനോടും അമ്മയോടും എങ്ങനാ കുട്ടിമാമൻ പൂച്ചയാ യ കാര്യം പറയുക? ആരാ കുട്ടിമാമനെ ഇനി പഴയതു പോലെയാക്കു ക? ഇതൊക്കെയായിരുന്നു അവളുടെ മനസ്സിനെ കുഴക്കിക്കൊണ്ടിരുന്നത്.

"അയ്യോ, പൂച്ച.." അവൾ കൂട്ടുകാർക്കിടയിലിരുന്നുകൊണ്ട് ഉറക്കെ ആർത്തുവിളിച്ചു.

പെട്ടെന്ന് എല്ലാവരും പുറത്തേക്കു നോക്കി. ഒരു വെളുത്തപൂച്ച പ തുക്കെ അതിലൂടെ നടന്നുപോകുന്നുണ്ടായിരുന്നു. കൂട്ടുകാരൊക്കെ ഉറക്കെ ചിരിച്ചു. ശ്രീക്കുട്ടി ആദ്യമായി പൂച്ചയെ കാണുന്നതുപോലെയാ യിരുന്നു ആർത്തുവിളിച്ചത്. ഗുരുനാഥനു ദേഷ്യം വന്നു. അദ്ദേഹം അവ ളെ വീണ്ടും ചീത്ത പറഞ്ഞു.

ശ്രീക്കുട്ടിക്കു സങ്കടം വന്നു. അവൾ പൂച്ചയെ തുറിച്ചുനോക്കി. അതു തന്നെയാണോ നോക്കുന്നത്. അവൾക്കു ഗുരുനാഥന്റെ മുന്നിൽ നിന്നു പൂച്ചയുടെ അടുത്തേക്ക് ഓടാൻ  തോന്നി. എന്നാൽ എഴുന്നേൽക്കാൻ സാധിച്ചില്ല. കുട്ടികളെയൊക്കെ അലസമായൊന്നു നോക്കി പൂച്ച തിരിച്ചു പോയി. ഇല്ല അതു കുട്ടിമാമനല്ല. ഹാവൂ. ആശ്വാസമായി. പക്ഷേ, ഏ തുസമയത്തും കുട്ടിമാമനൊരു പൂച്ചയായി എത്തുമെന്ന് അവൾക്കുറ പ്പായിരുന്നു.

ഇതേസമയം കുട്ടൻ മുത്തശ്ശിക്കരികിൽ ശ്വാസം പിടിച്ചിരിക്കുകയാ യിരുന്നു.

"എന്താ മോനേ, പഴം കഴിക്കാത്തത്?" മുത്തശ്ശി ചോദിച്ചപ്പോഴാണ് അവന്റെ ശ്രദ്ധ തിരിച്ചെത്തിയത്.

"കൂട്ടിലുള്ളത് എവിടുത്തെ രാജകുമാരിയാ?" കുട്ടൻ പേടിയോടെ

ചോദിച്ചു.

"രാജകുമാരിയോ? ഇവൾ പവിഴമല്ലേ. ഞാൻ വളർത്തുന്ന പവിഴം". മുത്തശ്ശി പവിഴത്തെ കുട്ടനു മുന്നിൽ വച്ചു. കുട്ടന്റെ സാന്നിധ്യം ഇഷ്ടമായില്ലെന്ന് അവൾ മുത്തശ്ശിയെ അറിയിച്ചു.

"ഇവൻ പാവമാ. അച്ഛനും അമ്മയുമൊന്നുമില്ല, നിന്നെപ്പോലെ. അവന്റെ അമ്മാവനും അമ്മായിയും പള്ളിക്കൂടത്തിൽ പോലും പോകാൻ അനുവദിക്കുന്നില്ല. നീയവനോട് എന്തെങ്കിലും ചോദിക്ക്"- മുത്തശ്ശി പവിഴത്തോടു പറഞ്ഞു. പവിഴം പതുക്കെ നടന്നു കുട്ടന്റെ മടിയിൽ കയറിയിരുന്നു. കുട്ടന്റെ കൈയ്ക്ക് അവളൊരു ഉമ്മ കൊടുത്തു. ഇക്കിളിയായപ്പോൾ കുട്ടൻ കൈ വലിച്ചു. അവൾ കുട്ടന്റെ തോളിലേക്കു കയറാൻ ശ്രമിച്ചു പരാജയപ്പെട്ടു.

"ഇവൾക്കെന്താ ഒരു ചിറകില്ലേ?' കുട്ടൻ ചോദിച്ചു.

മുത്തശ്ശി പവിഴത്തെ എടുത്തു കുട്ടന്റെ ചുമലിൽ വച്ചു. പവിഴം ചുവന്ന ചുണ്ടുകൊണ്ടു കുട്ടന്റെ കവിളിൽ ഉമ്മവച്ചു. കുട്ടൻ അവളെ പതുക്കെ മടിയിൽ വച്ചു.

"നീയെന്താ ചോദിച്ചതു പവിഴം എവിടുത്തെ രാജകുമാരിയാണെന്നല്ലേ? ഇവൾ രാജകുമാരായായിരുന്നില്ല. രാജകുമാരിയെ രക്ഷിച്ച പവിഴമാ. അതുകൊണ്ടാ അവളുടെ ഒരു ചിറകു നഷ്ടമായത്".

"രാജകുമാരിയെ രക്ഷിക്കുകയോ?" കുട്ടന്റെ മുഖം അത്ഭുതത്താൽ വിടർന്നു.

"അതെ, അതൊരു വലിയ കഥയാ. കേൾക്കാൻ താൽപര്യമുണ്ടെങ്കിൽ പറയാം".

കുട്ടൻ മുത്തശ്ശിക്കരികിലേക്കു നീങ്ങിയിരുന്നു. മുത്തശ്ശി ഒരു പഴമെടുത്തു പവിഴത്തിനു കൊടുത്തു. അവൾ അതും കൊത്തി കൂട്ടിലേക്കു കയറി.

"പണ്ട്, പെരുമ്പാടവപുരം എന്ന രാജ്യത്ത് അതിസുന്ദരിയായ ഒരു രാജകുമാരിയുണ്ടായിരുന്നു. സൂര്യപുത്രി എന്നായിരുന്നു അവളുടെ പേര്. യശസേന രാജാവിന്റെ ഏക മകളായിരുന്നു സൂര്യപുത്രി. സൂര്യൻ ഉദിച്ചുവരുമ്പോഴുള്ള നിറമായിരുന്നു അവൾക്ക്. അതുകൊണ്ടാണു സൂര്യപുത്രി എന്നുപേരിട്ടത്.." മുത്തശ്ശി കഥ തുടങ്ങി. തനിക്കു ചുറ്റുമുള്ളതെല്ലാം കുട്ടൻ മറന്നു.

"സുന്ദരിയായ സൂര്യപുത്രി ബുദ്ധിയിലും എല്ലാവരേക്കാളും മുന്നിലായിരുന്നു. അന്യരാജ്യങ്ങളിൽ നിന്നായിരുന്നു അവളെ പഠിപ്പിക്കാൻ ഗുരുക്കന്മാരെത്തിയിരുന്നത്.

സൂര്യപുത്രിയുടെ സൗന്ദര്യവും ബുദ്ധിയും അറിഞ്ഞ അയൽരാജാക്കന്മാരെല്ലാം അവളെ സ്വന്തമാക്കാൻ ആഗ്രഹിച്ചു. ചിലർക്കു സ്വന്തം മക്കളെക്കൊണ്ട് അവളെ വിവാഹം കഴിപ്പിക്കാനായിരുന്നു ആഗ്രഹം.

മകൾക്കു വിവാഹപ്രായമായപ്പോൾ രാജാവു സ്വയംവരം നടത്താൻ തീരുമാനിച്ചു. എല്ലാരാജ്യത്തേക്കും വിവരം അറിയിച്ചുകൊണ്ടു ദൂതൻമാർ പാഞ്ഞു. കഴിവും സൗന്ദര്യവും ധനവുമുള്ള യുവരാജാവിനായിരിക്കും മകളെ കൊടുക്കുകയെന്നു യശസേനൻ അറിയിച്ചു.

അങ്ങനെ സ്വയംവരത്തിന്റെ നാൾ അടുത്തു. പെരുമ്പാടവപുരത്ത് അതിന്റെ ഒരുക്കങ്ങൾ പൂർത്തിയായി. താൻ ആരുടെ കഴുത്തിൽ വരണമാല്യം അണിയിക്കുമെന്നോർത്തു സൂര്യപുത്രിക്കു സ്വയംവരത്തിന്റെ തലേദിവസം ഉറങ്ങാൻ കഴിഞ്ഞില്ല. രാത്രിയുടെ അന്ത്യയാമത്തിലാണ് അവൾ ഉറക്കത്തിലേക്കു വഴുതിവീണത്.

“ അയ്യോ, രാജകുമാരിയെ കാണാനില്ല”-തോഴിമാരുടെ കരച്ചിൽ കേട്ടാണു പെരുമ്പാടവപുരം കൊട്ടാരം അടുത്തദിവസം ഉണർത്തത്. രാജാവും പത്നി തങ്കപ്രഭയും മകളുടെ പള്ളിയറയിലേക്ക് ഓടിയെത്തി. സൂര്യപുത്രി അവിടെയെങ്ങുമില്ലായിരുന്നു.

സ്വയംവരത്തിനായി രാജാക്കന്മാരെല്ലാം എത്തിക്കൊണ്ടിരുന്നു. രാജകുമാരിയെ കാണാനില്ലെന്ന വാർത്തയറിഞ്ഞു ചിലർ മടങ്ങിപ്പോയി. ചിലർക്കു കോപം വന്നു. യശസേനൻ തങ്ങളെ ക്ഷണിച്ച് അപമാനിക്കുകയാണെന്ന് അവർ കരുതി. യശസേനനെ വധിച്ചേ മടങ്ങൂ എന്നായി ചിലർ. താൻ ക്ഷണിച്ച് എത്തിയ രാജാക്കന്മാരോടെല്ലാം യശസേനൻ ക്ഷമ ചോദിച്ചു. രാജകുമാരിയെ കാണാനില്ലെന്ന കാര്യം അദ്ദേഹം സങ്കടത്തോടെ അറിയിച്ചു. രാജകുമാരിയെ രക്ഷിക്കുന്നവർക്കു രാജ്യം മുഴുവൻ നൽകാമെന്ന് അദ്ദേഹം ഉറപ്പുനൽകി. രാജകുമാരിയെ കണ്ടെത്തി അവളെ രക്ഷിച്ച ആൾക്ക് വിവാഹം ചെയ്തുകൊടുത്താൽ കിരീടം അഴിച്ചുവച്ച് താനും ഭാര്യയും തപസ്സിനു പോകുമെന്ന് രാജാവു പ്രഖ്യാപിച്ചപ്പോൾ എല്ലാവരും അതു വിശ്വസിച്ചു. എത്രയും പെട്ടെന്നു രാജകുമാരിയെ കണ്ടെത്താൻ പലരും പലദിക്കിലേക്കായി തേരുതെളിച്ചു.

പക്ഷേ, ദിവസങ്ങൾ കഴിഞ്ഞിട്ടും ആരും സൂര്യപുത്രിയുമായി മടങ്ങിയെത്തിയില്ല. മകൾക്ക് എന്താണു പറ്റിയതെന്ന് ഒരു സൂചനയും കിട്ടാതെ രാജാവ് വലഞ്ഞു. തങ്കപ്രഭ ഭക്ഷണം കഴിച്ചിട്ടു ദിവസങ്ങളായി. ഇങ്ങനെ പോയാൽ മകളെ കണ്ടെത്താതെ തന്നെ താനും ഭാര്യയും കാട്ടിലേക്കു പോകേണ്ടിവരുമെന്നു രാജാവ് ഭയന്നു.

അദ്ദേഹം കൊട്ടാരത്തിലെ ജോത്സ്യനെ വിളിച്ചു. രാജകുമാരി ഏതു

ദിക്കിലാണുള്ളതെന്നു നോക്കാൻ പറഞ്ഞു. ജോത്സ്യൻ വെറ്റിലവച്ചു നോക്കിയിട്ടും സൂചനയൊന്നും ലഭിച്ചില്ല. ഇനിയെന്തു ചെയ്യുമെന്നു രാജാവു കൈമലർത്തി ചോദിച്ചപ്പോൾ ജോത്സ്യൻ പറഞ്ഞു- ഏഴു സമുദ്രവും ഏഴു മലകളും കടന്നു ചെന്നാൽ കൊന്നക്കാട്ടിൽ ഒരു മുത്തശ്ശിയുണ്ടാകും. ആ മുത്തശ്ശിക്കു ദിവ്യമായ ഒട്ടേറെ കഴിവുകളുണ്ട്. അവരെ കണ്ടു സങ്കടം പറഞ്ഞാൽ ചിലപ്പോൾ രാജകുമാരിയെ കണ്ടെത്താൻ സാധിച്ചേക്കും.

അങ്ങനെ യശസേനൻ ഏഴുമലകളും ഏഴു സമുദ്രങ്ങളും താണ്ടി എന്റെ അരികിലെത്തി"- മുത്തശ്ശി പറഞ്ഞുനിർത്തി.

കുട്ടനു നാവുപൊങ്ങുന്നില്ല. തൊണ്ടയെല്ലാം വരണ്ടതുപോലെ.

"മുത്തശ്ശിക്കരികിലോ?"

"അതേ, എന്റെ അരികിൽ തന്നെ".

"എന്നിട്ട്?"

"എടാ കുറുമ്പാ. അങ്ങനെ ഒറ്റയടിക്ക് എല്ലാം പറയാൻ പറ്റില്ല. ഇനി നാളെ. നീ ശ്രീക്കുട്ടിയെ പള്ളിക്കൂടത്തിൽ വിട്ടു നാളെ വാ. എന്നിട്ടു നമുക്കു സൂര്യപുത്രിയുടെയും പവിഴത്തിന്റെയും കഥപറയാം.

## അധ്യായം 11

" കുട്ടിമാമാ, ഇതൊക്കെ സത്യമാണോ? ശ്രീക്കുട്ടിക്ക് ഒന്നും വിശ്വസിക്കാൻ കഴിഞ്ഞില്ല. ഏഴു കടലും മലയുംതാണ്ടി രാജാവു വന്നെന്നോ?"

" അതെ, മുത്തശ്ശി അങ്ങനെ നുണയൊന്നും പറയില്ല".

"മുത്തശ്ശിക്ക് അങ്ങനെ കഴിവുണ്ടായിട്ടും കുട്ടിമാമ്മനെ എന്താ പൂച്ചയാക്കാതിരുന്നേ?"

"എടീ ഞാൻ പൂച്ചയാകാഞ്ഞിട്ടു നിനക്കെന്താ ഇത്ര ദെണ്ണം?" കുട്ടനു ദേഷ്യം പിടിച്ചു.

"അതെല്ല കുട്ടിമാമാ. ഈ മുത്തശ്ശിയെങ്ങനെയാകും രാജകുമാരിയെ രക്ഷിച്ചിട്ടുണ്ടാകുക?" ശ്രീക്കുട്ടിക്ക് ഒരു മനസ്സമധാനാവും ഇല്ലാതായി.

" എന്താടീ, രണ്ടും മോന്തിയായിട്ടും വർത്താനം പറഞ്ഞിരിക്കുകയാ. വേഗം പോയി ചോറുണ്ണാൻ നോക്ക്". അകത്തു നിന്നു മീനാക്ഷി വിളിച്ചു ചോദിച്ചു. അതോടെ രണ്ടുപേരും സംസാരം നിർത്തി. ഉറങ്ങാൻ കിടന്നിട്ടും ശ്രീക്കുട്ടിയുടെ സംശയം തീർന്നില്ല. പാവം രാജകുമാരി.അവൾക്കെന്തായിരിക്കും സംഭവിച്ചിട്ടുണ്ടാകുക?

ശ്രീക്കുട്ടിയെ പള്ളിക്കൂടത്തിൽ വിട്ടു കുട്ടൻ മുത്തശ്ശിയുടെ വീട്ടിലേക്കു വേഗം നടന്നു. നടക്കുകയായിരുന്നില്ല. ചെറുതായി ഓടുകയായിരുന്നു. പള്ളിക്കൂടത്തിലേക്കു രണ്ടുപേരും വന്നതും വളരെ വേഗത്തിലായിരുന്നു. പുലർച്ചെ എഴുന്നേറ്റു കുളിച്ചതും നേരത്തെ പള്ളിക്കൂടത്തിലേക്ക് ഇറങ്ങിയതും അമ്മായിക്ക് എന്തോ സംശയം ഉണ്ടാക്കിയിട്ടുണ്ടെന്നു കുട്ടനു തോന്നിയിരുന്നു. അമ്മായി അറിഞ്ഞാൽ എല്ലാം തീർന്നു. പിന്നെ പള്ളിക്കൂടത്തിലേക്കു ശ്രീക്കുട്ടിയും താനും വരില്ലെന്ന് അവനുറപ്പായിരുന്നു.

"ഇന്നു നേരത്തെ വന്നല്ലോ?" കുട്ടനെ ദൂരത്തുനിന്നു കണ്ടപ്പോൾ തന്നെ മുത്തശ്ശി പറഞ്ഞു. അവൻ അൽപം കിതപ്പോടെ മുത്തശ്ശിയുടെ അരികിൽ ഇരുന്നു.

"എനിക്കറിയാം നീ നേരത്തെ വരുമെന്ന്". മുത്തശ്ശി അവനു ചെറിയൊരു അപ്പം കൊടുത്തു. പേടിമാറാതെയാണു കുട്ടൻ അതു കഴിച്ചത്.

അത്രയും രുചിയുള്ളൊരു ഉണ്ണിയപ്പം അവൻ ഇതുവരെ കഴിച്ചിരുന്നില്ല.

"പേടിക്കേണ്ട, നീ പൂച്ചയൊന്നും ആകില്ല". കുട്ടൻ ഒന്നും മിണ്ടിയില്ല.

" രാജകുമാരിയെ പവിഴം രക്ഷിച്ച കഥ കേൾക്കണ്ടേ?" കുട്ടന്റെ മുഖത്തെ ആകാംക്ഷ തിരിച്ചറിഞ്ഞു മുത്തശ്ശി ചോദിച്ചു.

കുട്ടൻ തലയാട്ടി അരികിലേക്കു നീങ്ങിയിരുന്നു.

"യശസേന രാജാവും പത്നി തങ്കപ്രഭയും ചെറിയൊരു സംഘത്തോടൊപ്പം എന്നെ കാണാനെത്തി". മുത്തശ്ശിയുടെ മുഖഭാവം മാറുന്നതു കുട്ടൻ കണ്ടു.

" പെരുമ്പാടവപുരത്ത് എന്തെല്ലാമുണ്ടു വിശേഷം മഹാരാജൻ? എന്റെ ചോദ്യത്തിനു മുന്നിൽ യശസേനൻ മൗനംപൂണ്ടു. രാജാവു കൊണ്ടുവന്ന സമ്മാനങ്ങൾ ഭടന്മാർ നിരത്തിവച്ചു.

എനിക്കെന്തിനാ മഹാരാജാവേ സ്വർണവും രത്നങ്ങളുമെല്ലാം. അങ്ങയുടെ മകൾ സൂര്യപുത്രിയെ കണ്ടെത്തുക എന്റെയും ആവശ്യമല്ലേ?

എന്റെ ചോദ്യം കേട്ടു രാജാവും പരിവാരങ്ങളും ഞെട്ടിപ്പോയി.

ഏഴു കടലും കരയും താണ്ടിയാണ് ഞങ്ങൾ വരുന്നത്. അപ്പോഴേക്കും സൂര്യപുത്രിയെ കാണാതായ സംഭവം മുത്തശ്ശി അറിഞ്ഞോ? പറയൂ, അങ്ങ് സാധാരണ ഒരാളല്ല. ആരാണു നിങ്ങൾ? രാജാവു ചോദിച്ചു.

ഞാൻ വലിയൊരു കിണ്ണവുമായി അകത്തുനിന്നു വന്നു. മരതകനിറത്തിലുള്ള അതിലെ വെള്ളത്തിലേക്കു നോക്കാൻ രാജാവിനോടു പറഞ്ഞു. കിണ്ണത്തിലേക്കു നോക്കിയതും രാജാവു ഞെട്ടിപ്പോയി. സൂര്യപുത്രിയതാ ഏതോ കട്ടിലിൽ ബന്ധനസ്ഥയായി കിടക്കുന്നു.

മോളേ.. രാജാവ് ഉറക്കെ വിളിച്ചു. കിണ്ണത്തിലേക്കു നോക്കിയ രാജപത്നിക്കും തലകറങ്ങി. ക്ഷീണിച്ച് അവശയായി കിടക്കുന്ന മകളെ കാണാനുള്ള ത്രാണി അവർക്കില്ലായിരുന്നു.

രാജാവു മുത്തശ്ശിയുടെ മുഖത്തേക്കു നോക്കി.

സൂര്യപുത്രിയുടെ സ്വയംവരത്തിന് കൊട്ടാരത്തിലേക്ക് ആദ്യം എത്തിയത് ആരായിരുന്നു? എന്റെ ചോദ്യം കേട്ടു രാജാവു കുറച്ചുനേരം ചിന്തിച്ചു.

കിഴക്കേപുരത്തെ അഗ്നിപുത്ര രാജകുമാരൻ.

കിണ്ണത്തിലേക്ക് ഒന്നുകൂടി നോക്കൂ. ഞാൻ പറഞ്ഞു.

രാജാവു നോക്കിയപ്പോൾ ഒരു ചെറുപ്പക്കാരൻ വലിയൊരു മരത്തിൽ തലകീഴായി തൂങ്ങിക്കിടക്കുന്നു.

ആ കാണുന്നതാണു നിങ്ങൾ പറഞ്ഞ യഥാർഥ അഗ്നിപുത്ര രാജ

കുമാരൻ. കൊട്ടാരത്തിലേക്കു വന്നതു രക്ഷാസുരനും പരിവാരങ്ങളുമായിരുന്നു. രാജകുമാരിയെ കണ്ടു മോഹിച്ച അയാൾ അന്നുരാത്രി അവളെ മയക്കിക്കിടത്തി കൊട്ടാരത്തിലേക്കു കൊണ്ടുവരികയായിരുന്നു. തന്നെ വിവാഹം കഴിക്കാൻ കൂട്ടാക്കാതിരുന്ന സൂര്യപുത്രിയെ അയാൾ ബന്ധനത്തിലാക്കിയിരിക്കുകയാണ്.

എനിക്കെന്റെ മോളെ രക്ഷിക്കണം. അതിനെന്തുവേണമെങ്കിലും ചെയ്യാം- രാജാവ് അഭ്യർഥിച്ചു.

നിങ്ങൾ വിചാരിച്ചത്ര എളുപ്പമല്ല അയാളുടെ കോട്ടയിലെത്താൻ. മായാവിയാണു രക്ഷാസുരൻ. നിങ്ങൾ ഇവിടെ വന്ന കാര്യം പോലും അവൻ അറിഞ്ഞിട്ടുണ്ടാകും. ഉറക്കത്തിൽ മാത്രമേ അവനെ തോൽപ്പിക്കാൻ കഴിയൂ. ഉറങ്ങുന്നതു തന്നെ ഒരു നാഴിക മാത്രം. ആ സമയത്ത് അയാളുടെ കോട്ടയിൽ കടന്നു മകളെ രക്ഷിച്ചുകൊണ്ടുവരാൻ എളുപ്പമല്ല.

ആയിരം കുതിരകളും അഞ്ഞൂറ് ആനകളും പതിനായിരം ഭടന്മാരുമുണ്ട് എന്റെ സൈന്യത്തിൽ. അവർ പോരേ ഈ രാക്ഷസന്റെ കോട്ട തകർക്കാൻ?

രാജാവിന്റെ ചോദ്യം കേട്ടപ്പോൾ എനിക്കു ചിരി വന്നു. സൂര്യപുത്രിയെ രക്ഷിക്കാൻ നിങ്ങൾ സൈന്യത്തെ കൂട്ടി പുറപ്പെട്ടെന്നറിഞ്ഞാൽ ആ നിമിഷം അയാൾക്കു നിങ്ങളെ ചാമ്പലാക്കാൻ കഴിയും.

പിന്നെയെങ്ങനെ എന്റെ മോളെ രക്ഷിക്കും? രാജാവ് അസ്വസ്ഥനായി.

നിങ്ങൾ സമാധാനത്തോടെ തിരിച്ചുപോകുക. രാജ്യത്തു ചെന്ന് ഒരു പ്രഖ്യാപനം നടത്തുക. സൂര്യപുത്രിയെ രക്ഷിക്കുന്നവർക്ക് അവളെ വിവാഹം ചെയ്തുകൊടുക്കുമെന്ന്. പിന്നെയെല്ലാം നേരാംവഴിക്കു നടന്നുകൊള്ളും.

രാജാവിനു വിശ്വാസം വന്നില്ല.

നിങ്ങളുടെ മകളെ രക്ഷിക്കാൻ ഒരാൾക്കേ കഴിയൂ. കൊട്ടാരത്തിലെ വിളംബരം കേട്ട് അവൻ പുറപ്പെട്ടുകൊള്ളും. അവനു തുണയാകാൻ എന്റെ പവിഴവുമുണ്ടാകും.

പവിഴമോ? അതാരാ? രാജാവും പരിവാരങ്ങളും അത്ഭുതത്തോടെ നോക്കി.

അതെല്ലാം വഴിയേ മനസ്സിലാകും മഹാരാജൻ. ഇപ്പോൾ ഈ സമ്മാനങ്ങളെല്ലാം തിരികെയെടുത്തു മടങ്ങുക. മകളുടെ വിവാഹം നടത്താനുള്ള ഒരുക്കങ്ങൾ ആരംഭിക്കുക- ഞാൻ പറഞ്ഞു.

നിങ്ങൾ തിരിച്ചെത്തി പതിനാലാം ദിവസം പവിഴം സന്തോഷമുള്ള

വർത്തമാനവുമായി കൊട്ടാരത്തിലെത്തും. അടുത്തദിവസം തന്നെ വിവാഹം നടത്താം.

ഒന്നും വിശ്വസിക്കാനാവാതെ രാജാവും പത്നിയും പരിവാരങ്ങളും മടങ്ങി".

" രാജകുമാരിയെ ആരു രക്ഷിക്കുമെന്നാണു മുത്തശ്ശി പറയുന്നത്?" കഥ നിർത്തിയപ്പോൾ കുട്ടൻ ചോദിച്ചു.

"രാജകുമാരിയെ ആരും രക്ഷിക്കുന്ന കാര്യം ഞാൻ പറഞ്ഞിട്ടില്ലല്ലോ മോനേ". മുത്തശ്ശി ചിരിച്ചു.

"എങ്കിൽ വേഗം പറഞ്ഞുതാ മുത്തശ്ശീ.."

"തിടുക്കം കൂട്ടല്ലെടാ. നീ വേഗം പോയി ഇത്രയും കാര്യം ശ്രീക്കുട്ടിക്കു പറഞ്ഞുകൊടുക്ക്. അവൾ കാത്തിരിക്കില്ലേ?"

"ഞാൻ ശ്രീക്കുട്ടിയോട് ഇക്കാര്യമെല്ലാം പറഞ്ഞത് എങ്ങനെ അറിഞ്ഞു മുത്തശ്ശീ"

പെട്ടെന്നു മുറ്റത്തുനിന്നു പവിഴം ചിലച്ചു. കുട്ടൻ തിരഞ്ഞുനോക്കിയപ്പോൾ പവിഴത്തെ അവിടെയെങ്ങും കണ്ടില്ല. മുന്നിൽ മുത്തശ്ശിയുമില്ലായിരുന്നു.

അവൻ അറിയാതെ എഴുന്നേറ്റു.

"മുത്തശ്ശീ" കുട്ടൻ നീട്ടിവിളിച്ചു.

ആരും വിളി കേട്ടില്ല.

## അധ്യായം 12

"അമ്മേ, അമ്മേ, കൊട്ടാരത്തിലെ സേവകർ ചെണ്ടകൊട്ടി അറിയിച്ചതു കേട്ടോ?"

രാജകൊട്ടാരത്തിലെ വിളംബരം കേട്ടുകൊണ്ടാണ് ഉദയസൂര്യ വീട്ടിലേക്കു വന്നത്.

"രാജകുമാരിയെ രക്ഷിച്ചാൽ പാതിരാജ്യം കിട്ടുമത്രേ. പിന്നെ രാജകുമാരിയെ കല്യാണം കഴിക്കാം".

"നീയെന്താ രാജകുമാരിയെ മംഗലം കഴിക്കാൻ പോകാണോ?"

ദമയന്തി മകനെ കളിയാക്കി ചോദിച്ചു.

"അമ്മേ, എത്രദിവസമായി രാജകുമാരിയെ കാണാതായിട്ട്. രാജകുമാരി എവിടെപ്പോയെന്ന് ആർക്കുമറിയില്ല. ഞാനൊന്നു പോയി നോക്കിയാലോ? പകുതി രാജ്യം കിട്ടിയാൽ നമുക്കു സുഖമായി ജീവിക്കാമല്ലോ. പിന്നെ ഞാൻ കുതിരപ്പന്തിയിൽ ചാണകം വാരാൻ പോകേണ്ടതില്ലല്ലോ. അമ്മ മറ്റുള്ളവരുടെ വീട്ടിൽ ജോലിക്കും പോകേണ്ടി വരില്ല".

" നീ വല്ലതും കഴിച്ചു കിടക്കാൻ നോക്ക്. രാജകുമാരിയെ രക്ഷിക്കാൻ രാജാവും സൈന്യങ്ങളുമുണ്ട്. നമ്മളെ പോലെയുള്ള പാവങ്ങൾ ഉള്ളതും തിന്നു ജീവിച്ചാൽ പോരേ?"

ഉറങ്ങാൻ കിടക്കുമ്പോഴും ഉദയന്റെ മനസ്സിൽ രാജകുമാരിയായിരുന്നു. ഒരിക്കൽ മാത്രമേ അവൻ സൂര്യപുത്രിയെ കണ്ടിട്ടുള്ളൂ. കൊട്ടാരത്തിൽ നിന്നു സൈന്യാധിപന്റെ കുതിരയെ കൊണ്ടുവരാൻ പോയപ്പോൾ. രാജകുമാരിയെപോലെയുള്ള ഒരു സുന്ദരിയെ അവൻ ജീവിതത്തിൽ കണ്ടിട്ടില്ലായിരുന്നു.

ബുദ്ധിയും ആരോഗ്യവും സൗന്ദര്യവുമുള്ള ചെറുപ്പക്കാരനായിരുന്നു ഉദയസൂര്യ. അവന്റെ അച്ഛൻ സൈന്യത്തിലായിരുന്നു. അയൽരാജ്യവുമായുള്ള യുദ്ധത്തിൽ കൊല്ലപ്പെട്ടപ്പോൾ ചെറുപ്രായത്തിൽ തന്നെ കുതിരലായത്തിൽ ജോലി കിട്ടി. കുതിരകളെ കുളിപ്പിക്കുക, ചാണകം കോരുക എന്നിവയൊക്കെയായിരുന്നു ആദ്യകാലത്തെ ജോലികൾ. ഇപ്പോൾ കുതിരകളെ പലസ്ഥലത്തേക്കു കൊണ്ടുപോകുന്ന ജോലിയാണ്.

കുതിരസവാരിയാണ് ഉദയന്റെ ഹരം. സ്വന്തമായൊരു കുതിരയെ വാങ്ങണമെന്ന് അവന് ആഗ്രഹമുണ്ടായിരുന്നു. പക്ഷേ, പണമില്ലായിരുന്നു. ആഗ്രഹം മനസ്സിൽ കൊണ്ടുനടക്കുന്ന കാലത്താണു കൊട്ടാരത്തിലെ ചാകാറായ ഒരു കുതിരയെ അവനു ലഭിച്ചത്. ഉദയന്റെ മിടുക്കു കണ്ടു സൈന്യാധിപൻ സമ്മാനിച്ചതായിരുന്നു. ഏതു സ്ഥലത്തും ഒരു സൂചി വീണ ശബ്ദം പോലുമുണ്ടാക്കാതെ ഈ കുതിരയ്ക്കു കടന്നു ചെല്ലാൻ കഴിയുമായിരുന്നു. അതുകൊണ്ടു രാജാവിന് ഏറെ ഇഷ്ടവുമായിരുന്നു അവനെ. പക്ഷേ, വയസ്സായതോടെ ആർക്കും വേണ്ടാതെയായി.

വേഗത്തിലോടാൻ കഴിയില്ലെങ്കിലും ഉദയനെയും കൊണ്ടു യാത്ര ചെയ്യാൻ ആ വയസ്സൻകുതിരയ്ക്കു വലിയ ഇഷ്ടമായിരുന്നു. കുതിരയ്ക്കു നല്ല ഭക്ഷണവും മരുന്നും നൽകി ഉദയൻ പൊന്നുപോലെ നോക്കി.

തന്റെ കുതിരപ്പുറത്തു രാജകുമാരിയെ തേടി പുറപ്പെട്ടാലോ എന്ന് അവൻ വിചാരിച്ചിരുന്നു. എവിടെയെന്നില്ലാതെ പോകും? തങ്ങളെ പോലെയുള്ളവർ രാജകുമാരിയെ രക്ഷിക്കാൻ പോയെന്നറിഞ്ഞാൽ അന്നേരം തന്നെ രാജാവു തലവെട്ടാൻ ഉത്തരവിടും. അതുകൊണ്ടു മനസ്സിലെ കാര്യങ്ങൾ ആരോടും പറയാതെ കൊണ്ടുനടക്കുകയായിരുന്നു അവൻ.

വൈകിട്ടുള്ള വിളംബരം കേട്ടതോടെ അവനു ധൈര്യമായി. രാജകുമാരിയെ ആർക്കു വേണമെങ്കിലും രക്ഷിക്കാം. രാജാവിനോടു പറയണമെന്നൊന്നുമില്ല. രക്ഷിച്ചു കൊണ്ടുവന്നാൽ മതി.

കുതിരപ്പുറത്തു താൻ അതിവേഗം പോകുന്നതും രാജകുമാരിയെ രക്ഷിച്ചുകൊണ്ടുവരുന്നതും രാജാവാകുന്നതുമെല്ലാം അവൻ മനസ്സിൽ കണ്ടു. ആ മനോവിചാരത്തിൽ ഉറങ്ങിയ ഉദയൻ ഉണർന്നത് ആരോ വിളിക്കുന്നതു കേട്ടാണ്.

ഉദയൻ കണ്ണുതുറന്നുനോക്കി. ആരെയും കാണുന്നില്ല. വീണ്ടും കിടന്നപ്പോൾ ഉറക്കം വരുന്നില്ല.

" ഉദയാ, രാജകുമാരിയെ രക്ഷിച്ച്, രാജ്യത്തിന്റെ പകുതി നേടണ്ടേ ?"

വീണ്ടും ആരോ സംസാരിക്കുന്നു. അവൻ പതുക്കെ എഴുന്നേറ്റു പുറത്തേക്കിറങ്ങി. അവിടെയും ആരുമില്ല.

" ഉദയാ.." അടുത്തുനിന്നാണ് ആരോ വിളിക്കുന്നത്. ജനാലയിൽ ഒരു തത്തയിരിക്കുന്നു. ഇത്രയും നേരം ആ തത്ത അവിടെയുണ്ടായിരുന്നില്ല.

"ഉദയാ.."

തത്ത പാറി അവന്റെ അടുത്തെത്തി. മനുഷ്യരെ പോലെ സംസാരി

ക്കുന്ന തത്തയോ? അവൻ അത്ഭുതത്തോടെ അതിനെ നോക്കി.

" എന്റെ പേരു പവിഴം. ഏഴു കടലും ഏഴു മലയും താണ്ടിയാണു ഞാൻ വരുന്നത്. രാജകുമാരി എവിടെയാണുള്ളതെന്ന് എനിക്കറിയാം. വാ വേഗം പുറപ്പെടാം".

ഉദയന് ഒന്നും മനസ്സിലായില്ല.

" നീ പേടിക്കണ്ട. എന്നെ ഒരു സുഹൃത്തിനെ പോലെ വിശ്വസിക്കാം. രാജകുമാരിയെ രക്ഷിക്കാൻ നിനക്കു മാത്രമേ കഴിയൂ. രക്ഷിക്കാനുള്ള എല്ലാ തന്ത്രവും എനിക്കറിയാം. പോകുമ്പോൾ ഒരു തേനീച്ചക്കൂടും തേനും കുറേ നൂലും ഒരു കയറും കൈവശം വയ്ക്കണം".

കുട്ടനു പവിഴത്തെ വിശ്വാസമായി. ഒന്നുമില്ലാതെ ഒരു തത്ത വന്നു തന്നോടിക്കാര്യം പറയില്ലല്ലോ. ഏതായാലും പവിഴത്തോടൊപ്പം പോയി നോക്കാം. തൽക്കാലം അമ്മ അറിയണ്ട.

തത്ത പറഞ്ഞ സാധനമെല്ലാം അവൻ ഒരു സഞ്ചിയിലിട്ടു. തേനീച്ചയെ ഒരു പാത്രത്തിലാക്കി തത്തയുടെ കഴുത്തിൽ തൂക്കിയിട്ടു.

ഉദയന്റെ കുതിരപ്പുറത്ത് അവർ യാത്ര തുടങ്ങി.

"പഞ്ചവൻ കാട്ടിലാണു രക്ഷാസുരന്റെ കോട്ട. ശബ്ദമുണ്ടാക്കാതെ അവിടെ എത്തിപ്പെടാനാണു പ്രയാസം"-പവിഴം പറഞ്ഞതുകേട്ടപ്പോൾ ഉദയനു ആകാംക്ഷയായി.

"അക്കാര്യത്തിൽ പേടിക്കേണ്ട. ഒരു സൂചി വീഴുന്ന ശബ്ദപോലുമുണ്ടാക്കാതെ ഇവൻ രാക്ഷസന്റെ കോട്ടയിലെത്തിക്കും. അതിനുള്ള കഴിവുണ്ടു നമ്മുടെ കുതിരയ്ക്ക്". രാജകുമാരിയെ രക്ഷപ്പെടുത്താനുള്ള വഴികൾ സംസാരിച്ചുകൊണ്ട് അവർ യാത്ര തുടർന്നു.

ഉദയനും പവിഴവും പഞ്ചവൻ കാട്ടിൽ രക്ഷാസുരന്റെ കോട്ടയ്ക്കരികിലെത്തി.

"രാക്ഷസൻ ഉറങ്ങുന്ന നേരത്തു മാത്രമേ അകത്തു കയറാൻ പറ്റൂ. ഞാൻ പോയി നോക്കാം".

പവിഴം ശബ്ദമുണ്ടാക്കാതെ രാക്ഷസന്റെ കോട്ടയുടെ അകത്തേക്കു പാറി. കുറച്ചുകഴിഞ്ഞു തിരിച്ചെത്തി.

രാക്ഷസൻ ഉറങ്ങി. കോട്ടയുടെ തെക്കുഭാഗത്തുള്ള മുകളിലെ മുറിയിലാണു സൂര്യപുത്രിയുള്ളത്. അവൾ ഉറങ്ങിയിട്ടില്ല.

"എങ്ങനെ കോട്ടയുടെ മുകളിലെത്തും?"

"അതിനു വഴിയുണ്ട്. നൂലും കയറും എടുത്തു പതുക്കെ വാ"

ഉദയനും പവിഴവും ശബ്ദമുണ്ടാക്കാതെ കോട്ടയുടെ തെക്കുഭാഗത്തെത്തി.

“നൂലിന്റെ അറ്റത്തു തേൻ പുരട്ടി ഒരു തേനീച്ചയുടെ ചുണ്ടിൽ വച്ചു കൊടുക്കണം”- പവിഴം പറഞ്ഞതുപോലെ ഉദയൻ ചെയ്തു. തേനീച്ച ആ നൂലും കടിച്ചു രാജകുമാരിയുടെ മുറിയിലേക്കു പറന്നു.

നൂലിന്റെ മറ്റേ അറ്റത്ത് ഉദയൻ കുറച്ചുകൂടി തടിച്ച നൂലു കെട്ടി. തേനീച്ച നൂലുമായി രാജകുമാരിയുടെ മുറിലെത്തി. നൂലുമായി തേനീച്ച പാറി വരുന്നതുകണ്ട് അവൾക്ക് അദ്ഭുതമായി. ഉറങ്ങാൻ നേരം രാജകുമാരിയെ രാക്ഷസൻ ബന്ധിക്കാറുണ്ടായിരുന്നില്ല.

അവൾ തേനീച്ച കൊണ്ടുവന്ന നൂലുപിടിച്ചു വലിച്ചു. അതിന്റെ അറ്റത്തു മറ്റൊരു തടിച്ച നൂല്. അതിന്റെ അറ്റത്ത് അതിലും തടിച്ച നൂല്. അങ്ങനെ ഏറ്റവുമൊടുവിൽ ഒരു കയറുമെത്തി.

കയറും പിടിച്ചു രാജകുമാരി ജനാലയ്ക്കരികിലെത്തി നോക്കിയപ്പോൾ താഴെ ഉദയനെ കണ്ടു. തന്നെ രക്ഷിക്കാൻ ആരോ വന്നെന്ന കാര്യം രാജകുമാരിക്ക് ഉറപ്പായി. പവിഴം പറന്നുചെന്നു രാജകുമാരിയുടെ അടുത്തെത്തി. എല്ലാ കാര്യവും അവളോടു പറഞ്ഞു. അവൾ കയറിൽ പിടിച്ചു പതുക്കെ താഴേക്കിറങ്ങി.

താഴേക്കിറങ്ങാൻ ഉദയൻ അവളെ സഹായിച്ചു. പട്ടുപോലെയുള്ള രാജകുമാരിയെ തൊട്ടപ്പോൾ അവൻ അദ്ഭുതപ്പെട്ടുപോയി. രാജകുമാരി അവനെ നന്ദിയോടെ നോക്കി.

“രാക്ഷസൻ ഇപ്പോൾ ഉണരും, അതിനുമുൻപ് ഒരു കാര്യവും കൂടി ചെയ്യാനുണ്ട്”.

“ അതെന്താ?”

“രാക്ഷസന് ഏറ്റവും പേടി തേനീച്ചകളെയാണ്. ഈ തേനീച്ചക്കൂടു രാക്ഷസന്റെ മുറിയിൽ കൊണ്ടിടണം. വേഗം വാ”.

ഉദയനും രാജകുമാരിയും പവിഴവും തേനീച്ചക്കൂടുമായി പതുക്കെ രാക്ഷസന്റെ മുറിയുടെ അരികിലെത്തി. ഉദയൻ തേനീച്ചക്കൂടെടുത്തു രാക്ഷസന്റെ മുറിയിലേക്കെറിഞ്ഞു. എന്തോ വീഴുന്ന ശബ്ദം കേട്ടു രാക്ഷസൻ വാളെടുത്തു വീശിയെറിഞ്ഞു. ഉദയനും രാജകുമാരിയും പെട്ടെന്നവിടെ ഇരുന്നു. അതുകൊണ്ടു മാത്രം രക്ഷപ്പെട്ടു. എന്നാൽ, അപ്രതീക്ഷിതമായി പാഞ്ഞെത്തിയ വാളിന്റെ തല പവിഴത്തിന്റെ ചിറകിൽ കൊണ്ടു. അവൾ താഴെ വീണു പിടഞ്ഞു. രാജകുമാരി പവിഴത്തെ വാരിയെടുത്ത് ഉദയനോടൊപ്പം പുറത്തേക്കോടി. അപ്പോഴേക്കും തേനീച്ചകൾ രാക്ഷസനെ പൊതിഞ്ഞിരുന്നു. അലറിവിളിച്ചുകൊണ്ടു രാക്ഷസൻ അങ്ങോട്ടുമിങ്ങോട്ടും ഓടി. ഉദയനും രാജകുമാരിയും കുതിരപ്പുറത്തേറി വേഗത്തിൽ പാഞ്ഞു. പവിഴത്തിന്റെ ചിറകിൽ നിന്നു ചോരയൊലി

ക്കുന്നുണ്ടായിരുന്നു.

രാജകുമാരിയെയും കൊണ്ട് ഉദയൻ വീട്ടിലെത്തുമ്പോഴേക്കും നേരം പുലർന്നിരുന്നു.

വാതിലിൽ ആരോ മുട്ടുന്നതുകേട്ടു ദമയന്തി എഴുന്നേറ്റുവന്നു. മകനോടൊപ്പം സുന്ദരിയായ ഒരു പെൺകുട്ടി.

"ആരാ മോനേ ഇത്?"

"അമ്മയൊന്നു സൂക്ഷിച്ചു നോക്കൂ.." ഉദയൻ ചിരിച്ചുകൊണ്ടു പറഞ്ഞു.

സൂര്യപുത്രി ദമയന്തിയുടെ കാലുതൊട്ടു വന്ദിച്ചു.

"അമ്മേ, മാസങ്ങൾക്കു മുൻപു കാണാതായ രാജകുമാരി സൂര്യപുത്രിയെ അമ്മയുടെ മകൻ രക്ഷിച്ചുകൊണ്ടുവന്നിരിക്കുന്നു.

ദമയന്തിക്കു വിശ്വസിക്കാൻ കഴിഞ്ഞില്ല.

പെട്ടെന്ന് അടുത്തുള്ളവരെല്ലാം വിവരമറിഞ്ഞു. രാജകുമാരി രക്ഷപ്പെട്ടെത്തിയ കാര്യം രാജാവിന്റെ ചെവിയിലുമെത്തി. രാജാവും പത്നിയും പരിവാര സമേതം ഉദയന്റെ വീട്ടിലെത്തി. സൂര്യപുത്രിയെ കണ്ട അവർ സന്തോഷം കൊണ്ടു മതിമറന്നു. രാജ്യത്ത് അന്നു വലിയൊരാഘോഷമായിരുന്നു.

"നാളെ തന്നെ ഇവരുടെ വിവാഹം. അടുത്തദിവസം ഉദയന്റെ സ്ഥാനാരോഹണവും"- രാജാവ് അവിടെ വച്ചു പ്രഖ്യാപിച്ചു. ദമയന്തിക്ക് അതൊന്നും വിശ്വസിക്കാൻ കഴിഞ്ഞില്ല.

ഒരാഴ്ചകൊണ്ടു പവിഴത്തിന്റെ മുറിവുണങ്ങി. അവളുടെ ഒരുച്ചിറകു പകുതി നഷ്ടമായിരുന്നു.

"ഉദയസൂര്യ രാജാവും പത്നി സൂര്യപുത്രിയും ഏഴു കടലും ഏഴു കരയും താണ്ടി എന്റെ അരികിലെത്തിയപ്പോൾ പവിഴവും കൂടെയുണ്ടായിരുന്നു".

മുത്തശ്ശിയിൽ നിന്നു കഥയുടെ അവസാനം കേട്ടപ്പോഴാണു കുട്ടന്റെ ശ്വാസം നേരെ വീണത്. നാലുദിവസമായി രാജകുമാരിയുടെ കഥ കേൾക്കാൻ അവൻ മുത്തശ്ശിക്കരികിലെത്തുന്നു.

ഒറ്റച്ചിറകുമായി പവിഴം അവന്റെ അരികിലെത്തി. മുറിവുണങ്ങിയ ആ ചിറക് അവൻ വിടർത്തി നോക്കി. പവിഴം അവന്റെ തോളിലേക്കു ചാടിക്കയറി.

"ഇവൻ എന്താ ഇപ്പോൾ സംസാരിക്കാത്തതു മുത്തശ്ശീ?"

കുട്ടന്റെ ചോദ്യത്തിന് ഉത്തരം പറഞ്ഞതു മറ്റൊരാളായിരുന്നു. തിരിഞ്ഞുനോക്കിയ കുട്ടന്റെ കണ്ണുകൾ ഒന്നുകൂടി വിടർന്നു.

## അധ്യായം 13

" അതാരായിരുന്നു കുട്ടിമാമാ?"

"ഒറ്റക്കണ്ണുള്ളൊരു പൂച്ച!"

"പൂച്ച സംസാരിക്കോ?"

"ഞാനും പേടിച്ചുപോയി. അവന് ഒറ്റക്കണ്ണും ഒറ്റച്ചെവിയുമേയുള്ളൂ".

"എന്നിട്ട്?"

"പേടിച്ചുപോയ ഞാൻ മുത്തശ്ശിയുടെ മടിയിലേക്കു ചാടിക്കയറി".

ശ്രീക്കുട്ടി പേടിയോടെ കുട്ടന്റെ അരികിലേക്കു നീങ്ങിനിന്നു നടന്നു. കൈതരവരമ്പിലൂടെ നടക്കുമ്പോൾ ആ കഥ കുട്ടൻ വിവരിച്ചു.

"അവൻ പൂച്ചയായിരുന്നില്ല. മനുഷ്യരെയെല്ലാം ദ്രോഹിച്ച ഭൂതമായിരുന്നു. മുത്തശ്ശിയാണ് അവനെ പൂച്ചയാക്കിയത്".

"എന്തിന്?"

"അതൊരു കഥയാ. പവിഴമൊക്കെ മുത്തശ്ശിയുടെ അടുത്തു വരുന്നതിനു മുൻപുള്ള കഥ".

" എന്നാൽ വേഗം പറഞ്ഞുതാ"- ശ്രീക്കുട്ടി ആവേശഭരിതയായി.

" ശ്രാവണപുരത്തെ രാജാവായിരുന്നു ഉത്തമൻ. ജനങ്ങളുടെ കാര്യങ്ങൾ അറിഞ്ഞുകൊണ്ടുപ്രവർത്തിക്കുന്ന രാജാവായതിനാൽ ശ്രാവണപുരത്ത് എല്ലാവരും സന്തോഷത്തോടെയായിരുന്നു കഴിഞ്ഞിരുന്നത്. രാജാവിന്റെ ഭാര്യ ശാകുന്തയും മകൾ ലേഖപുത്രിയും അദ്ദേഹത്തെ രാജ്യകാര്യങ്ങളിൽ സഹായിക്കുമായിരുന്നു. ജനങ്ങളുടെ ആഗ്രഹങ്ങൾ മനസ്സിലാക്കാൻ രണ്ടുപേരും ഉത്തമനോടൊപ്പം ജനങ്ങൾക്കിടയിലേക്ക് ഇറങ്ങിച്ചെല്ലും.

ഒരിക്കൽ വികന്ദൻ എന്ന ഭൂതം ശ്രാവണപുരത്തിനു മുകളിലൂടെ പറന്നുപോകുമ്പോൾ അവിടെയുള്ള ആൽമരത്തിൽ വിശ്രമിക്കാൻ ഇരുന്നു. ആൽത്തറയിൽ ഇരിക്കുന്നവരുടെ സംസാരം വികന്ദൻ കേൾക്കാനിടയായി. എല്ലാവരും രാജാവിന്റെ സൽഭരണത്തെക്കുറിച്ചാണു സംസാരിക്കുന്നത്. ആരുമറിയാതെ ഭൂതം ഉത്തമന്റെ കൊട്ടാരത്തിലെത്തി. അന്നേരം ഉത്തമനും ഭാര്യയും മകളും ദൂരെയുള്ള ഗ്രാമത്തിൽ ഉത്സവത്തിൽ

പങ്കെടുക്കാൻ പോയതായിരുന്നു. കൊട്ടാരത്തിലുള്ളവരെല്ലാം നല്ലതുമാത്രമേ പറയുന്നുള്ളൂ. കുറച്ചുനാൾ ഇവിടുത്തെ രാജാവായിരിക്കാൻ വികന്ദനൊരാഗ്രഹം. അതിനുള്ള വഴി തേടി വികന്ദൻ കൊട്ടാരത്തിൽരണ്ടുദിവസം കഴിഞ്ഞു.

രാജാവ് ആഴ്ചയിലൊരിക്കൽ സ്യമന്തകക്കാട്ടിൽ വേട്ടയാടാൻ പോകും. അന്നേരം അദ്ദേഹത്തെ കുരുക്കാൻ വഴി കണ്ടെത്താമെന്നു വികന്ദൻ ഉറപ്പിച്ചു. പതിവുപോലെ ഉത്തമ രാജാവു സ്യമന്തകക്കാട്ടിൽ വേട്ടയാടാനിറങ്ങി. പെട്ടെന്ന് അദ്ദേഹത്തിനു മുന്നിലേക്കു സ്വർണനിറമുള്ളൊരു പന്നിയെത്തി. രാജാവ് ആദ്യമായിട്ടായിരുന്നു അങ്ങനെയൊരു പന്നിയെ കാണുന്നത്. അദ്ദേഹം കുലച്ച വില്ലുമായി പന്നിക്കു പിന്നാലെ പാഞ്ഞു. രാജാവിനു പിടികൊടുക്കാതെ പന്നി തേറ്റകുത്തി ഓടി. മുന്നിലുള്ള വലിയൊരു ഗുഹയിലേക്കു പന്നി ഓടിക്കയറുന്നതു രാജാവു കണ്ടു. ഒരാൾക്കു കയറാൻ മാത്രം വലുപ്പമുള്ള ഗുഹയാണ്. രാജാവു ഗുഹയിലേക്കു കയറി. കുറച്ചു മുന്നോട്ടുപോയിട്ടും പന്നിയെ കാണുന്നില്ല. പെട്ടെന്നു പുറത്തുനിന്നൊരു ശബ്ദം കേട്ടു. രാജാവു തിരിഞ്ഞുനോക്കിയപ്പോൾ ഗുഹയുടെ മുഖം ആരോ കല്ലുകൊണ്ട് അടച്ചിരിക്കുന്നു. എത്ര ശ്രമിച്ചിട്ടും അദ്ദേഹത്തിനു കല്ലു നീക്കാൻ സാധിച്ചില്ല. രക്ഷപ്പെടാൻ ഒരു പഴുതുമില്ലെന്നു രാജാവിന് ഉറപ്പായി. തന്റെ ജീവിതം ഈ ഗുഹയിൽ തീരും. ആദ്യമായി രാജാവൊന്നു പേടിച്ചു.

വികന്ദൻ എന്ന ഭൂതത്തിന്റെ ചതിയായിരുന്നു അതെന്നു രാജാവിനു മനസ്സിലായിരുന്നില്ല. സ്വർണനിറമുള്ള പന്നിയായി രാജാവിനു മുന്നിലെത്തിയതു വികന്ദകനായിരുന്നു.

ഇനി കൊട്ടാരത്തിലെത്തി രാജ്യം ഭരിക്കാം. വികന്ദന്റെ അട്ടഹാസം കാടിനെ വിറപ്പിച്ചു. ഭൂതം തേരിലേറി ശ്രാവണപുരം കൊട്ടാരത്തിലെത്തി. രാജാവിന്റെ തേരിൽ വരുന്ന ഭൂതത്തെക്കണ്ടു ജനം പേടിച്ചു. വികന്ദൻ രാജാവിന്റെ സിംഹാസനത്തിൽ കയറിയിരുന്നു. നായാട്ടിനു പോയ രാജാവിനു പകരം ഒരു ഭൂതം തേരിൽ വന്നു സിംഹാസനത്തിലിരിക്കുന്നു. സർവ്വസൈന്യാധിപൻ വാളെടുത്തു വികന്ദനു നേരെ കുതിച്ചു. വികന്ദൻ സൈന്യാധിപനെ ഒന്നുനോക്കി. എല്ലാവരും നോക്കിനിൽക്കെ, സൈന്യാധിപൻ കത്തിക്കരിഞ്ഞമർന്നു.

ഇനി മുതൽ ഞാനാണു ശ്രാവണപുരത്തെ രാജാവ്. ഇവിടുത്തെ രാജാവ് എന്റെ അടിമയാണിപ്പോൾ. എന്നെ അനുസരിക്കാത്തവർക്ക് നേരത്തെ കണ്ടതായിരിക്കും അനുഭവം- വികന്ദൻ പ്രസ്താവിച്ചു.

വേഗം അന്തപുരത്തിൽ നിന്നു രാജ്ഞിയെയും മകളെയും കൊ

ണ്ടുവാ- വികന്ദൻ ഉത്തരവിട്ടു.

ഭടൻമാർ ശാകുന്തയെയും ലേഖപുത്രിയെയും കൂട്ടിവന്നു.

ഈ രാജ്യത്തുള്ളവരെല്ലാം ഇനി മുതൽ വികന്ദൻ എന്ന ഈ ഭൂതത്തിന്റെ അടിമകളാണ്. രാജ്ഞിയെയും മകളെയും ഞാൻ വിവാഹം കഴിക്കാൻ പോകുകയാണ്. ആർക്കെങ്കിലും എതിർപ്പുണ്ടോ? വികന്ദന്റെ ചോദ്യത്തിനു മറുപടിയില്ലായിരുന്നു. രാജ്ഞിയും മകളും പൊട്ടിക്കരഞ്ഞു. അവരെ ആശ്വസിപ്പിക്കാൻ ആരുമുണ്ടായിരുന്നില്ല.

രണ്ടുപേരും ഇപ്പോൾ പൊയ്ക്കോളൂ. വിവാഹദിനം ആകുമ്പോൾ ഞാൻ അറിയിക്കും.

ശാകുന്തയും മകളും കരഞ്ഞുകൊണ്ട് അകത്തേക്കുപോയി.

രാജ്യം ഒരു ഭൂതം കീഴടക്കിയതറിഞ്ഞു ജനങ്ങളാകെ പേടിച്ചു. പലരും അയൽരാജ്യത്തേക്കു പലായനം ചെയ്തു. ഉള്ളതെല്ലാം ഇട്ടെറിഞ്ഞാണു ജനങ്ങൾ രക്ഷപ്പെട്ടത്.

ഭൂതത്തിന്റെ ഭാര്യയാകുന്നതിലും ഭേദം മരിക്കുന്നതാണെന്നു ലേഖപുത്രി അമ്മയോടു പറഞ്ഞു. എത്രയും വേഗം ഇവിടെ നിന്നു രക്ഷപ്പെടാമെന്ന് അമ്മ പറഞ്ഞപ്പോൾ മകൾ സമ്മതിച്ചു. രക്ഷപ്പെടാനുള്ള കാര്യം അവർ മന്ത്രിയെ അറിയിച്ചു. മന്ത്രിയും ജീവനും കൊണ്ടു രക്ഷപ്പെടണമെന്ന അഭിപ്രായക്കാരനായിരുന്നു. അന്നു രാത്രി ആരുമറിയാതെ മന്ത്രിയും ഭാര്യയും രാജ്ഞിക്കും മകൾക്കുമൊപ്പം കൊട്ടാരത്തിൽ നിന്നു രക്ഷപ്പെട്ടു. പുലർച്ചെയാകുമ്പോഴേക്കും അവർ രാജ്യാതിർത്തിയിലെ ചെറിയൊരു വനത്തിലെത്തി.

ഇത്രയും കാലം സന്തോഷത്തോടെ കഴിഞ്ഞിരുന്ന തങ്ങളുടെ ഗതിയോർത്തു കരഞ്ഞ രാജ്ഞിയെ മന്ത്രി ആശ്വസിപ്പിക്കാൻ ശ്രമിച്ചു.

മുന്നോട്ടു പോകവെ, വനത്തിനുള്ളിലെ ചെറിയൊരു ആശ്രമം അവരുടെ ശ്രദ്ധയിൽപ്പെട്ടു. തൽക്കാലം അവിടെ അഭയം പ്രാപിക്കാം.

ചന്ദ്രസ്വാമിയും പത്നിയുമായിരുന്നു ആ ആശ്രമത്തിൽ കഴിഞ്ഞിരുന്നത്. ശ്രാവണപുരത്തിനുണ്ടായ ആപത്ത് അദ്ദേഹം അന്നേരമാണ് അറിയുന്നത്. തങ്ങളെ രക്ഷിക്കാൻ എന്തെങ്കിലും വഴി പറഞ്ഞുതരണമെന്നു  മന്ത്രി പറഞ്ഞു.

സ്വാമി അൽപനേരം ചിന്തയിലാണ്ടു. ആറു കടലും ആറു മലകളും കടന്നു ചെന്നാൽ കൊന്നക്കാട്ടിൽ ഒരു മുത്തശ്ശിയുണ്ട്. അവരെ കണ്ടാൽ എന്തെങ്കിലും വഴിയുണ്ടാകും.  സ്വാമി പറഞ്ഞു.

അടുത്ത ദിവസം തന്നെ അവർ മുത്തശ്ശിയെ കാണാൻ പുറപ്പെട്ടു. രാത്രിയിൽ ശ്രാവണപുരത്തുപോയി ഉപസൈന്യാധിപനെ കണ്ടു പോ

കാനുള്ള സൗകര്യമെല്ലാം മന്ത്രി ഒരുക്കിയിരുന്നു. ആറു കടലും മലകളും താണ്ടി അവർ മുത്തശ്ശിയുടെ അടുത്തെത്തി".

"കുട്ടിമാമാ, പെരുമ്പാടവപുരത്തു നിന്നു യശസേന രാജാവ് എത്തിയത് ഏഴു കടലും ഏഴു മലകളും കടന്നായിരുന്നു. ഇപ്പോൾ ശ്രാവണപുരത്തു നിന്ന് ആറു കടലും ആറു മലകളും കടന്നായി അല്ലേ".

"അമ്പടി കള്ളീ, അപ്പോൾ നീ കഥയിൽ നല്ലവണ്ണം ശ്രദ്ധിക്കുന്നുണ്ടല്ലേ"- കുട്ടൻ ചിരിച്ചുകൊണ്ടുപറഞ്ഞു.

"കുട്ടിമാമാ, വേഗം ബാക്കിയും കൂടി പറഞ്ഞുതാ".

"മുത്തശ്ശി ഇത്രയേ ഇന്നു പറഞ്ഞുള്ളൂ. ഇനി നാളെയാവണം".

## അധ്യായം 14

"എനിക്കറിയാമായിരുന്നു നിങ്ങൾ വരുമെന്ന്'.

ശാകുന്തയും ലേഖപുത്രിയും മന്ത്രിയോടൊപ്പം എന്റെ മുന്നിലെത്തി". മുത്തശ്ശി അടുത്ത ദിവസം കഥ തുടർന്നു.

"അവൻ ദുഷ്ടനാ. ഏറെ ശ്രദ്ധിക്കണം. കൊല്ലാൻ മടിയില്ലാത്ത അവ നു തിന്നാനും മടിയില്ല. പ്രത്യേകിച്ചു സ്ത്രീകളെ. ഇപ്പോൾ തന്നെ കൊ ട്ടാരത്തിൽ എത്ര സ്ത്രീകളെ കാണാതായെന്നു ദൈവത്തിനു മാത്രമേ അറിയൂ.

അതുകേട്ടതോടെ രാജ്ഞിയുടെ നെഞ്ചിടിപ്പേറി.

രാജാവിനെ അവൻ വേഷംമാറിയെത്തി കബളിപ്പിച്ചു തടങ്കലിൽ ഇ ട്ടിരിക്കുകയാണ്. ആ ഗുഹാമുഖം തുറക്കാനുള്ള മന്ത്രം അവനു മാത്ര മേ അറിയൂ. അവൻ ഭൂതമായിരിക്കുന്നിടത്തോളം ആ മന്ത്രം ആർക്കും പറഞ്ഞുകൊടുക്കില്ല.

ഞങ്ങളെന്തു ചെയ്യണം മുത്തശ്ശീ? അവന്റെ ഭാര്യയായിരിക്കുന്നതും ഭേദം ഞങ്ങളെ കൊന്നുതിന്നുന്നതാ- ലേഖപുത്രി കരഞ്ഞുകൊണ്ടു പ റഞ്ഞു.

മോളു വിഷമിക്കാതെ. ഞാൻ കാര്യങ്ങൾ പറഞ്ഞെന്നേയുള്ളൂ.

അവനെ ഭൂതമല്ലാതാക്കണം. എന്നാലേ എല്ലാവരും രക്ഷപ്പെടുക യുള്ളൂ. അതിനൊരു വഴിയുണ്ട്. ഇത്രയും പറഞ്ഞു മുത്തശ്ശി അകത്തു പോയി ഒരു നൂലുമായി വന്നു. അതിലൊരു ചെമ്പുതകിടു കെട്ടിയിരു ന്നു.

ഈ നൂലും തകിടും അവന്റെ അരയിൽ കെട്ടണം. ഇതുകെട്ടിയ ശേ ഷം അവൻ കണ്ണുതുറന്നാൽ ആദ്യം കാണുന്നതെന്തോ അതിന്റെ വി കൃതരൂപമായി അവൻ മാറും. ആദ്യം രാജകുമാരിയെയാണു കാണുന്ന തെങ്കിൽ രാജകുമാരിയുടെ വികൃത രൂപമാകും. ഒരിക്കലും മനുഷ്യരെ കാണരുത്. കൊട്ടാരത്തിൽ രാജകുമാരിയുടെ ഇഷ്ടമൃഗമില്ലേ? ഞാൻ ചോ ദിച്ചു.

ഉണ്ട്. അംഗലരാജ്യത്തിനു നിന്ന് അച്ഛൻ കൊണ്ടുവന്ന ഒരു പൂച്ചക്കു

ട്ടിയുണ്ട്.

എങ്കിൽ ഞാൻ പറഞ്ഞതുപോലെ ചെയ്യുക. ഞാൻ കാര്യങ്ങൾ വിശദീകരിച്ചു കൊടുത്തു.

എല്ലാം നല്ലതുപോലെ സംഭവിക്കും. രാജാവിനോടൊപ്പം സന്തോഷത്തോടെ മടങ്ങിവരണം. വരുമ്പോൾ അവനും കൂടെ വേണം- ആശ്വസിപ്പിച്ചുകൊണ്ട് അവരെ ഞാൻ യാത്രയാക്കി.

ആറു കടലും കരയും താണ്ടി അവർ ശ്രാവണപുരത്തെത്തി. ഞാൻ പറഞ്ഞതുപോലെ തന്നെ അവർ ചെയ്തു. രാജ്ഞിയെയും രാജകുമാരിയെയും ബന്ധനസ്ഥരാക്കി മന്ത്രി കൊട്ടാരവാതിൽക്കലെത്തി.

കൊട്ടാരത്തിൽ നിന്നു രക്ഷപ്പെട്ട രാഞ്ജിയെയും മകളെയും മന്ത്രി പിടികൂടിയിട്ടുണ്ടെന്നു രാജാവിനെ അറിയിക്കൂ- ഭടന്മാർക്കു മന്ത്രി കൽപ്പന കൊടുത്തു. രാജ്ഞിയെയും മകളെയും പിടികൂടിയ വിവരമറിഞ്ഞു വികന്ദൻ അതിവേഗം കൊട്ടാരവാതിൽക്കലെത്തി.

രണ്ടുപേരെയും കണ്ട വികന്ദൻ സന്തോഷം കൊണ്ടു മതിമറന്നു.

ഇവർ ഇനിയും രക്ഷപ്പെട്ടേക്കാം പ്രഭോ. കാട്ടിൽ നിന്ന് അതിസാഹസികമായിട്ടാണു ഞാൻ പിടികൂടിയത്. നാളെ തന്നെ അങ്ങും ഇവരുമായുള്ള വിവാഹം നടക്കണം- മന്ത്രി വിനയത്തോടെ പറഞ്ഞു. മന്ത്രിയുടെ തന്ത്രം വികന്ദന് ഇഷ്ടമായി.

നാളെത്തന്നെ നമ്മുടെ വിവാഹം. വേണ്ട ഏർപ്പാടുകളെല്ലാം ചെയ്യൂ- വികന്ദൻ ഉത്തരവിട്ടു.

പ്രഭോ ഒരു രഹസ്യം പറയാനുണ്ട്- മന്ത്രി വികന്ദന്റെ അടുത്തെത്തി.

രാത്രിയിൽ ഇവർ ഇനിയും രക്ഷപ്പെട്ടേക്കാം. ഏതോ ഭൂതത്തിന്റെ സഹായം ഇവർക്കു കിട്ടുന്നുണ്ട്. അതുകൊണ്ട് അങ്ങ് ഉറങ്ങുന്ന മുറിയിൽ തന്നെ രണ്ടുപേരെയും പാർപ്പിക്കണം. ഇല്ലെങ്കിൽ രക്ഷപ്പെട്ടുകളയും. പഠിച്ച കള്ളികളാ രണ്ടും. രാജകുമാരിയുടെ ഒരു ഓമനപൂച്ചയുണ്ട്. അവളെ കണ്ടാൽ എപ്പോഴും കരയും. എങ്ങാനും ഇവർ രക്ഷപ്പെടുകയാണെങ്കിൽ ആ പൂച്ചയുടെ കരച്ചിൽ കേട്ടു നമുക്കു മനസ്സിലാക്കാം. അതുകൊണ്ട് ആ പൂച്ചയെയും ഇവരുടെ കൂടെ മുറിയിലിടണം.

മന്ത്രിക്കു തന്നോടുള്ള സ്നേഹത്തിൽ വികന്ദന് അതിയായ സന്തോഷം തോന്നി. എല്ലാം മന്ത്രി പറയുന്നതുപോലെ.

ഇവരെ രണ്ടുപേരെയും എന്റെ പള്ളിയിൽ തടവിലിടൂ-വികന്ദൻ വീണ്ടും ഉത്തരവിട്ടു.

പൊട്ടിക്കരയുന്ന രാജ്ഞിയെയും മകളെയും ഭടൻമാർ കെട്ടഴിച്ചു രാജാവിന്റെ മുറിയിലേക്കു കൊണ്ടുപോയി. കൊട്ടാരത്തിൽ തങ്ങളുടെ തോ

Smitha

ഴിമാരെയൊന്നും കാണുന്നില്ലെന്നു രാജകുമാരി തിരിച്ചറിഞ്ഞു. എല്ലാവരെയും ഭൂതം കൊന്നുതിന്നിട്ടുണ്ടാകും.

അന്നുരാത്രി വികന്ദൻ രാജ്ഞിയുടെയും ലേഖപുത്രിയുടെയും മുറിയിലെത്തി.

ഇന്നുകൂടി ഉറങ്ങിക്കോളൂ. നാളെ എന്റെ ഭാര്യമാരായി കഴിയേണ്ടതല്ലേ. വികന്ദൻ പറഞ്ഞതുകേട്ടു രണ്ടുപേരും പൊട്ടിക്കരഞ്ഞു.

ശാകുന്തയ്ക്കും ലേഖപുത്രിക്കും അന്നുറക്കമുണ്ടായില്ല. രാത്രിയുടെ രണ്ടാംയാമം. വികന്ദൻ കൂർക്കം വലിച്ചുറങ്ങുകയാണ്.

രാജകുമാരി പതുക്കെ എഴുന്നേറ്റു. മുത്തശ്ശി നൽകിയ നൂലും തകിടുമെടുത്തു വികന്ദന്റെ സമീപമെത്തി. ശബ്ദമുണ്ടാക്കാതെ അവളതു വികന്ദന്റെ അരയിൽ കെട്ടി. കൊട്ടാരത്തിൽ ആരും അറിയാതെ രണ്ടുപേരും മുറിയിൽ നിന്നു പുറത്തിറങ്ങി വാതിലടച്ചു. രാജകുമാരി തന്റെ ഓമന മൃഗത്തെ ജാലകത്തിലൂടെ അകത്തേക്കിട്ടു. മുറിയിൽ പൂച്ചയുടെ കരച്ചിൽ കേട്ടു വികന്ദൻ ഞെട്ടിയെഴുന്നേറ്റു. രാജ്ഞിയും രാജകുമാരിയും കിടന്ന സ്ഥലത്തേക്കു നോക്കി. അവിടെ അവരുടെ കിടക്കയിൽ ഒരു പൂച്ച. നിമിഷ നേരം കൊണ്ടു എല്ലാം കഴിഞ്ഞു. പൂച്ചയെ കണ്ടതും ഭൂതം പെട്ടെന്നൊരു പൂച്ചയായി മാറി. ഒറ്റക്കണ്ണും ഒറ്റച്ചെവിയുമുള്ള പൂച്ച.

നമ്മൾ രക്ഷപ്പെട്ടേ... ഭൂതം പൂച്ചയായേ.. രാജകുമാരി ഉറക്കെ വിളിച്ചുപറഞ്ഞു. അപ്പോഴേക്കും മന്ത്രിയും പരിവാരങ്ങളും എത്തിയിരുന്നു. എല്ലാവരും വരുമ്പോൾ കാണുന്നതു മുറിയിൽ പരിഭ്രാന്തനായി ഓടുന്ന ഭീകരപൂച്ചയെയാണ്.

ഇതാണു നമ്മുടെ രാജാവ്. വേഗം ഇവനെ ഒരു കൂട്ടിലിടണം. മന്ത്രി കൽപ്പന കൊടുത്തു.

ഭടൻമാർ പൂച്ചയെ പിടിച്ചു കൂട്ടിലിട്ടു.

എന്നെ തുറന്നുവിടൂ. ഞാൻ രാജാവാണ്. ഞാൻ ഭൂതമാണ്. എല്ലാവരെയും ഭസ്മമാക്കിക്കളയും- വികന്ദൻ കൂട്ടിൽക്കിടന്നു വിളിച്ചുപറഞ്ഞു.

പൂച്ചയായതോടെ ഇവന്റെ ശക്തിയെല്ലാം നഷ്ടമായി. ഇനിയാരും പേടിക്കണ്ട- മന്ത്രി പറഞ്ഞു.

വേഗം പറഞ്ഞോ എവിടെ ഞങ്ങളുടെ രാജാവ്. ഇല്ലെങ്കിൽ നിന്നെ ചൂടുവെള്ളത്തിലിട്ടു കൊല്ലും- രാജകുമാരി ദേഷ്യത്തോടെ പറഞ്ഞു.

അയ്യോ, എന്നെ കൊല്ലല്ലേ.. രാജാവു കാട്ടിൽ എന്റെ ഗുഹയിലുണ്ട്. വികന്ദൻ കരഞ്ഞുപറഞ്ഞു.

ഗുഹാമുഖം തുറക്കാനുള്ള മന്ത്രം വേഗം ചൊല്ലിക്കോ- മന്ത്രി പറഞ്ഞപ്പോൾ അവൻ പേടിയോടെ മന്ത്രം ചൊല്ലിക്കൊടുത്തു.

ഇനി നമുക്കു വേഗം പോയി രാജാവിനെ രക്ഷിക്കണം. മന്ത്രി ഉപ സൈന്യാധിപനെയും കൂട്ടി പുറപ്പെട്ടു.

അടുത്ത ദിവസം അവർ രാജാവിനെ രക്ഷിച്ചു കൊട്ടാരത്തിലെത്തി. അപ്പോഴേക്കും ജനങ്ങൾ ആഘോഷം തുടങ്ങിയിരുന്നു. വീണ്ടും രാജ്യ ഭരണം ഏറ്റെടുത്ത അദ്ദേഹം പത്നിയെയും മകളെയും കൂട്ടി ഇങ്ങോട്ടു പുറപ്പെട്ടു. കൂടെ കൂട്ടിലടച്ച വികന്ദനുമുണ്ടായിരുന്നു.

“അന്നു രാജാവ് എനിക്കു സമ്മാനിച്ചതാണ് ഈ ഒറ്റക്കണ്ണൻ പൂച്ചയെ. ഭൂതത്തിന്റെ ശക്തിയെല്ലാം നഷ്ടപ്പെട്ട പാവം ഒറ്റക്കണ്ണൻ. പക്ഷേ, ഇവനു നമ്മെ പോലെ സംസാരിക്കാൻ കഴിയും”.

മുത്തശ്ശി വികന്ദനെ മടിയിൽ വച്ചു തലോടുന്നതു കണ്ടു കുട്ടനു പാവം തോന്നി. പാവം ഭൂതം.

“സ്വന്തം കഴിവു നഷ്ടപ്പെട്ടാൽ എല്ലാവരുടെയും അവസ്ഥ വികന്ദനെ പോലെയാകുമല്ലേ മുത്തശ്ശീ”-കുട്ടൻ ചോദിച്ചു.

“ആഹാ, നീയിപ്പോൾ വല്യ വല്യ കാര്യങ്ങളൊക്കെ സംസാരിക്കാൻ തുടങ്ങിയല്ലേ. ഇങ്ങനെയൊന്നും നിന്റെ അമ്മായിയുടെ മുന്നിൽ സംസാരിക്കണ്ട. ഉറപ്പായും അടി കിട്ടും”- ചിരിച്ചുകൊണ്ടു മുത്തശ്ശി പറഞ്ഞു.

## അധ്യായം 15

“കുട്ടിമാമാ, എനിക്ക് ഒറ്റക്കണ്ണൻ ഭൂതത്തെ കാണണം. ഞാനും വരട്ടെ മുത്തശ്ശിയുടെ വീട്ടിലേക്ക്?”

ശ്രീക്കുട്ടിയുടെ ചോദ്യം കേട്ടു കുട്ടനു പേടി തോന്നി.

അവൻ പതുക്കെ പറഞ്ഞു- “അയ്യോ, ഇതെങ്ങാനും അമ്മായി കേട്ടാൽ എനിക്കു നല്ല അടികിട്ടും. ഞാൻ തന്നെ മുത്തശ്ശിയുടെ വീട്ടിൽ പോകുന്നത് അമ്മാവനും അമ്മായിയും അറിയില്ല. നീയും കൂടി വരുന്നതറിഞ്ഞാൽ പിന്നെ ഇങ്ങോട്ടു വരേണ്ടി വരില്ല. തൽക്കാലം ഞാൻ പറയുന്ന കഥ നീ കേട്ടാൽ മതി”.

ശ്രീക്കുട്ടിക്കു സങ്കടമായി.

“ഞാൻ വരുന്നത് ആരും അറിയില്ലല്ലോ. ഞാൻ പാവമല്ലേ കുട്ടിമാമാ”.

ശ്രീക്കുട്ടിയുടെ കണ്ണു നിറയുന്നതു കുട്ടൻ കണ്ടു.

“എന്തിനാടീ നീ കരയുന്നത്?”

പെട്ടെന്നാണു മീനാക്ഷി അവിടേക്കു കയറി വന്നത്. അമ്മ വരുന്നതു ശ്രീക്കുട്ടി അറിഞ്ഞിരുന്നില്ല. അവൾ പാവാട കൊണ്ടു കണ്ണു തുടച്ചു.

“എവിടെ പോകുന്ന കാര്യമാണു രണ്ടുപേരും പറയുന്നത്?” ചോദ്യം കുട്ടനോടായിരുന്നു.

“പള്ളിക്കൂടത്തിൽ പോകുന്ന കാര്യം പറഞ്ഞതാ”- കുട്ടൻ പേടിയോടെ പറഞ്ഞു.

“പിന്നെയേതോ മുത്തശ്ശിയുടെ കാര്യമൊക്കെ പറയുന്നതുകേട്ടല്ലോ”- മീനാക്ഷി വിടാൻ ഭാവമില്ലായിരുന്നു.

“കുറച്ചു ദിവസമായി ഞാൻ രണ്ടിനെയും ശ്രദ്ധിക്കുന്നു. എന്തോ ഒരു ഒളിച്ചുകളിയുണ്ട്. ആരാടീ മുത്തശ്ശി?”

“ശ്രീക്കുട്ടിയുടെ കൂടെയുള്ള അമ്മുവിന്റെ മുത്തശ്ശിയുടെ കാര്യമാ പറഞ്ഞത്. അവളുടെ വീട്ടിൽ കഥകൾ പറയുന്ന മുത്തശ്ശിയുണ്ട്. അവരെ കാണാൻ പോകുന്ന കാര്യമാണു ഞങ്ങളിപ്പോൾ പറഞ്ഞത്” - കു

ട്ടൻ രഹസ്യം പുറത്തുവിടാതെ പറഞ്ഞപ്പോഴാണു ശ്രീക്കുട്ടിയുടെ മുഖം തെളിഞ്ഞത്.

" പള്ളിക്കൂടം വിട്ടാൽ നേരെ വീട്ടിലേക്കു വന്നേക്കണം രണ്ടും. അച്ഛൻ വരട്ടെ രണ്ടിന്റെയും കറങ്ങിനടത്തം ഞാൻ അവസാനിപ്പിച്ചുതരാം"- ഭീഷണി സ്വരം മുഴക്കി മീനാക്ഷി അടുക്കളയിലേക്കു പോയി.

കുട്ടനും ശ്രീക്കുട്ടിയും ആശ്വാസത്തോടെ പരസ്പരം നോക്കി. അന്ന് ഉറങ്ങാൻ കിടക്കും നേരം രണ്ടുപേരും ഒന്നും സംസാരിച്ചില്ല. മീനാക്ഷി ശ്രദ്ധിക്കുന്നുണ്ടെന്നു രണ്ടുപേർക്കും അറിയാമായിരുന്നു. എങ്ങനെയും മുത്തശ്ശിയുടെ വീട്ടിൽ പോകണമെന്ന ചിന്തയായിയിരുന്നു ശ്രീക്കുട്ടിക്ക്. അന്നു മുത്തശ്ശി അവളുടെ സ്വപ്നത്തിൽ പ്രത്യക്ഷപ്പെടുകയും ചെയ്തു. ഇതുവരെ കാണാത്ത മുത്തശ്ശിയെ എങ്ങനെയാണാവോ ശ്രീക്കുട്ടി സ്വപ്നത്തിൽ കണ്ടിരിക്കുക?

"തൽക്കാലം അടി കിട്ടാതെ രക്ഷപ്പെട്ടു അല്ലേ?" മുത്തശ്ശി ചിരിച്ചുകൊണ്ടു ചോദിച്ചു.

കുട്ടൻ അതെയെന്നു തലയാട്ടി.

"നിനക്കു പുതിയൊരു കൂട്ടുകാരിയെ കിട്ടിയല്ലോ?"

മുറ്റത്തേക്കു നോക്കി മുത്തശ്ശി പറഞ്ഞപ്പോൾ കുട്ടന്റെ ശ്രദ്ധയും അങ്ങോട്ടായി.

" ആരാ മുത്തശ്ശി അത്?"

" അവനാണു ജലചാണക്യൻ. കൂട്ടുകാരിയെയും കൂട്ടി ചാടിപ്പോകുന്നതു കണ്ടില്ലേ"- മുത്തശ്ശി ചൂണ്ടിക്കാണിച്ചിടത്തേക്കു കുട്ടൻ നോക്കിയപ്പോൾ രണ്ടു തവളകൾ ചാടിപ്പോകുന്നതു കണ്ടു.

" ജലചാണക്യനോ?"

"അതെ. മനുഷ്യരേക്കാൾ ബുദ്ധിയാ അവന്. ആളൊരു പാവം തവളയാണെങ്കിലും നമ്മുടെ മനസ്സിലുള്ളത് അവൻ കണ്ടറിയും".

" അതെങ്ങനെ മുത്തശ്ശിക്കറിയും?" കുട്ടന് അവനെക്കുറിച്ചു കേൾക്കാൻ ആവേശമായി.

"രണ്ടു രാജാക്ക ാർ തമ്മിലുള്ള യുദ്ധം ഇല്ലാതാക്കിയവനാ ആ ചാടിപ്പോകുന്നത്. അന്ന് അവനു ഞാനിട്ട പേരാ ജലചാണക്യൻ. എന്താ കേൾക്കാൻ കൊതിയായി അല്ലേ?" കുട്ടന്റെ മുഖം കണ്ടപ്പോൾ തന്നെ മുത്തശ്ശിക്കു മനസ്സിലായി.

"അങ്ങു വടക്കു ഗോപാലപുരമെന്നൊരു കൊച്ചുരാജ്യമുണ്ടായിരുന്നു. ചന്ദ്രമഹാദേവനായിരുന്നു അവിടുത്തെ രാജാവ്. ജനങ്ങൾക്കെല്ലാം ഇഷ്ടപ്പെട്ട രാജാവ്. ഗോപാലപുരത്തിന്റെ അയൽരാജ്യമായിരുന്നു ബാല

രാമപുരം. അവിടുത്തെ രാജാവായ കൃഷ്ണദേവനു ഗോപാലപുരത്തെ തന്റെ രാജ്യത്തോടു ചേർക്കണമെന്നായിരുന്നു മോഹം. അതിനു രണ്ടുതവണ അയാൾ സൈന്യവുമായി പുറപ്പെട്ടതായിരുന്നു. എന്നാൽ കൃഷ്ണദേവന്റെ ശത്രുവായ അരുണൻ ചന്ദ്രമഹാദേവനെ സഹായിക്കാനെത്തിയപ്പോൾ പിൻവാങ്ങുകയായിരുന്നു. അരുണന്റെ സൈന്യത്തോട് എതിരിട്ടാൽ തന്റെ സൈന്യത്തിൽ ഒരാൾ പോലും ബാക്കിയുണ്ടാകില്ല എന്നു കൃഷ്ണദേവന് അറിയാം. എങ്ങനെയെങ്കിലും ഗോപാലപുരത്തെ ബാലരാമപുരത്തോടു ചേർത്തു വലിയൊരു രാജ്യത്തിന്റെ അധിപനാകാൻ കൃഷ്ണദേവൻ പല തന്ത്രങ്ങളും പയറ്റിനോക്കി. ഗോപാലപുരത്തെ സൈന്യത്തെ തന്റെ സൈന്യത്തോടു ചേർത്താൽ അരുണനെ തോൽപ്പിക്കാൻ കഴിയും. അതുകൂടി അയാളുടെ ലക്ഷ്യമായിരുന്നു.

ഗോപാലപുരത്തെ കീഴടക്കാനുള്ള തന്ത്രം പറഞ്ഞുതരുന്നവർക്കു രാജാവ് ആയിരം സ്വർണനായണം സമ്മാനം പ്രഖ്യാപിച്ചു.

ബാലരാമപുരത്തു നിന്നുത്ഭവിച്ചു ഗോപാലപുരത്തേക്കൊഴുകുന്ന പുഴയാണു സ്വർഗ. ഈ പുഴയെ ആശ്രയിച്ചാണു രണ്ടുരാജ്യങ്ങളും കഴിഞ്ഞിരുന്നത്. സ്വർഗ നദി ഗോപാലപുരത്തേക്കൊഴുകാതിരിക്കാൻ എന്തെങ്കിലും ചെയ്താൽ അവിടെയുള്ളവർ വെള്ളംകിട്ടാതെ ചത്തൊടുങ്ങും. അങ്ങനെ ആ രാജ്യത്തെ തങ്ങളുടെ രാജ്യത്തോടൊപ്പം ചേർക്കാമെന്നു മന്ത്രി തന്നെയാണു രാജാവിന് ഉപദേശം നൽകിയത്. ആ തന്ത്രം കൊള്ളാമെന്നു രാജാവിനും തോന്നി. ഉടൻ തന്നെ അദ്ദേഹം മന്ത്രിക്കു ആയിരം സ്വർണനാണയങ്ങൾ സമ്മാനിച്ചു.

നാളെത്തന്നെ അതിർത്തിയിൽ വലിയൊരു അണക്കെട്ടു നിർമിക്കട്ടെ– രാജാവു കൽപ്പിച്ചു. മാസങ്ങൾക്കൊണ്ടു ഗോപാലപുരത്തിനും ബലരാമപുരത്തിനുമിടയ്ക്കു വലിയൊരു അണക്കെട്ട് ഉയർന്നു. അതോടെ സ്വർഗയിൽ നിന്നുള്ള വെള്ളം ഗോപാലപുരത്തേക്കു ലഭിക്കാതെയായി. വരാനിരിക്കുന്ന വലിയ അപകടത്തെ ചന്ദ്രമഹാദേവൻ തിരിച്ചറിഞ്ഞു. വെള്ളം ലഭിക്കാതാതെ വന്നാൽ കൃഷി നശിക്കും. അതോടെ ആളുകളുടെ ഉപജീവനം ഇല്ലാതാകും. തന്റെ രാജ്യം പെട്ടെന്നു തന്നെ മരുഭൂമിയാകുമെന്നു രാജാവിനു ബോധ്യമായി.

അണക്കെട്ടു തുറന്നു വെള്ളം നൽകി സഹായിക്കണമെന്ന് അദ്ദേഹം ദൂതൻമാർ വഴി കൃഷ്ണദേവനോട് അഭ്യർഥിച്ചു. എന്നാൽ ദൂതുമായി വന്നവരെ അണക്കെട്ടിലെ വെള്ളത്തിൽ മുക്കിക്കൊല്ലുകയാണ് കൃഷ്ണദേവൻ ചെയ്തത്.

യുദ്ധം ചെയ്തു ബാലരാമപുരത്തെ തോൽപ്പിക്കാൻ കഴിയില്ലെന്നു

ചന്ദ്രമഹാദേവന് ഉറപ്പായിരുന്നു. രാജ്യത്തെ എങ്ങനെ രക്ഷിക്കുമെന്നോർത്ത് അദ്ദേഹത്തിന് ഉറക്കമില്ലാതെയായി. കൊട്ടാരത്തിൽ വന്ന ഒരു താപസനാണു രാജാവിനൊരു വഴി പറഞ്ഞുകൊടുത്തത്.

ഇവിടെ നിന്നു അഞ്ചു മലകളും അഞ്ചു കടലും കടന്നാൽ ഒരു മുത്തശ്ശിയുടെ വീടെത്തും. അവർക്കറിയാം യുദ്ധമില്ലാതെ എങ്ങനെ വെള്ളം കൊണ്ടുവരാമെന്ന്. സമയം പാഴാക്കാതെ മുത്തശ്ശിയെ ചെന്നു കാണൂ–താപസൻ ധൈര്യം പകർന്നു.

ചന്ദ്രമഹാദേവനും മന്ത്രിയും ഉടൻ തന്നെ ഇങ്ങോട്ടു പുറപ്പെട്ടു".

"മുത്തശ്ശീ, ഏഴിൽ നിന്ന് ആറ്, ഇപ്പോൾ അഞ്ച്. ഓരോ ആളുകൾ സഹായം തേടിയെത്തുമ്പോഴും ദൂരം കുറഞ്ഞുവരികയാണല്ലേ"– കുട്ടൻ ഇടയ്ക്കു കയറി ചോദിച്ചു.

" അതെ, അഞ്ചു കടലും മലയും യാത്ര ചെയ്ത് അവർ ഇവിടെയെത്തി".

" എങ്ങനെയാ മുത്തശ്ശീ ആ താപസനു മുത്തശ്ശിയെ അറിയുന്നത്?" കുട്ടൻ ചോദ്യം തുടർന്നു.

" അതൊക്കെ നിനക്കു പതിയെ മനസ്സിലാകും. ഇപ്പോൾ നീ കഥ കേൾക്ക്" .

മുത്തശ്ശി തുടർന്നു.

## അധ്യായം 16

" ഒരു യുദ്ധം ചെയ്യാനുള്ള താൽപര്യം എനിക്കില്ല. അരുണരാജാവിന്റെ സഹായം തേടിയാൽ സഹായം ഉറപ്പാണ്. പക്ഷേ, ഒരു യുദ്ധം ഉണ്ടാക്കുന്ന നാശം എത്രയായിരിക്കും. എത്രപേരുടെ ജീവൻ നഷ്ടമാകും. എത്രപേർ കയ്യും കാലും നഷ്ടപ്പെട്ടു ജീവിതകാലം മുഴുവൻ കഷ്ടപ്പെടും? അവരുടെ കുടുംബമൊക്കെ എന്നെ പഴിപറയില്ലേ? യുദ്ധം ഒരിക്കലും ശാന്തിയും സമാധാനവും നൽകില്ല. അതു കൃഷ്ണദേവൻ മനസ്സിലാക്കുന്നില്ല. ഒരുതുള്ളി ചോര ചിന്താതെ ഈ പ്രശ്നം പരിഹരിക്കാൻ സാധിക്കുമോ?

ചന്ദ്രമഹാദേവ രാജാവിന്റെ ചോദ്യം കേട്ടു ഞാൻ ചിരിച്ചു. യുദ്ധം ആഗ്രഹിക്കാത്തൊരു രാജാവിനെ ഞാൻ ആദ്യമായി കാണുകയായിരുന്നു. രാജ്യങ്ങൾ വെട്ടിപ്പിടിച്ചു മുന്നേറാനാണ് ഓരോ രാജാവും ശ്രമിക്കുന്നത്. മഹാരാജാവാകുക, ചക്രവർത്തിയാകുക എന്നൊക്കെയാണ് എല്ലാവരുടെയും മോഹങ്ങൾ. എന്നാൽ തന്റെ പ്രജകളിലൊരാൾക്കു പോലും പരിക്കേൽക്കാതെ വേണം പ്രശ്നപരിഹാരമെന്നാണ് ഈ രാജാവ് ആവശ്യപ്പെടുന്നത്.

മഹാരാജൻ, ആദ്യമായിട്ടാണു യുദ്ധം വേണ്ടാത്ത ഒരു രാജാവിനെ ഞാൻ കാണുന്നത്. സന്തോഷം. മറ്റുള്ളവരുടെ കുടിവെള്ളം മുട്ടിക്കുന്നവനോടു ദൈവം ഒരിക്കലും പൊറുക്കില്ല. അങ്ങു സമാധാനമായിരിക്കൂ. എല്ലാറ്റിനും പരിഹാരമുണ്ട്.

എന്റെ മുന്നിലെ പെട്ടി മുന്നോട്ടു നീക്കിവച്ച് ഞാൻ തുടർന്നു.

ഇതൊരു മാന്ത്രികപ്പെട്ടിയാണ്. അങ്ങു രാജ്യത്തെത്തിക്കഴിഞ്ഞാൽ രാത്രിയിൽ ഈ പെട്ടി ആ അണക്കെട്ടിനു സമീപം തുറന്നുവയ്ക്കണം. രാജാവും മന്ത്രിയും മാത്രമേ കാര്യം അറിയാൻ പാടുള്ളൂ. രാത്രിയിൽ ജനങ്ങളാരും പുറത്തിറങ്ങരുത്. ഒരിക്കൽ പോലും ഈ പെട്ടിയിലേക്കു നോക്കരുത്. എല്ലാ പ്രശ്നങ്ങളും കഴിഞ്ഞാൽ പെട്ടി ഭദ്രമായി അടച്ച് ഇങ്ങോട്ടു കൊണ്ടുവരിക.

രാജാവ് അത്ഭുതത്തോടെ എന്നെ നോക്കി. കാര്യം എനിക്കു പിടി

കിട്ടി. വെറ്റിലച്ചെല്ലം പോലെ ചെറിയൊരു പെട്ടി. അതിനകത്ത് എന്ത് അത്ഭുതമായിരിക്കും ഒളിഞ്ഞിരിക്കുക എന്നതാണ് ആ മുഖത്തെ ഭാവം.

രാജാവും മന്ത്രിയും മാന്ത്രികപ്പെട്ടിയുമായി യാത്രപുറപ്പെട്ടു. അഞ്ചു കടലും മലകളും താണ്ടി അവർ ഗോപാലപുരത്തെത്തി. അപ്പോഴേക്കും ജനം ആകെ വലഞ്ഞിരുന്നു. രാജ്യത്തെ കൃഷിയെല്ലാം ഉണങ്ങി. കിണറ്റിലെ വെള്ളവും കുറഞ്ഞു. ആളുകൾ ഭീതിയിലാണ്. നിറഞ്ഞൊഴുകിയിരുന്ന സ്വർഗ നദിയിപ്പോൾ മരുഭൂമി പോലെ വറ്റിവരണ്ടു.

രാജാവിന്റെ വിളംബരം വന്നു. ആളുകൾ തെരുവിൽ ഓടിക്കൂടി.

ഇന്നു സൂര്യാസ്തമയത്തോടെ എല്ലാവരും വീട്ടിൽ കയറി കതകടയ്ക്കണം. നാളെ നേരം പുലർന്നിട്ടേ പുറത്തിറങ്ങാവൂ. ഒരു വീട്ടിൽ പോലും വെളിച്ചമുണ്ടാകാൻ പാടില്ല.

രാജകൽപ്പന ഭടന്മാർ നാടുനീളെ അറിയിച്ചു.

സന്ധ്യയോടെ തെരുവെല്ലാം ഒഴിഞ്ഞു. എവിടെയും വെളിച്ചമില്ല. ആളുകൾ പേടിയോടെയാണു രാത്രി കഴിച്ചുകൂട്ടിയത്.

രാത്രിയായപ്പോൾ രാജാവും മന്ത്രിയും മാന്ത്രികപ്പെട്ടിയുമായി അണക്കെട്ടിനു സമീപമെത്തി. രാജാവു പെട്ടി തുറന്നുവച്ചു. തിരിഞ്ഞുനോക്കാതെ നടന്നു. രണ്ടുപേരും ഒന്നും മിണ്ടിയില്ല. ഭയവും ഭീതിയും അവരുടെ മുഖത്തുമുണ്ടായിരുന്നു.

രാത്രി എപ്പോഴാണ് ഉറക്കം വന്നതെന്നു രാജാവിനറിയില്ലായിരുന്നു. ജനത്തിന്റെ ആർപ്പുവിളി കേട്ടാണു മട്ടുപ്പാവിലെത്തി നോക്കിയത്. ആളുകൾ സന്തോഷത്തോടെ തുള്ളിച്ചാടുകയാണ്. സ്ത്രീകളും കുട്ടികളും നൃത്തം ചെയ്യുന്നു.

രാജാവു താഴേക്കിറങ്ങി വന്നു. മന്ത്രിയും സൈന്യാധിപനുമെല്ലാം രാജാവിനെ മുഖംകാണിക്കാൻ കാത്തുനിൽക്കുകയായിരുന്നു.

എന്താണു സംഭവിച്ചതെന്നു രാജാവു തിരക്കി.

പ്രഭോ, എന്ത് അത്ഭുതമാണു സംഭവിച്ചതെന്നറിയില്ല. സ്വർഗ്ഗ പഴയതുപോലെ നിറഞ്ഞൊഴുകുന്നു. അണക്കെട്ടിന് ഒന്നും സംഭവിച്ചിട്ടുമില്ല. ബാലരാമപുരത്തെ രാജാവു വിറളിപിടിച്ച് അങ്ങോട്ടുമിങ്ങോട്ടും ഓടുകയാണെന്നാണു ചാരന്മാർ അറിയിച്ചത്.

രാജാവിനു വിശ്വസിക്കാൻ കഴിഞ്ഞില്ല. അദ്ദേഹം മന്ത്രിയോടൊപ്പം തേരിലേറി പുഴയ്ക്കരികിലെത്തി. പുഴ ഒന്നുമറിയാത്തപോലെ നിറഞ്ഞൊഴുകുകയാണ്. തങ്ങൾ തലേദിവസം കൊണ്ടുപോയി വച്ച പെട്ടി രാജാവ് എടുത്തുകൊണ്ടുവന്നു. അതു ഭദ്രമായി അടച്ചിരുന്നു. എന്തത്ഭുതമാണ് ഈ പെട്ടിയുണ്ടാക്കിയതെന്നു രാജാവിനു ബോധ്യമായില്ല.

ആ മുത്തശ്ശി അപാരമായ കഴിവുള്ള ആളാണ്? ആരാണവർ? മന്ത്രവാദിയോ? അതോ ദേവലോകത്തുനിന്ന് വേഷം മാറി വന്ന ആരെങ്കിലുമായിരിക്കുമോ? രാജാവു മന്ത്രിയോടു ചോദിച്ചു. രണ്ടുപേർക്കും ഉത്തരമില്ലായിരുന്നു. താൻ ആവശ്യപ്പെട്ടതുപോലെ ഒരുതുള്ളി ചോരചിന്താതെ രാജ്യത്തെ പ്രശ്നം പരിഹരിച്ചിരിക്കുന്നു.

വേഗം പെട്ടിയുമെടുത്ത് പുറപ്പെടണം. രാജാവു മന്ത്രിയോടു പറഞ്ഞു. ഇക്കുറി വലിയൊരു സംഘത്തെയും കൊണ്ടാണു രാജാവു മുത്തശ്ശിക്കരികിലേക്കു പുറപ്പെട്ടത്. രാജ്ഞിയും മക്കളുമെല്ലാം കൂടെയുണ്ടായിരുന്നു.

കൊണ്ടുപോയ പെട്ടി രാജാവ് ഇവിടെ വച്ചു തൊഴുതു നിന്നു. കൊണ്ടുവന്ന സമ്മാനമെല്ലാം ഭടന്മാർ മുന്നിൽ നിരത്തിവച്ചു. മുത്തശ്ശി അതിലേക്കൊന്നും നോക്കിയില്ല.

രാജ്യം വീണ്ടും സ്വർഗമായില്ലേ? ഞാൻ ചോദിച്ചപ്പോൾ രാജാവു കാൽക്കൽ വീണു നമസ്കരിച്ചു. ഒരുതുള്ളി ചോര ചിന്താതെ എന്റെ രാജ്യത്തെ രക്ഷിച്ചു. എന്ത് അത്ഭുതമാണു മുത്തശ്ശിയുടെ മാന്ത്രികപ്പെട്ടി രാജ്യത്തു പ്രവർത്തിച്ചത്? രാജാവു ചോദിച്ചു.

തൽക്കാലം രാജാവു സന്തോഷത്തോടെ തിരിച്ചുപോകുക. രാജ്യത്തെ ജനങ്ങളുടെ സന്തോഷത്തിൽ പങ്കുകൊള്ളുക. ഇനി ബാലരാമപുരത്തെ രാജാവു യുദ്ധം ചെയ്യാൻ വരില്ല. ഒറ്റരാത്രി കൊണ്ട് ഒരു പുഴയെ വീണ്ടെടുത്ത മാന്ത്രികനായ രാജാവാണു താങ്കളിപ്പോൾ. അതാണ് ഇനി പാണന്മാർ പാടി നടക്കുക. അതുകൊണ്ടു ഗോപാലപുരത്തെ ജനങ്ങൾ കൂടുതൽ സന്തോഷത്തോടെ കഴിയട്ടെ ".

"എന്തായിരിക്കും മുത്തശ്ശീ ആ പെട്ടിയിലുണ്ടായിരുന്നത്?" കുട്ടന്റെ ചോദ്യം മുത്തശ്ശി പ്രതീക്ഷിച്ചതായിരുന്നു.

" നീയും ചന്ദ്രമഹാദേവനായി അല്ലേ.." ചിരിച്ചുകൊണ്ടു മുത്തശ്ശി ചോദിച്ചു.

## അധ്യായം 17

"വേഗം പറഞ്ഞുതാ കുട്ടിമാമാ, ആ പെട്ടിയിൽ എന്താണുണ്ടായിരുന്നത്?"

"എന്തായിരിക്കുമെന്നു നീയൊന്ന് ഊഹിച്ചുനോക്ക്" -കുട്ടൻ അവളുടെ ആകാംക്ഷ മാനിക്കാതെ പറഞ്ഞു.

"ഞാനിനി കുട്ടിമാമനോടു മിണ്ടില്ല"-ശ്രീക്കുട്ടിക്കു പരിഭവമായി.

"അയ്യോ, പിണങ്ങല്ലേ. ഞാൻ പറഞ്ഞുതരാം. മുത്തശ്ശിയുടെ വീട്ടിൽ അത്ഭുതസിദ്ധിയുള്ളൊരു തവളയുണ്ടായിരുന്നു. മുത്തശ്ശി പറയുന്നതു മനസ്സിലാക്കാൻ കഴിവുള്ള തവള".

" തവളയ്ക്കു മനുഷ്യർ പറഞ്ഞാൽ മനസ്സിലാകുമോ?"- ശ്രീക്കുട്ടി അത്ഭുതത്തോടെ ചോദിച്ചു.

"എല്ലാ തവളകൾക്കും കഴിയില്ല. ഈ തവളയ്ക്കു കഴിയും. പണ്ട് അവനും വെറുമൊരു തവളയായിരുന്നു. മുത്തശ്ശി മാന്ത്രികവിദ്യകൊണ്ട് അവന് അത്ഭുതസിദ്ധികൾ കൊടുത്തതാണ്. നൂറുദിവസം അവനെ ഒരു പെട്ടിയിലിട്ടുവച്ചു മുത്തശ്ശി ദിവ്യമന്ത്രം ചൊല്ലിയാണ് എല്ലാ കഴിവും കൊടുത്തത്. അവന് ഒരിക്കലും മരണമില്ല. നമ്മൾ മരിച്ചാലും അവൻ ജീവിച്ചിരിക്കും.

മുത്തശ്ശി പറഞ്ഞാൽ അവൻ എന്തും അനുസരിക്കും. പറക്കാൻ പറഞ്ഞാൽ പറന്നുപോകും. ചാടാൻ പറഞ്ഞാൽ ചാടിയെത്തും. അങ്ങനെ കഴിവുള്ള തവളയെയാണു രാജാവിനു സമ്മാനിച്ചത്" .

"അപ്പോ അവനെങ്ങനെ ഗോപാലപുരത്തെ പുഴയിൽ വെള്ളമെത്തിച്ചു?"

"അതുപറയാം. രാജാവും മന്ത്രിയും രാത്രി തന്നെ അവന്റെ പെട്ടി അണക്കെട്ടിനു സമീപം കൊണ്ടുപോയി വച്ചില്ലേ. എല്ലാവരും പോയപ്പോൾ തവള പെട്ടിയിൽ നിന്നു പുറത്തിറങ്ങി. എന്നിട്ടു പേക്രോം, പേക്രോം എന്നു പതുക്കെ കരഞ്ഞു. കുറച്ചു സമയം കഴിഞ്ഞപ്പോൾ അതാ കേൾക്കുന്നു ആയിരക്കണക്കിനു പേക്രോം പേക്രോം കരച്ചിലുകൾ. അവനെപോലെ ആയിരക്കണക്കിനു തവളകൾ ഗോപാലപുരത്തു നിമി

ഷനേരം കൊണ്ടെത്തി".

"എന്നിട്ട്?"

കുട്ടൻ തുടർന്നു.

" എല്ലാതവളകളും അണക്കെട്ടിനടുത്തേക്കു ഒന്നിച്ചുചാടി. അവർ അണക്കെട്ടിനടിയിലെ ചെറിയ ഓട്ടയിലൂടെ നൂണ്ടു കയറി അപ്പുറത്തെത്തി. അപ്പോൾ എന്തു സംഭവിക്കുമെന്നു നീ തന്നെ പറ.."

" ഈ തവളകൾ പോയ വഴിയിലൂടെ വെള്ളം ഇങ്ങോട്ടേക്കു വന്നിരിക്കും? അല്ലേ കുട്ടിമാമ്മാ?"

" അതെ. തവളകൾ പലതവണ അങ്ങോട്ടുമിങ്ങോട്ടേക്കും പോയിക്കൊണ്ടിരുന്നു. ചെറിയൊരു സമയം കൊണ്ടു ബാലരാമപുരത്തെ രാജാവു കെട്ടിവച്ച വെള്ളം ഗോപാലപുരത്തെത്തി. അണക്കെട്ടു പൊളിഞ്ഞതുമില്ല, ബാലരാമപുരത്തെ രാജാവിനു കാര്യം പിടികിട്ടയതുമില്ല. ഗോപാലപുരത്തെ സ്വർഗനദി പഴയതുപോലെ നിറഞ്ഞൊഴുകി. ജനജീവിതം വീണ്ടും പഴയതുപോലെയായി. സ്വർഗയുടെ കരയിലെ ചെടികൾ വീണ്ടും പച്ചപ്പണിഞ്ഞു. പൂക്കളിൽ തേൻതേടി പൂമ്പാറ്റകളും വണ്ടുകളും പാറിയെത്തി".

"ഹോ, ഈ മുത്തശ്ശിയുടെ ഒരു കഴിവ്. യുദ്ധം പേടിച്ച നാട്ടിലെ പ്രശ്നം ആരുമറിയാതെ പരിഹരിച്ചു".

"എനിക്കെന്തായാലും മുത്തശ്ശിയെ കാണണം. ഇല്ലെങ്കിൽ നാളെ മുതൽ ഞാൻ പള്ളിക്കൂടത്തിൽ വരില്ല".

ഒടുവിൽ കുട്ടൻ ചിരിച്ചു. ആ ചിരിയുടെ അർഥം അവൾക്കു മനസ്സിലായി.

## അധ്യായം 18

" ഹാ, ശ്രീക്കുട്ടി വന്നോ?" മുറ്റത്തേക്കിറങ്ങി മുത്തശ്ശി ചോദിച്ചു.

"അമ്മയറിഞ്ഞാൽ അടി കിട്ടില്ലേ?"

" അമ്മയറിയാതെയാണു വന്നത്. എനിക്കും മുത്തശ്ശിയുടെ കഥ കേൾക്കണം".

" പള്ളിക്കൂടം ഒഴിവാക്കി കഥ കേൾക്കാൻ നിന്നാൽ പ്രശ്നമാണ്. എന്നും വരരുത്. കുട്ടൻ അത്രയ്ക്കു നിർബന്ധിച്ചിട്ടാണു ഞാൻ സമ്മതിച്ചത്" - അവളുടെ കൈ പിടിച്ചു മുത്തശ്ശി പറഞ്ഞു.

" മുത്തശ്ശീ, പള്ളിക്കൂടത്തിൽ നിന്നു അറിയുന്നതിനേക്കാൾ കൂടുതൽ ഞാനിപ്പോൾ കുട്ടിമാമ്മന്റെ കഥയിൽ നിന്നു മനസ്സിലാക്കുന്നുണ്ട്. ഗോപാലപുരത്തെ ആളുകൾ വെള്ളം കിട്ടാതെ മരിക്കാൻ പോകുന്നത് എത്ര പെട്ടെന്നാണു മുത്തശ്ശി ഇല്ലാതാക്കിയത്. പള്ളിക്കൂടത്തിലെ കഥയിൽ നിന്ന് ഇതൊന്നും ഞാൻ കേട്ടിട്ടില്ല". ശ്രീക്കുട്ടി മുത്തശ്ശിയുടെ മടിയിൽ കയറിയിരുന്നു.

"മുത്തശ്ശിയെന്താ ഇവിടെ ഒറ്റയ്ക്കു താമസിക്കുന്നേ? ഞങ്ങളുടെ വീട്ടിലേക്കു വരോ? എന്നാൽ ഞങ്ങൾക്ക് ആരെയും പേടിക്കാതെ കഥകളൊക്കെ കേൾക്കാമല്ലോ".

"ആരു പറഞ്ഞു മുത്തശ്ശി തനിച്ചാണെന്ന്. കുട്ടൻ പറഞ്ഞുതന്നിട്ടില്ലേ ഇവിടെ കൂട്ടിനു ധാരാളം ആളുകളുണ്ടെന്ന്. നിന്നെ കണ്ടപ്പോൾ എത്ര പേരാ നോക്കുന്നത്. ജലചാണക്യന്റെ പേക്രോം വിളി കേട്ടില്ലേ. പവിഴം അതാ കൂട്ടിൽ നിന്നു പുറത്തേക്കു വരുന്നു. ഇവരൊക്കെ മതി മുത്തശ്ശിക്ക്".

" മുത്തശ്ശിയെ പോലെ ഇങ്ങനെ ഒറ്റയ്ക്കു പാർക്കുന്ന വേറെയാരെങ്കിലുമുണ്ടോ ഈ നാട്ടില്?"

" ഉണ്ടായിരുന്നു, പത്മാവതിയിലെ മാധവിയമ്മ".

" മാധവിയമ്മ്യോ? അതാരാ മുത്തശ്ശീ" രണ്ടുപേരും ചോദിച്ചത് ഒന്നിച്ചായിരുന്നു.

" മാധവിയമ്മ പാവമായിരുന്നു. ആരും തുണയില്ലാതെ ജീവിച്ച പാ

വം അമ്മ". മുത്തശ്ശി പുതിയൊരു കഥയിലേക്കു കടന്നു.

" ഇത്രയും ശുദ്ധമായൊരു പാൽ ഈ നാട്ടിൽ വേറെയെങ്ങും കിട്ടില്ല. പാലുമായി വരുന്ന മാധവിയമ്മയെ കാണുമ്പോൾ ആ നാട്ടിലെ സ്ത്രീകളെല്ലാം സന്തോഷത്തോടെ പറയും. മാധവിയമ്മ എന്നും ഒറ്റയ്ക്കായിരുന്നു. സഹായിക്കാനോ ഒന്നു മിണ്ടിപ്പറയാനോ മനുഷ്യരായിട്ട് ആ വീട്ടിൽ ആരുമുണ്ടായിരുന്നില്ല. ഭർത്താവു വളരെ നേരത്തെ മരിച്ചു. ഏകമകൻ ദീനം വന്നു ചെറുപ്രായത്തിലേ അമ്മയെ വിട്ടുപോയി. അതിൽപിന്നെ ആ അമ്മയുടെ കണ്ണീർ തോർന്നിട്ടില്ല.

മനുഷ്യരായിട്ട് ആരുമില്ലെന്നേയുള്ളൂ മാധവിയമ്മയ്ക്കു കൂട്ടിന്. ആ വീട്ടിൽ കണ്ണനും അവന്റെ അമ്മ നന്ദിനിയുമുണ്ട്. കണ്ണനാരാണെന്നറിയോ? കുറുമ്പനായ ഒരു പശുക്കിടാവ്. അവന്റെ അമ്മ പ്രസവിച്ചിട്ട് ആറുമാസമേ ആയുള്ളൂ. എന്നാൽ കണ്ണൻ പെട്ടെന്നു തന്നെ വലിയൊരു കുട്ടനായി വളർന്നു. അതിനുകാരണക്കാരി മാധവിയമ്മയാണ്.

മാധവിയമ്മയുടെ മരിച്ചുപോയ മകന്റെ പേരും കണ്ണൻ എന്നായിരുന്നു. ഉണ്ണിക്കണ്ണൻ. അവനും കുറുമ്പനായിരുന്നു. എന്നാൽ അമ്മയ്ക്കു മുന്നിൽ ഉണ്ണിക്കണ്ണൻ വെറും പാവം. അമ്മ പറഞ്ഞാലേ അവൻ ഉണ്ണുകയുള്ളൂ. അമ്മയുടെ പാട്ടുകേട്ടേ അവൻ ഉറങ്ങൂ. അമ്മയുടെ ചൂടുള്ള ഉമ്മ കിട്ടിയിട്ടു വേണം അവനുണരാൻ.

അതിരാവിലെ തന്നെ പശുവിനെ കറന്ന്, പാലെല്ലാം വീടുകളിൽ കൊടുത്തു മാധവിയമ്മ തിരിച്ചെത്തുമ്പോഴും ഉണ്ണിക്കണ്ണൻ നല്ല ഉറക്കമായിരിക്കും.

കണ്ണാ, വേഗം എഴുന്നേൽക്ക്. കൂട്ടുകാരെല്ലാം കളിക്കാൻ തുടങ്ങിയല്ലോ.. അമ്മ ഉമ്മറത്തുനിന്നു വിളിച്ചുപറയുമ്പോൾ അവൻ ജനലിലൂടെ പുറത്തേക്കു നോക്കും. സൂര്യപ്രകാശത്തിനു ചൂടായി വരുന്നതേയുള്ളൂ. ഇനിയും ഉറങ്ങാൻ അമ്മ സമ്മതിക്കില്ല എന്നവനറിയാം. എന്നാലും കണ്ണടച്ച് അവിടെ കിടക്കും. പെട്ടെന്നായിരിക്കും അമ്മയുടെ നനവാർന്ന ചുണ്ടുകൾ അവന്റെ ചുവന്നുതുടുത്ത കവിൾത്തടത്തെ കോരിത്തരിപ്പിക്കുക. അമ്മയുടെ ഉമ്മ പോലെ അത്രയ്ക്കു സുഖമുള്ള വേറെയൊന്നും അവൻ അനുഭവിച്ചിട്ടില്ല. ആ ദിവസം സന്തോഷത്തോടെയാകാൻ അമ്മയുടെ ചുണ്ടുകൾ നൽകുന്ന മധുരം മതി.

പക്ഷേ, ഒരുനാൾ അമ്മ നൽകിയ ചുംബനമൊന്നും അവനെ ഉണർത്തിയില്ല. ചുവന്നുതുടുത്ത അവന്റെ ശരീരമാകെ നീലംപാഞ്ഞിരിക്കുന്നു. ഉമ്മ നൽകുമ്പോൾ കെട്ടിപ്പിടിക്കാൻ അവൻ എഴുന്നേൽക്കാത്തതുകണ്ടു മാധവിയമ്മ ശങ്കിച്ചുനിന്നു. അന്നേരമാണ് അവർ മകനെ നോക്കുന്നത്.

Sreejitha

ശരീരമാകെ വിഷംതീണ്ടിയതുപോലെ. നാലുമാസം മുൻപ് അച്ഛൻ പോയ വഴിയെ കണ്ണനും ഒന്നുംപറയാതെ യാത്രയായി.

കണ്ണനും പോയതോടെ തോരാ കണ്ണുകളോടെ മാത്രമേ മാധവിയമ്മയെ നാട്ടുകാർ കണ്ടുള്ളൂ. ഒന്നുംമിണ്ടാതെ അവർ പാലുമായി വരും, കൊടുക്കുന്ന പണവും വാങ്ങി മടങ്ങും. കണ്ണീരുണങ്ങാത്ത ആ മുഖത്തു നോക്കി ചിരിക്കാൻ പോലും സമീപത്തു താമസിക്കുന്നവർക്കു കഴിയാറില്ല.

പശുവിനെ പോറ്റിയായിരുന്നു മാധവിയമ്മ പണ്ടേ ജീവിച്ചിരുന്നത്. ഭർത്താവിന് അസുഖം ബാധിച്ചു ജോലിക്കൊന്നും പോകാൻ പറ്റാതെയായതോടെയാണ് അവർ പശുക്കളെ പോറ്റാൻ തുടങ്ങിയത്.

നന്ദിനിയെന്നായിരുന്നു അവരുടെ പശുവിന്റെ പേര്. പ്രായമായി അതിനെ വിറ്റു പുതിയ പശുവിനെ വാങ്ങിയാലും നന്ദിനിയെന്നേ പേരിടൂ. പശുക്കിടാവ് ആണാണെങ്കിൽ കണ്ണനെന്നും പെണ്ണായാൽ മാളുവെന്നും പേരിടും. ഇതിനിടെ രണ്ടു കണ്ണന്മാരും ഒരു മാളുവും ആ വീട്ടിൽ ജനിച്ചു. തന്റെ കൈപ്പിടിയിൽ ഒതുങ്ങുന്നില്ല എന്നു കാണുമ്പോൾ മാധവിയമ്മ ആർക്കെങ്കിലും പോറ്റാൻ കൊടുക്കും.

മൂന്നാമത്തെ കണ്ണനാണ് ഇപ്പോൾ ആ വീടിനു ചുറ്റും ഓടിനടക്കുന്നത്. മാധവിയമ്മ പാലുകൊടുത്തു തിരിച്ചുവരുമ്പോഴേക്കും കണ്ണൻ മൂവാണ്ടൻ മാവിൻചുവട്ടിൽ കാത്തുനിൽക്കും. മാധവിയമ്മ വേലികടന്നു വരുന്നതുകണ്ടാൽ തുള്ളിത്തുള്ളി ഓടിയെത്തും. അവനറിയാം ഒഴിഞ്ഞ പാൽപാത്രത്തിൽ അവനു വേണ്ടതെന്തെങ്കിലും അമ്മ കൊണ്ടുവന്നിട്ടുണ്ടാകുമെന്ന്. പാത്രം തുറന്നു പഴമെടുത്ത് അവന്റെ വായിൽ വച്ചുകൊടുക്കുന്നതോടെ കണ്ണൻ കുന്തിരിയെടുത്ത് ഓടിപ്പോകും, സ്വന്തം അമ്മയുടെ അകിട്ടിലേക്ക്.

മൂന്നാമത്തെ കണ്ണനെപ്പോലെ മാധവിയമ്മയോട് ഇത്ര സ്നേഹം പ്രകടിപ്പിക്കുന്ന ഒരുകിടാവും അവിടെയുണ്ടായിരുന്നില്ല. എന്തെല്ലാമോ പ്രത്യേകത അവനുണ്ടായിരുന്നു. അവനെ പ്രസവിച്ചതിൽപ്പിന്നെ നന്ദിനിയുടെ പാൽ ഇരട്ടിയായി. അഞ്ച് ഇടങ്ങഴി പാലാണു മാധവിയമ്മ എന്നും കറക്കുക. ബാക്കിയുള്ളതെല്ലാം കണ്ണനുകൊടുക്കും. അവൻ വയറു നിറയെ കുടിച്ചാലും നന്ദിനിയുടെ അകിടു വീർത്തിരിക്കും. എത്രചുരത്തിയിട്ടും അവൾക്കു മതിയാകാറില്ല.

മാധവിയമ്മയുടെ വീട്ടിലെ നന്ദിനിയുടെ ഈ പ്രത്യേകത പെട്ടെന്നു നാട്ടിൽ പരന്നു. അത്രയധികം പാലു നൽകുന്ന പശു നാട്ടിൽ വേറെയെവിടെയും ഉണ്ടായിരുന്നില്ല. പലരും ആ പശുവിനെ മോഹിച്ചു. പക്ഷേ,

ആ മോഹവുമായി അവരുടെയടുക്കൽ പോകാൻ ആരും മുതിർന്നില്ല. കാരണം മാധവിയമ്മ ആ പശുവിനെ കൊടുക്കില്ല എന്ന് എല്ലാവർക്കുമറിയാമായിരുന്നു. വെറുംകയ്യോടെ മടങ്ങി നിരാശരാകണ്ട എന്നവർ കരുതിയിരിക്കും. എപ്പോഴും കരഞ്ഞുകൊണ്ടുള്ള അവരുടെ മുഖത്തു കൂടുതൽ കണ്ണീരുവീഴ്ത്താൻ ആരും മെനക്കെട്ടില്ല.

മാധവിയമ്മേ,

പതിവില്ലാത്തൊരു വിളി കേട്ട് അവർ വീട്ടിൽ നിന്നു പുറത്തെത്തി.

ശങ്കരൻ മുതലാളിയെന്താ ഈ വഴി- വേലിക്കരികിൽ നിൽക്കുന്ന ആളെ അവർ തിരിച്ചറിഞ്ഞു. ആ നാട്ടിൽ ഏറ്റവും കൂടുതൽ പശുക്കളുള്ളതു ശങ്കരൻ മുതലാളിയുടെ വീട്ടിലാണ്. എണ്ണിയാൽ തീരാത്തത്ര പശുക്കളാണു തൊഴുത്തിലും പറമ്പിലുമൊക്കെയായി ഉള്ളത്.

ശങ്കരൻ മുതലാളി മാധവിയമ്മയുടെ വീട്ടിലേക്കു കയറിവന്നു. കൂടെ കാര്യസ്ഥനുമുണ്ട്.

മുതലാളി തന്റെ വീട്ടിൽ വരാൻ പ്രത്യേകിച്ച് കാര്യമൊന്നുമില്ല. പാലും നെയ്യും മുതലാളിയുടെ വീട്ടിൽ തന്നെ എത്രയോയുണ്ട്. പിന്നെയെന്തിനാണാവോ എന്ന് മാധവിയമ്മ ശങ്കിച്ചുനിന്നു.

ഞാൻ വന്ന കാര്യം അങ്ങു പറയാം. ഇവിടെ അഞ്ചിടങ്ങഴി പാലുകറക്കുന്ന പശുവുണ്ടെന്നു കേട്ടു. ഒന്നു കാണാൻ വന്നതാ- ശങ്കരൻ മുതലാളി പറഞ്ഞ് എഴുന്നേറ്റു തൊഴുത്തിലേക്കു നടന്നു. പിന്നാലെ മാധവിയമ്മയും. അയാൾ നന്ദിനിയുടെ അടുത്തുചെന്ന് അതിനെയൊന്ന് തൊട്ടുഴിഞ്ഞു. അത് മാധവിയമ്മയ്ക്ക് തീരെ ഇഷ്ടമായില്ല. പരിചയമില്ലാത്ത ആളെ കണ്ടതും നന്ദിനി കാലുപൊക്കി ഒന്നു തൊഴിച്ചു. വളരെ വിദഗ്ധമായി മുതലാളി ഒഴിഞ്ഞുമാറിയതിനാൽ തൊഴിയേറ്റില്ല. അവളുടെ നിറഞ്ഞുനിൽക്കുന്ന അകിട്ടിലേക്കായി മുതലാളിയുടെ നോട്ടം. മുതലാളി എന്താണു ചെയ്യുന്നതെന്നു സൂക്ഷ്മമായി നോക്കിനിൽക്കുകയായിരുന്നു കാര്യസ്ഥൻ. മുതലാളിയുടെ സന്തോഷം കണ്ടതോടെ കാര്യസ്ഥൻ മാധവിയമ്മയുടെ അടുത്തേക്കു നീങ്ങിനിന്നു.

അതേ, നമ്മുടെ മുതലാളിക്ക് അന്യവീടുകളിലെ പശുക്കളെ അത്ര പെട്ടെന്നൊന്നും ഇഷ്ടപ്പെടില്ല. മുതലാളിയുടെ മുഖത്തേക്കു നോക്ക്യേ. എന്തൊരു തെളിച്ചം. കറന്നുകൊണ്ടുവരുന്ന പാലുപോലെയല്ലേ ആ ചിരി.

അപ്പോൾ കാര്യത്തിലേക്കു വരാം. നമുക്ക് ഈ പശുവിനെ അങ്ങ് ഇഷ്ടപ്പെട്ടു. ഒരു തുക കാര്യസ്ഥൻ കുട്ടപ്പനങ്ങു തരും. അതു വാങ്ങി പുതിയൊരെണ്ണത്തിനെ നിങ്ങൾ വാങ്ങിക്കോളൂ. അല്ലെങ്കിൽ ഇല്ലത്തുനിന്ന്

ഒന്നിനെയങ്ങു കൊണ്ടുവരാൻ ഏർപ്പാടു ചെയ്യാം- ശങ്കരൻ മുതലാളിയുടെ വാക്കുകൾ കേട്ട് അവർ ഞെട്ടിപ്പോയി. എന്റെ മോളെ കൊണ്ടുപോകുകയോ.

അയ്യോ. മുതലാളി അങ്ങനെയൊന്നും പറയരുത്. എന്റെ ഏക ആശ്രയമാണ് നന്ദിനിയും കണ്ണനും. അവരെ ഞാൻ ആർക്കും വിട്ടുകൊടുക്കില്ല.

ശങ്കരൻ മുതലാളിയുടെ മുഖം ചുവന്നു.

തള്ളേ, പറഞ്ഞതുകേട്ടാൽ നിങ്ങൾക്കു നന്ന് - കാര്യസ്ഥൻ അവരുടെ അടുക്കൽ വന്നു ദേഷ്യത്തോടെ പറഞ്ഞു.

പെട്ടെന്നു കണ്ണൻ ഓടിവന്ന് കാര്യസ്ഥനെ കുത്തിമറിച്ചിട്ടു. അവനു മനസ്സിലായിരിക്കുന്നു തന്റെ അമ്മയെ ദ്രോഹിക്കാൻ വന്നവരാണ് അവരെന്ന്. കൊമ്പില്ലെങ്കിലും അവന്റെ കുത്തേറ്റു കാര്യസ്ഥൻ താഴെ വീണു. കണ്ണൻ തലയുയർത്തി ശങ്കരൻ മുതലാളിയെ നോക്കി. അയാൾക്കു കാര്യം പിടികിട്ടി. പിന്നെ മുണ്ടും പൊക്കിപ്പിടിച്ച് വേലികടന്ന് ഓടിരക്ഷപ്പെട്ടു.

നോക്കിക്കോ തള്ളേ, നീ അനുഭവിക്കും. ചാണകത്തിൽ നിന്നെഴുന്നേറ്റ് ഓടിപ്പോകുമ്പോൾ കാര്യസ്ഥൻ ഉറക്കെ വിളിച്ചു പറഞ്ഞു.

മാധവിയമ്മ ആകെ സങ്കടത്തിലായി. സമാധാനത്തോടെ ജീവിച്ചുവരികയായിരുന്നു. ഇപ്പോഴിതാ നന്ദിനിയെയും കണ്ണനെയും ബലമായി കൊണ്ടുപോകാൻ ആളെത്തിയിരിക്കുന്നു. അന്നുരാത്രി ഏറെ കഴിഞ്ഞാണ് അവർക്ക് ഉറക്കം വന്നത്.

പതിവുപോലെ നേരം പുലരുംമുൻപേ അവർ എഴുന്നേറ്റു. പാത്രവുമെടുത്തു തൊഴുത്തിലേക്കു ചെന്ന മാധവിയമ്മ അവിടേക്ക് ഒന്നേ നോക്കിയതുള്ളൂ. തലകറങ്ങുന്നതുപോലെ. തൊഴുത്തിൽ നന്ദിനിയും കണ്ണനുമില്ല.

മാധവിയമ്മയുടെ കരച്ചിൽ കേട്ടാണ് അന്ന് അയൽവാസികളെല്ലാം എഴുന്നേറ്റത്. അയൽപക്കത്തുള്ളവരെല്ലാം എഴുന്നേൽക്കും മുൻപേ മാധവിയമ്മ പശുവിനെ കറന്നു പാലുമായി വീട്ടിൽ നിന്നിറങ്ങാറുള്ളതാണ്.

ആളുകളെല്ലാം ഓടിയെത്തുമ്പോൾ മാധവിയമ്മ ബോധംകെട്ടു തൊഴുത്തിനു സമീപം വീണുകിടക്കുന്നതാണു കണ്ടത്. ശൂന്യമായ തൊഴുത്തും മാധവിയമ്മയുടെ കരച്ചിലുമെല്ലാം കേട്ടപ്പോൾ എന്തോ ആപത്തുസംഭവിച്ചിട്ടുണ്ടെന്നു അവർക്ക് ഉറപ്പായി. അവർ മാധവിയമ്മയെ എടുത്ത് ഉമ്മറത്തുകിടത്തി. മുഖത്തു വെള്ളംതെളിച്ചപ്പോൾ മാധവിയമ്മ കണ്ണുതുറന്നു.

എന്റെ മക്കളെ കാണാനില്ലല്ലോ ദൈവേ എന്നു പറഞ്ഞുകൊണ്ട് അവർ വീണ്ടും ഉറക്കെ കരഞ്ഞു. പശുവിനെയും കിടാവിനെയും ആരോ മോഷ്ടിച്ചുകൊണ്ടുപോയ കാര്യം അന്നേരമാണു നാട്ടുകാർക്കു മനസ്സിലായത്.

ആരായിരിക്കും ഈ ദുഷ്ടത്തരം ചെയ്തിട്ടുണ്ടാകുക? അവരെല്ലാം പരസ്പരം ചോദിച്ചു. ആർക്കും ദ്രോഹം ചെയ്യാതെ ജീവിക്കുന്ന ഒരമ്മയാണ്. അവരുടെ തോരാസങ്കടം എല്ലാവർക്കും അറിയാം. എന്നിട്ടും ഇങ്ങനെ ചെയ്തവനെ കണ്ടുപിടിച്ചു രാജാവിനെ ഏൽപ്പിക്കുക തന്നെ വേണം.

ശങ്കരൻ മുതലാളി പശുവിനെ കൊണ്ടുപോകാൻ വന്നതും അവർ എതിർത്തതുമെല്ലാം മാധവിയമ്മ കരഞ്ഞുകൊണ്ടു പറഞ്ഞു. വലിയ പണക്കാരനായ മുതലാളി പാവം സ്ത്രീയുടെ പശുവിനെ മോഷ്ടിക്കുമോയെന്നു പലരും സംശയിച്ചു. എങ്കിലും ഒന്നുപോയി ചോദിക്കാൻ തന്നെ അവർ തീരുമാനിച്ചു.

രാവിലെ തന്നെ ഉമ്മറത്തു വലിയൊരാൾക്കൂട്ടം കണ്ടു ശങ്കരൻമുതലാളിയുടെ ഭാര്യ പേടിച്ചുപോയി. പ്രാർഥനാമുറിയിലായിരുന്ന ഭർത്താവിനെ അവർ വിളിച്ചുകൊണ്ടുവന്നു.

എന്താ എല്ലാവരുംകൂടി വെളുപ്പാൻ കാലത്തുതന്നെ? ആർക്കെങ്കിലും എന്തെങ്കിലും സംഭവിച്ചോ? ഒന്നും അറിയാത്തതുപോലെ മുതലാളി ചോദിച്ചു.

കൂട്ടത്തിൽ ധൈര്യമുള്ളൊരാൾ സംഭവമെല്ലാം പറഞ്ഞു.

ആ തള്ളയുടെ പശുവിനെ കാണാത്തതിന് എന്തിനാണ് എന്റെ വീട്ടുപടിക്കലേക്ക് എല്ലാവരും കൂടി വന്നത്- കോപത്തോടെ മുതലാളി ചോദിച്ചപ്പോൾ ആരും ഒന്നും മിണ്ടിയില്ല.

ഞാൻ ഇന്നലെ അവരുടെ വീട്ടിൽ പശുവിനെ വാങ്ങാൻ പോയിരുന്നു. അവർ തരില്ല എന്നു പറഞ്ഞു. ഞാനും കാര്യസ്ഥനും തിരിച്ചുപോന്നു. അത്രയേ എനിക്കറിയുള്ളൂ- മുതലാളി പറഞ്ഞതോടെ വന്നവർ നിരാശരായി.

ആർക്കെങ്കിലും സംശയമുണ്ടെങ്കിൽ എന്റെ തൊഴുത്തിൽ ചെന്നു നോക്കാം- മുതലാളി പറഞ്ഞപ്പോൾ കുറച്ചാളുകൾ മുന്നോട്ടുവന്നു. കാര്യസ്ഥൻ അവരെ തൊഴുത്തിലേക്കു കൊണ്ടുപോയി.

കണ്ണെത്താദൂരത്തോളം നീണ്ടുകിടക്കുന്ന തൊഴുത്ത്. അതിലുള്ള പശുക്കളെല്ലാം കാണാൻ ഒരുപോലെ തന്നെ. ഇക്കൂട്ടത്തിൽ മാധവിയമ്മയുടെ പശുവും കിടാവുമുണ്ടെന്ന് എങ്ങനെ തിരിച്ചറിയും?

അവർക്കാർക്കും ആ പശുക്കളുടെ ഇടയിൽ നിന്നു മാധവിയമ്മയുടെ പശുവിനെ തിരിച്ചറിയാൻ സാധിച്ചില്ല. വന്നവർ തലതാഴ്ത്തി നിരാശരായി മടങ്ങുമ്പോൾ വിജയിയെ പോലെ മുതലാളി ഉമ്മറത്തുനിന്നു ചിരിച്ചു.

അവർ സംഭവിച്ചതെല്ലാം മാധവിയമ്മയോടു പറഞ്ഞു. കുറച്ചുനേരം അവരെല്ലാം അവിടെ കൂടിനിന്നു പിന്നീട് ഓരോരുത്തരായി വീടുകളിലേക്കു മടങ്ങാൻ തുടങ്ങി. എന്തെങ്കിലും പരിഹാരം കാണാമെന്ന് അവർ പറഞ്ഞ വാക്കുകളൊന്നും മാധവിയമ്മയെ ആശ്വസിപ്പിച്ചില്ല.

കുറച്ചുനേരം കഴിഞ്ഞപ്പോൾ ഒരു അപരിചിതൻ മാധവിയമ്മയുടെ ഉമ്മറത്തേക്കു കയറിവന്നു. അയാളെ അതുവരെ കണ്ടിട്ടില്ല. തലപ്പാവണിഞ്ഞു താടി വളർത്തിയ ആ യുവാവിന്റെ മുഖത്തെ തേജസ്സ് കണ്ടാൽ ആരും നോക്കിനിന്നുപോകും. കരഞ്ഞുകൊണ്ടിരിക്കുന്ന മാധവിയമ്മയുടെ അടുക്കൽ അയാളിരുന്നു. ആ അമ്മയുടെ കരച്ചിലിന്റെ കാരണം ചോദിച്ചറിഞ്ഞ യുവാവു പറഞ്ഞു.

നിങ്ങൾ ഒന്നുകൊണ്ടും പേടിക്കേണ്ട. പ്രജകളെല്ലാം സന്തോഷത്തോടെ കഴിയാൻ ആഗ്രഹിക്കുന്ന രാജാവാണ് നാട്ടിലുള്ളത്. മഹാരാജാവിനെ പോയി കണ്ടു സങ്കടം പറയണം. രാജാവു നിങ്ങളുടെ പശുക്കളെ കണ്ടെത്തിത്തരും.

പശുവിനെ പോറ്റി, പാലു കൊടുത്തു ജീവിക്കുന്ന മാധവിയമ്മയ്ക്കു രാജാവിനെ കാണാൻ പോകുന്ന കാര്യം ചിന്തിക്കാൻ പോലും കഴിയില്ലായിരുന്നു.

നിങ്ങൾ വരൂ, ഞാൻ കൊണ്ടുപോകാം രാജാവിന്റെ അടുക്കലേക്ക്.

അയാൾ മാധവിയമ്മയുടെ കൈപിടിച്ചു നടക്കാൻ തുടങ്ങി. എന്താണു സംഭവിക്കുന്നതെന്നറിയാതെ അയൽവാസികൾ അവർക്കു പിന്നാലെ കൂടി. അങ്ങനെ വലിയൊരാൾക്കൂട്ടത്തിന്റെ അകമ്പടിയോടെ ആ യുവാവു മാധവിയമ്മയുടെ കൈ പിടിച്ചു കൊട്ടാരത്തിലേക്കു നടന്നു. കൊട്ടാരമതിൽക്കെട്ടിനു മുന്നിൽ കാവൽ നിൽക്കുന്ന ഭടന്മാരോട് അയാൾ കാര്യങ്ങൾ പറഞ്ഞു. രാജാവിന്റെ അനുവാദം വാങ്ങാനായി അവരിലൊരാൾ അകത്തേക്കു പോയി. കുറച്ചുകഴിഞ്ഞ് ഭടൻ മടങ്ങിവന്ന് അവരെ രണ്ടുപേരെയും കൊട്ടാരത്തിലേക്കു കൊണ്ടുപോയി. നാട്ടുകാർ കൊട്ടാരത്തിനു പുറത്തു ആകാംക്ഷയോടെ നിന്നു.

പേടിച്ചുകൊണ്ടാണു മാധവിയമ്മ കൊട്ടാരമതിൽക്കെട്ടിനുള്ളിലൂടെ നടന്നത്. അവരെ അകത്തെ മുറിയിലിരുത്തി കൂടെ വന്ന യുവാവു മടങ്ങി.

കുറച്ചു സമയം കഴിഞ്ഞപ്പോൽ ആ ഭടൻ വന്നു മാധവിയമ്മയെ രാജാവിന്റെ നീതിന്യായ മുറിയിലേക്കു കൊണ്ടുപോയി. അവിടെ സിംഹാസനത്തിൽ യുവകോമളനായ രാജാവ് ഇരിക്കുന്നു. സമീപത്തായി മന്ത്രിയും ന്യായാധിപന്മാരും.

പറയൂ, അമ്മയുടെ ഈ കണ്ണീരെന്തിനാണ്? ആരാണ് അമ്മയെ സങ്കടപ്പെടുത്തിയത്?

വാക്കുകൾ പുറത്തുവരുന്നില്ല. എങ്കിലും ധൈര്യം സംഭരിച്ച് അൽപം സാവകാശത്തോടെ മാധവിയമ്മ നടന്നതെല്ലാം പറഞ്ഞു.

എത്രയും പെട്ടെന്ന് ആ ശങ്കരനെ കൊട്ടാരത്തിലെത്തിക്കുക- യുവരാജാവ് കൽപ്പന കൊടുത്തു.

രാജാവു മാധവിയമ്മയുടെ അടുക്കലെത്തി. മാധവിയമ്മ രാജാവിന്റെ മുഖത്തേക്കു സൂക്ഷിച്ചു നോക്കി. എവിടെയോ കണ്ടതുപോലെ അവർക്കു തോന്നി. എങ്കിലും രാജാവിന് അനിഷ്ടമുണ്ടാകുന്ന ഒന്നും ചോദിക്കാൻ പാടില്ലല്ലോ.

കുറച്ചു സമയം കഴിഞ്ഞപ്പോഴേക്കും ഭടന്മാർ ശങ്കരനെയും കൂട്ടി വന്നു.

ഹേ, മഹാൻ, ഉപഗുപ്തൻ രാജാവായിരിക്കുന്ന നാട്ടിൽ കള്ളവും ചതിയും പാടില്ല. അത്തരക്കാർക്കു താമസിക്കാൻ നാം പ്രത്യേകം കൽത്തുറുങ്കു നിർമിച്ചിട്ടുണ്ട്. നിങ്ങൾക്ക് അങ്ങോട്ടു പോകാൻ താൽപര്യമുണ്ടോ? രാജാവിന്റെ ചോദ്യം കേട്ടു ശങ്കരൻ ഒന്നു പതറി. എങ്കിലും അതൊന്നും പുറത്തുകാട്ടാതെ അയാൾ പറഞ്ഞു.

മഹാരാജാൻ, എന്താണു സംഭവിച്ചതെന്നോ എന്തിനാണ് എന്നെ വിളിപ്പിച്ചതെന്നോ എനിക്കറിയില്ല. തെറ്റുചെയ്യാതെ എനിക്കു കൽത്തുറുങ്കാണ് അങ്ങു വിധിക്കുന്നതെങ്കിൽ ഞാൻ പോകാൻ തയ്യാറാണ്.

ഈ അമ്മയുടെ ഏക ആശ്രയമായിരുന്ന പശുവിനെയും കുഞ്ഞിനെയും ഇന്നു പുലർച്ചെ മുതൽ കാണാനില്ല. കഴിഞ്ഞ ദിവസം ആ പശുവിനെ തേടി നിങ്ങൾ ചെന്നിരുന്നെന്ന് അവർ പറയുന്നു. അപ്പോൾ പിന്നെ പശുക്കൾ അങ്ങയുടെ ആലയിൽ തന്നെ കാണുമല്ലോ- രാജാവ് അൽപ്പം നീരസത്തോടെ പറഞ്ഞു.

പ്രഭോ, ഞാനിവരുടെ വീട്ടിൽ പശുവിനെ തേടി പോയി എന്നതു സത്യമാണ്. കൂടുതൽ പാലുചുരത്തുന്ന ആ പശുവിനെ വാങ്ങാമെന്നു കരുതി പോയതാണ്. എന്നാൽ അതിനെ വിൽക്കുന്നില്ല എന്നു പറയുക മാത്രമല്ല, ആ കിടാവിനെ കൊണ്ട് എന്റെ കാര്യസ്ഥനെ ദേഹോപ്രദവമേൽപ്പിക്കുകയും ചെയ്തു. ഭാഗ്യത്തിനാണ് ഞാൻ പരുക്കില്ലാതെ ര

ക്ഷപ്പെട്ടത്. അങ്ങനെയൊരു പശുവിനെയും കിടാവിനെയും ഞാൻ കൊണ്ടുപോകുമെന്ന് അങ്ങു വിശ്വസിക്കുന്നുണ്ടോ? ഭാവവ്യത്യാസമൊന്നുമില്ലാതെ ശങ്കരൻ മറുപടി നൽകി.

ഇവൻ പഠിച്ച കള്ളനാണെന്നു രാജാവിനു മനസ്സിലായി.

ശരി, നിങ്ങളുടെ വാക്കുകൾ ഞാൻ വിശ്വസിക്കുന്നു. എങ്കിലും ഒരു പരീക്ഷണമെന്ന നിലയ്ക്കു നമുക്കെല്ലാം നിങ്ങളുടെ ആലയിലേക്കു പോയി നോക്കാം.

രാജാവും മന്ത്രിയും ന്യായാധിപൻമാരും മുന്നിലിറങ്ങി. ഭടൻമാർക്കൊപ്പം മാധവിയമ്മയും ശങ്കരന്റെ വീട്ടിലേക്കു പുറപ്പെട്ടു.

നൂറുകണക്കിനു പശുക്കൾ നിരന്നു നിൽക്കുന്നു. അതിൽ ഏതാണു തന്റെ പശുവെന്നു പെട്ടെന്നു തിരിച്ചറിയാൻ മാധവിയമ്മയ്ക്കു സാധിച്ചില്ല. എല്ലാം ഒരുപോലെ തന്നെ.

അന്നേരമാണു രാജാവ് ഒരു കാര്യം ശ്രദ്ധിക്കുന്നത്. എല്ലാ പശുക്കൾക്കു മുന്നിലും അവയുടെ തലയുടെ ഉയരത്തിൽ പുല്ലു നിറച്ചിരിക്കുന്നു. മറ്റെങ്ങും നോക്കാതെ പശുക്കൾ പുല്ലുതിന്നുകയാണ്. പുല്ലുതിന്നുന്ന പശുക്കൾ തലയുയർത്തി നോക്കില്ല. അവയുടെ ശ്രദ്ധ മുഴുവൻ തീറ്റയിലായിരിക്കും. സ്വാഭാവികമായും മാധവിയമ്മയുടെ പശുവും തലയുയർത്താതെ വയറു നിറയ്ക്കുകയായിരിക്കും. മാധവിയമ്മ മുന്നിൽ വന്നു നിന്നാൽപോലും അതു തിരിച്ചറിഞ്ഞെന്നിരിക്കില്ല.

എല്ലാ പശുക്കളുടെ മുന്നിൽ നിന്നും പുല്ല് എടുത്തുമാറ്റൂ ഉടൻ തന്നെ– രാജാവു പറഞ്ഞു.

തന്റെ കള്ളം പിടിക്കപ്പെടുമെന്നു ശങ്കരന് ഉറപ്പായി. ജോലിക്കാർ വന്നു പശുക്കളുടെ മുന്നിലെ പുല്ലെല്ലാം എടുത്തുമാറ്റി.

ഇനി അമ്മ എല്ലാ പശുക്കളുടെ മുന്നിലൂടെയും ഒന്നു നടക്കൂ– രാജാവ് ആവശ്യപ്പെട്ടു.

മാധവിയമ്മ ആദ്യത്തെ പശുവിന്റെ മുന്നിലെത്തി. എന്നാൽ അത് അമ്മയെ കണ്ടഭാവം നടിക്കുന്നില്ല. അല്ല, അതു മാധവിയമ്മയുടെ പശുവല്ല. അടുത്ത പശുവിന്റെ അടുത്തേക്കു നീങ്ങി. അവിടെയും അതുതന്നെ സ്ഥിതി. ആദ്യത്തെ അൻപതു പശുക്കളുടെ കൂട്ടത്തിലും മാധവിയമ്മയുടെ നന്ദിനിയില്ലായിരുന്നു. കുറച്ചുകൂടി മുന്നോട്ടു നീങ്ങിയപ്പോൾ സ്നേഹത്തോടെയുള്ള ഒരു അമറൽ. മാധവിയമ്മ മുന്നിൽ വന്നതും നന്ദിനി അമ്മയെ തിരിച്ചറിഞ്ഞു. അവൾ സ്നേഹത്തോടെ അമ്മയെ നാവുനീട്ടി നക്കിത്തുടച്ചു.

പെട്ടെന്നു ദൂരെ നിന്നു കണ്ണൻ കഴുത്തിലൊരു കയറുമായി അമ്മയു

ടെ അടുത്തേക്ക് ഓടിവന്നു. അവൻ മാധവിയമ്മയെ മുട്ടിയുരുമ്മി സ്നേഹം പ്രകടിപ്പിച്ചു.

ഇതെല്ലാം കണ്ടുനിന്ന രാജാവു ശങ്കരനു നേരെ നോക്കിയപ്പോൾ അയാൾ തലതാഴ്ത്തി നിൽക്കുകയാണ്.

ഭടന്മാർ അയാളെ പിടിച്ചുകെട്ടി. നന്ദിനിയെയും കണ്ണനെയും മാധവിയമ്മയുടെ വീട്ടിലെത്തിക്കാൻ രാജാവു കൽപ്പന നൽകി.

മാധവിയമ്മ യുവരാജാവിന്റെ അടുക്കലെത്തി നന്ദിയോടെ വണങ്ങി. രാജാവു സ്വന്തം അമ്മയോടുള്ള സ്നേഹത്തോടെ അവരെ തലോടി.

പിന്നീടൊരിക്കലും മാധവിയമ്മയുടെ പശുക്കളെ തേടി ഒരു കള്ളനും വന്നില്ല. ശങ്കരന്റെ ശേഷ ജീവിതം കൽത്തുറുങ്കിലായി. ജനങ്ങൾക്കു നീതി ഉറപ്പുവരുത്താൻ ഉപഗുപ്ത മഹാരാജാവ് അടുത്തദിവസങ്ങളിലും വേഷം മാറി സഞ്ചരിച്ചു.

അപ്പോൾ മാധവിയമ്മയുടെ വീട്ടിലെത്തിയ യുവാവു ഉപഗുപ്ത മഹാരാജാവായിരുന്നു അല്ലേ?

ശ്രീക്കുട്ടിയും കുട്ടനും ഒന്നിച്ചു ചോദിച്ചപ്പോൾ മുത്തശ്ശി ചിരിച്ചുനിന്നു.

## അധ്യായം 19

"ഈ മുത്തശ്ശിക്കെങ്ങനെയാ കുട്ടിമാമാ ഇത്രയൊക്കെ കഥയറിയുന്നത്?"

"ഞാൻ പറഞ്ഞില്ലേ അവർക്ക് എന്തോ മാന്ത്രിക സിദ്ധിയുണ്ട്. അല്ലെങ്കിൽ ദൂരദേശത്തുനിന്നൊക്കെ രാജാക്കന്മാർ വരുമോ?"

മുത്തശ്ശിയുടെ വീട്ടിലെ അത്ഭുതങ്ങൾ പറഞ്ഞുകിടക്കുന്ന കുട്ടനും ശ്രീക്കുട്ടിയും അതൊക്കെ മീനാക്ഷി ഒളിച്ചുനിന്നു കേൾക്കുന്ന കാര്യം അറിഞ്ഞിരുന്നില്ല. പെട്ടെന്നാണ് അവർ മുറിയിലേക്കു വന്നത്.

"ഏതു മുത്തശ്ശിയുടെ കാര്യമാടാ രണ്ടും കൂടി പറയുന്നത്?"

ആ ചോദ്യം അവർ പ്രതീക്ഷിച്ചിരുന്നില്ല. ഇത്രയും ദിവസമായി ഒളിച്ചുവച്ചിരുന്ന രഹസ്യമെല്ലാം പൊളിയുകയാണ്. എന്തുചെയ്യുമെന്നറിയാതെ കുട്ടൻ പേടിച്ചു.

"സത്യം പറഞ്ഞോ. ഏതു മുത്തശ്ശിയുടെ അടുത്താ നിങ്ങൾ പോകാറുള്ളത്. വേഗം പറയൂ?"

" ശ്രീക്കുട്ടിയുടെ കൂട്ടുകാരിയുടെ മുത്തശ്ശിയുടെ കാര്യമാ പറഞ്ഞത്. അവർക്കു ധാരാളം കഥകളിയാം. അതൊക്കെ ശ്രീക്കുട്ടിക്കും എനിക്കും പറഞ്ഞുതരും"– കുട്ടൻ വിറച്ചുകൊണ്ടു പറഞ്ഞു.

അന്നേരമാണ് അമ്മാവൻ വീട്ടിലേക്കു കയറിവരുന്നതു കുട്ടൻ കണ്ടത്.

" നിങ്ങളിങ്ങനെ അങ്ങാടീം കച്ചോടോം എന്നു പറഞ്ഞു നടന്നോ. ഇവിടെയുള്ള രണ്ടും തെണ്ടിനടക്കാ. ഏതൊക്കയോ വീട്ടിൽ പോയി മുത്തശ്ശിയുടെ കഥ കേട്ടാ വരുന്നത്. നാളെത്തന്നെ പള്ളിക്കൂടത്തിൽ പോയി വിവരങ്ങൾ അറിയണം". മീനാക്ഷിയുടെ വാക്കുകൾ കേട്ടു രണ്ടു പേരും ഞെട്ടി. അമ്മാവനെങ്ങാനും പള്ളിക്കൂടത്തിൽ വന്നാൽ അതോടെ പൊളിയും രഹസ്യമെല്ലാം. ഇന്നു ശ്രീക്കുട്ടി പള്ളിക്കൂടത്തിൽ പോകാത്ത രഹസ്യം അവരറിയും. അതോടെ തന്റെ കാര്യം തീരുമാനമാകും. കുട്ടൻ പേടിയോടെ അമ്മാവനെ നോക്കി.

"ഇവരങ്ങനെ കറങ്ങി നടക്കുന്ന പിള്ളേളാരൊന്നുമല്ലല്ലോ. ഇരുട്ടുന്ന

തിനു മുൻപു വീട്ടിൽ വരുന്നില്ലേ. മീനാക്ഷീ, പ്രായം അതല്ലേ. കുട്ടികൾ നാടിനെയും നാട്ടാരേയും കണ്ടു വളരട്ടെ".

ഭർത്താവിന്റെ സംസാരം മീനാക്ഷിക്ക് ഇഷ്ടമായില്ല.

"നിങ്ങൾക്കു മടിയാണെങ്കിൽ ഞാൻ പോയി നോക്കാം. ഇവന്റെ മുഖത്തെന്തോ കള്ളത്തരമുണ്ടെന്നു കുറച്ചുദിവസമായിട്ട് എനിക്കു തോന്നുന്നുണ്ട്. അതു മുളയിലേ നുള്ളിയില്ലെങ്കിൽ ആപത്താ".

അമ്മായി എന്തോ അർഥം വച്ചു സംസാരിക്കുകയാണെന്നു കുട്ടനു മനസ്സിലായി. പെട്ടെന്നവനു അമ്മയെ ഓർമ്മ വന്നു. ഒരിക്കൽ പോലും മുഖം കറുപ്പിച്ചു സംസാരിക്കാത്ത അമ്മ. മരിച്ചുപോയോ ജീവിച്ചിരിപ്പുണ്ടോ എന്നറിയാതെ...കുട്ടന്റെ കണ്ണുകൾ നിറഞ്ഞൊഴുകി. അതാരും കാണാതിരിക്കാൻ അവൻ ശ്രമിച്ചു.

"വെറുതെ കുട്ടികളെ ഓരോന്നു പറഞ്ഞു വിഷമിപ്പിക്കാതെ നീ പോയി ഭക്ഷണം എടുത്തുവയ്ക്ക്"- സംസാരം അവസാനിപ്പിച്ച് അമ്മാവൻ അകത്തേക്കു പോയി.

അമ്മായിക്ക് എന്തോ സംശയം തോന്നിയിട്ടുണ്ടെന്നു കുട്ടനു തോന്നിയിരുന്നു. അടുത്ത ദിവസം പള്ളിക്കൂടത്തിൽ പോകുമ്പോൾ അമ്മായി വീട്ടിലുണ്ടായിരുന്നില്ല. അമ്പലത്തിൽ പോയെന്നാണു ശ്രീക്കുട്ടി പറഞ്ഞത്. എന്നാലും കുട്ടനതു വിശ്വസിച്ചില്ല.

"ഇന്നു നീ മുത്തശ്ശിയുടെ വീട്ടിൽ വരണ്ട. എങ്ങാനും അമ്മായി പള്ളിക്കൂടത്തിൽ വന്നാലോ?"

കുട്ടിമാമ്മൻ പറയുന്നതു ശരിയാണെന്നു ശ്രീക്കുട്ടിക്കും തോന്നി. അവൾ സങ്കടത്തോടെ പള്ളിക്കൂടത്തിലേക്കു പോയി. അധികം സമയം അവിടെ നിൽക്കാതെ കുട്ടൻ മുത്തശ്ശിയുടെ അരികിലേക്കും.

"അമ്മായിക്കെന്തോ സംശയം തോന്നിയിട്ടുണ്ടല്ലേ?"

കുട്ടനെ കണ്ടതും മുത്തശ്ശി ദൂരേ നിന്നു ചോദിച്ചു.

കുട്ടൻ തലയാട്ടി.

"ശ്രീക്കുട്ടിയിന്നു സങ്കടത്തോടെയായിരിക്കുമല്ലേ പള്ളിക്കൂടത്തിൽ പോയത്? അതിനും കുട്ടൻ തലയാട്ടി.

"രണ്ടുപേർക്കും ഞാനിന്നു സ്വർണ്ണച്ചാമകൊണ്ടു പായസമൊക്കെയുണ്ടാക്കിയിരുന്നല്ലോ. അതെന്തു ചെയ്യും?"

"അതെന്താ മുത്തശ്ശി സ്വർണച്ചാമ?" കുട്ടനു കൗതുകമായി. പുതിയൊരു കഥയിലേക്കാണു മുത്തശ്ശി സ്വർണ്ണച്ചാമയും കൊണ്ടു പോയത്.

"പണ്ടു ലക്ഷ്മണപുരത്ത് കുലശേഖരൻ എന്ന രാജാവുണ്ടായിരുന്നു. അദ്ദേഹത്തിനു ഇരട്ടമക്കളും. യദുരാജും വിധുരാജും. രണ്ടും കുഴിമടി

യന്മാരായ രാജകുമാരൻമാർ. എപ്പോഴും കൊട്ടാരത്തിൽ സുഖിച്ചു ജീവിക്കാനായിരുന്നു അവർക്കിഷ്ടം. കൊട്ടാരത്തിൽ നിന്നു പുറത്തിറങ്ങാൻ പോലും രണ്ടുപേരും താൽപര്യം കാണിച്ചില്ല. ഇങ്ങനെ പോയാൽ തന്റെ കാലത്തോടെ ലക്ഷ്മണപുരത്തിന്റെ കാര്യം തീരുമെന്നു രാജാവിന് ഉറപ്പായി. താൻ മരിച്ച അടുത്തദിവസം അയൽരാജ്യങ്ങൾ വന്നു ലക്ഷ്മണപുരത്തെ കീഴടക്കും. യുദ്ധം എന്താണെന്നു പോലുമറിയാത്ത തന്റെ മക്കൾ അവരുടെ വാളിനിരയാകും.

മക്കളുടെ കാര്യത്തിൽ രാജാവു വലിയ സങ്കടത്തിലായിരുന്നു. അവരുടെ മടി മാറ്റാൻ രാജാവു പല തന്ത്രങ്ങളും പ്രയോഗിച്ചു നോക്കി. പക്ഷേ, അവരെ നല്ല വഴിയിലേക്കു നയിക്കാൻ വന്നവരൊക്കെ അവരേക്കാളും വലിയ മടിയന്മാരായിട്ടാണു കൊട്ടാരത്തിൽ നിന്നു മടങ്ങിയത്. മടിയുടെ സുഖം ഗുരുക്കന്മാരെ ശിഷ്യന്മാർ പഠിപ്പിച്ചുകൊടുത്തു.

കാര്യങ്ങൾ ഇങ്ങനെയായാൽ ശരിയാകില്ല. എന്തെങ്കിലും ഉടൻ ചെയ്തില്ലെങ്കിൽ രാജ്യം അപകടത്തിലാകുമെന്നു രാജാവു മന്ത്രിയോടു പറഞ്ഞു.

അന്നേരം മന്ത്രി പറഞ്ഞു- ഇവിടെ നിന്നു നാലു കടലും നാലു മലകളും താണ്ടി ചെന്നാൽ കൊന്നക്കാട് എന്ന ഗ്രാമത്തിൽ ഒരു മുത്തശ്ശിയുണ്ട്. അവരെ കണ്ടാൽ ഏതു പ്രശ്നത്തിനും പരിഹാരമുണ്ടാകും.

എങ്കിൽ സമയം കളയേണ്ട. മന്ത്രിയേയും കൂട്ടി രാജാവു മുത്തശ്ശിയെ തേടി പുറപ്പെട്ടു.

ഇന്നെന്താ കുട്ടനൊരു സംശയവുമില്ലേ? കുലശേഖരപുരത്തു നിന്നു ഇങ്ങോട്ടേക്കുള്ള ദൂരം കുറഞ്ഞിരിക്കുന്നു. അതെന്താ ചോദിക്കാത്തത്?" മുത്തശ്ശി കളിയാക്കി ചോദിച്ചപ്പോൾ കുട്ടൻ ചിരിച്ചു.

"കുലശേഖരൻ തന്റെ വിഷമമെല്ലാം ഇവിടെ വന്നു പറഞ്ഞു.

മഹാരാജാവു വിഷമിക്കേണ്ട. എല്ലാറ്റിനു പരിഹാരമുണ്ട്. ഈ കിഴി കൊണ്ടുപോകുക. അതിൽ നെല്ലാണ്. സ്വർണ്ണച്ചാമ. വിളയുമ്പോൾ നെല്ലെല്ലാം സ്വർണ്ണനിറമാകും. ഈ നെല്ല് രണ്ടായി പകുത്തു യദുവിനും വിധുവിനും നൽകണം. എന്നിട്ടു ഞാൻ പറഞ്ഞതുപോലെ ചെയ്താൽ മതി.

രാജകുമാരന്മാരെ മടിയിൽ നിന്നു രക്ഷപ്പെടുത്താനുള്ള വിദ്യ പറഞ്ഞു കൊടുത്തു ഞാൻ രാജാവിനെ യാത്രയാക്കി.

രാജാവും മന്ത്രിയും മടങ്ങിയെത്തി. അടുത്ത ദിവസം രാജ്യസഭ ചേർന്നു. രാജാവും പത്നിയും മക്കളും സഭയിലെത്തി. അവിടെ കൂടിയിരിക്കുന്നവരോടായി അദ്ദേഹം പറഞ്ഞു.

ഞാൻ രാജ്യഭരണം ഒഴിഞ്ഞു സന്യസിക്കാൻ പോകുകയാണ്. അടുത്ത രാജാവായി ആരാണു വേണ്ടതെന്ന് ഇപ്പോൾ തീരുമാനിക്കണം.

മന്ത്രിയും രാജ്ഞിയുമൊഴികെ എല്ലാവരും അതുകേട്ടു ഞെട്ടി. രാജാവു പോയാൽ ഉണ്ടാകുന്ന ഭവിഷ്യത്തിനെക്കുറിച്ചു പലരും സംസാരിച്ചു. പക്ഷേ, അതൊന്നും കേൾക്കാൻ രാജാവു തയ്യാറായില്ല.

എടുത്ത തീരുമാനം മാറ്റില്ല. ഉടൻ അടുത്ത രാജാവിനെ തീരുമാനിക്കണം.

അന്നേരം യദുരാജ് എഴുന്നേറ്റു പറഞ്ഞു.

അച്ഛാ, അങ്ങു രാജ്യഭരണം ഒഴിയുകയാണെങ്കിൽ അടുത്ത രാജാവാകേണ്ടതു ഞാൻ തന്നെയാണല്ലോ. അതുകൊണ്ടു ലക്ഷ്മണപുരത്തെ അടുത്ത രാജാവാകാൻ എനിക്കു സമ്മതമാണ്.

അതുകേട്ടതും വിധുരാജ് എഴുന്നേറ്റു. നിമിഷങ്ങളിൽ ചെറിയൊരു വ്യത്യാസത്തിലാണു ഞാൻ രണ്ടാമനായി ജനിച്ചത്. അതുകൊണ്ടു ഞാനും ഈ രാജ്യത്തിന് അവകാശിയാണ്. രാജാവാകാൻ ഞാനും യോഗ്യനാണ്.

രണ്ടുപേരുടെയും താൽപര്യം കേട്ടതോടെ രാജാവിനു സന്തോഷമായി. മടിയന്മാരായ രണ്ടുപേരും ഉത്തരവാദിത്തം ഏൽക്കില്ല എന്നായിരുന്നു രാജാവു ധരിച്ചിരുന്നത്.

ആരാകണമെന്ന കാര്യത്തിൽ നിങ്ങൾ തന്നെ തീരുമാനമെടുക്കുക. രാജാവ് പറഞ്ഞു. എന്നാൽ അധികാരം വിട്ടുകൊടുക്കാൻ രണ്ടുപേരും തയ്യാറായിരുന്നില്ല.

ശരി. മന്ത്രിയൊരു തീരുമാനം പറയൂ- രാജാവ് കൽപ്പിച്ചു.

കുമാരന്മാർ രണ്ടുപേരും തർക്കം ഉന്നയിക്കുന്ന സ്ഥിതിക്കു ഞാനൊരു വഴി പറയാം. എന്റെ കൈവശം അത്ഭുതസിദ്ധിയുള്ള കുറച്ചു നെൽവിത്തുണ്ട്. അതു കൃഷി ചെയ്യണം. കൊയ്യാറാകുമ്പോൾ നെല്ലെല്ലാം നല്ല സ്വർണനിറമാകും. ഈ വിത്തു ഞാൻ രണ്ടുപേർക്കുമായി വീതിച്ചു നൽകാം. നമ്മുടെ വനാതിർത്തിയിലുള്ള സ്ഥലം അവർക്കായി നൽകുക. അതിൽ ഏറ്റവും നന്നായി കൃഷി ചെയ്തു കൂടുതൽ സ്വർണച്ചാമ വിളയിക്കുന്ന ആളെ അടുത്ത രാജാവാക്കാം. പാറപൊട്ടിച്ച മണ്ണിൽ വേണം വിത്തുപാകാൻ. ഏറ്റവും കൂടുതൽ കഷ്ടപ്പെടുന്ന ആൾക്കേ നന്നായി വിളവു ലഭിക്കൂ. അയാൾ ഈ രാജ്യത്തിനു വേണ്ടി ശരിക്കും കഷ്ടപ്പെടുമെന്നു നമുക്കുറപ്പിക്കാം മഹാരാജാവേ.

മന്ത്രിയുടെ തീരുമാനം രാജാവിന് ഇഷ്ടമായി. രാജകുമാരൻമാരും അതംഗീകരിച്ചു. വിത്തുകൾ മന്ത്രി രണ്ടായി പകുത്തു രാജകുമാരൻ

മാർക്കു നൽകി.

രണ്ടുപേരും ഭാര്യമാരെയും മക്കളെയും കൊട്ടാരത്തിലാക്കി വനാതിർത്തിയിലേക്കു യാത്രയായി.

യദുരാജിനും വിധുരാജിനും കൃഷി ചെയ്യാനുള്ള സ്ഥലം രാജാവും മന്ത്രിയും കാട്ടിക്കൊടുത്തു. രണ്ടുപേർക്കും പരസ്പരം കാണാൻ പറ്റാത്ത ദൂരത്തായിരുന്നു കൃഷി സ്ഥലം.

സ്വയം ഭക്ഷണം ഉണ്ടാക്കിക്കഴിച്ചുവേണം കൃഷിക്കിറങ്ങേണ്ടത്- മന്ത്രി അടുത്ത നിർദേശം മുന്നോട്ടു വച്ചു. അപ്പോഴേക്കും രാജകുമാരൻമാരുടെ മുഖം വാടിയിരുന്നു. കരിമ്പാറപോലെയുള്ള സ്ഥലത്താണു കിളച്ചു കൃഷി ചെയ്യേണ്ടത്. ഇതുവരെ പുറംലോകം കാണാത്ത തങ്ങളെങ്ങനെ കൃഷി ചെയ്യുമെന്നായി രണ്ടുപേരും. കൃഷിയുടെ രീതികളൊക്കെ മന്ത്രി വിശദീകരിച്ചുകൊടുത്തു. ഒരാഴ്ചയിലേക്കുള്ള ഭക്ഷണ സാധനമെല്ലാം കൊടുത്തു രാജാവും മന്ത്രിയും മടങ്ങി.

പാറയിൽ ആയുധം കൊണ്ടതും തീപാറി. അത്രയ്ക്ക് ഉറപ്പായിരുന്നു. എങ്കിലും രാജാവാകാനുള്ള മോഹത്തിൽ രണ്ടുപേരും അധ്വാനിക്കാൻ തുടങ്ങി. ദിവസങ്ങൾ മാസത്തിലേക്കും മാസങ്ങൾ കൊല്ലത്തിലേക്കും നീണ്ടു.

ഇന്നാണു കൊയ്തെടുത്ത നെല്ലുമായി രാജകുമാരൻമാർ വരേണ്ടത്.

മക്കൾക്കറിയോ, ആരായിരിക്കും കൂടുതൽ കൃഷി ചെയ്തിട്ടുണ്ടാകുക? ”

മുത്തശ്ശിയുടെ ചോദ്യത്തിനു മുന്നിൽ കുട്ടൻ ഉത്തരം കിട്ടാതെ കുഴങ്ങി.

ഉത്തരം നാളെ പറഞ്ഞാൽ മതി.

## അധ്യായം 20

" രണ്ടു രാജകുമാരൻമാരും മടിയന്മാരല്ലേ. രണ്ടാളും കൃഷി ചെയ്തിട്ടുണ്ടാകില്ല. രാജാവിനോടു രണ്ടുപേർക്കും നല്ല അടിയും കിട്ടിയിട്ടുണ്ടാകും"- ശ്രീക്കുട്ടി പറഞ്ഞപ്പോൾ കുട്ടനതിനോടു യോജിക്കാൻ പറ്റിയില്ല.

" ആരെങ്കിലും ഒരാൾ ചെയ്തിരിക്കും. കാരണം രാജാവു മരിച്ചാലും അവിടെ പുതിയൊരു രാജാവു വേണ്ടേ. രണ്ടാമത്തെ മകനായിരിക്കും കൂടുതൽ കൃഷി ചെയ്തിട്ടുണ്ടാകുക. അങ്ങനെയാണല്ലോ മിക്ക കഥകളിലും ഉണ്ടാകാറുള്ളത്".

"നാളെ ഞാനും കുട്ടിമാമന്റെ കൂടെ വരും. ഇന്ന് അമ്മ പള്ളിക്കൂടത്തിലൊന്നും വന്നിട്ടില്ല". ശ്രീക്കുട്ടി സ്വരം താഴ്ത്തി പറഞ്ഞു.

"അയ്യോ, അമ്മായി അറിഞ്ഞാൽ എനിക്കു നല്ല അടി കിട്ടും"- കുട്ടനു പേടിയായി.

" കുട്ടിമാമൻ പേടിക്കേണ്ട. നാളെ അമ്മ അമ്മാവന്റെ വീട്ടിൽ പോകാ. വൈന്നേരേ തിരിച്ചുവരൂ".

"എന്നാലും എനിക്കൊരു പേടി. മുത്തശ്ശിയോടു ചോദിച്ചിട്ടു നാളെ രണ്ടുപേർക്കും പോകാം. അതാണു നല്ലത്". കുട്ടൻ പുതിയൊരു ഉപായം പറഞ്ഞുനോക്കി. പക്ഷേ, ശ്രീക്കുട്ടി അതിനു തയ്യാറായിരുന്നില്ല.

അടുത്ത ദിവസം രണ്ടുപേരും മുത്തശ്ശിയുടെ വീട്ടിലെത്തി.

" ഇന്നും പള്ളിക്കൂടത്തിൽ പോയില്ലേ? അമ്മ അറിയണ്ട. ഒടുവിൽ എന്നെത്തേടി ഇവിടെ വരും".

"ഇല്ല മുത്തശ്ശി, നാളെ ഞാൻ പോകും. രാജകുമാരന്മാരുടെ കഥ മുഴുവനും കേൾക്കാൻ പൂതിയായിട്ടാ വന്നത്".

"എങ്കിൽ ശ്രീക്കുട്ടി പറ, ആരായിരിക്കും അടുത്ത രാജാവാകുക?"

"രണ്ടുപേരും മടിയന്മാരായതുകൊണ്ട് രണ്ടാളും ഒന്നും ചെയ്തിട്ടുണ്ടാകില്ല. ആ വിത്തെല്ലാം ഇപ്പോഴും പാത്രത്തിൽ തന്നെയുണ്ടാകും".

"എന്താ കുട്ടനു പറയാനുള്ളത്?"

" മുത്തശ്ശീ, അതുപിന്നെ, രണ്ടാമത്തെ മകനായിരിക്കും കൂടുതൽ

മിടുക്കൻ".

"എങ്കിൽ ഞാൻ മുഴുവൻ പറയാം. രാജ്യം മുഴുവൻ കാത്തിരുന്ന ആ സുദിനം വന്നു. രാജകുമാരൻമാർ കൊയ്തുമെതിച്ച നെല്ലുമായി തേരിൽ കൊട്ടാരത്തിലെത്തി. രണ്ടുപേരെയും അമ്മയ്ക്കും ഭാര്യമാർക്കും തിരിച്ചറിയാൻ കഴിഞ്ഞിരുന്നില്ല. വെയിൽ കൊണ്ടു കരുവാളിച്ച മുഖം, താടിയും മുടിയും നീട്ടി, മുഷിഞ്ഞ വസ്ത്രങ്ങളുമായിട്ടാണു യദുരാജും വിധുരാജും കൊട്ടാരത്തിലെത്തിയത്.

രാജ്യസഭയിൽ എല്ലാവരും എത്തി.

മന്ത്രി എഴുന്നേറ്റു.

രാജകുമാരൻമാർക്കു സ്വാഗതം. ഒരു വർഷം നിങ്ങൾ രണ്ടുപേരും ഇവിടെ നിന്നു വിട്ടുനിന്നതോടെ കൊട്ടാരം ശൂന്യമായതുപോലെയാണ് ഞങ്ങൾക്കനുഭവപ്പെട്ടത്. അധ്വാനത്തിന്റെ മികവുമായി കുമാരൻമാർ തിരിച്ചെത്തിയതോടെ രാജ്യം സന്തോഷത്തിലായി.

രണ്ടുപേരും സ്വന്തം ഇരിപ്പിടത്തിലെത്തി.

ഇനി കുമാരന്മാർ കൊണ്ടുവന്ന നെല്ല് അളക്കാം.- മന്ത്രി പറഞ്ഞു.

നെല്ലളക്കാനുള്ള ഇടങ്ങഴിയുമായി ഒരു ഭടൻ എത്തി. രാജകുമാരൻമാർ കൊണ്ടുവന്ന നെൽച്ചാക്കുകൾ അവിടെയെത്തിച്ചു. ഭടന്മാർ നെല്ലളക്കാൻ തുടങ്ങി. ഇരുന്നൂറ് ഇടങ്ങഴിയായിരുന്നു യദുരാജ് കൊണ്ടുവന്നത്. അടുത്ത ഊഴം വിധുരാജിന്റേതായിരുന്നു. അത്ഭുതം അതും കൃത്യം ഇരുന്നൂറ് ഇടങ്ങഴി തന്നെ. എല്ലാവരുടെ മുഖത്തും അത്ഭുതം. രണ്ടുകുമാരൻമാരും കൊണ്ടുപോയതു കൃത്യം അളവിലുള്ള വിത്ത്. കൃഷി ചെയ്തതും ഒരുപോലെയുള്ള സ്ഥലത്ത്. ഇപ്പോൾ കൊയ്തെടുത്തതും കൃത്യം നെല്ലും. ഇതെങ്ങനെ സംഭവിച്ചു?

അതുവരെ മിണ്ടാതിരുന്ന രാജാവ് എഴുന്നേറ്റു.

എന്റെ മക്കൾ രണ്ടുപേരും പരീക്ഷണത്തിൽ വിജയിച്ചിരിക്കുന്നു. സുഖജീവിതം നയിച്ചു കൊട്ടാരത്തിൽ കഴിഞ്ഞിരുന്ന നിങ്ങൾ ഒരിക്കൽ പോലും പുറംലോകത്തെക്കുറിച്ചു ചിന്തിച്ചിരുന്നില്ല. എന്നും ഞാനുണ്ടാകില്ല. എനിക്കു ശേഷം ഭരിക്കേണ്ടതു നിങ്ങളിലൊരാളാണ്. പക്ഷേ, രാജ്യഭരണത്തിൽ ശ്രദ്ധിക്കാതെ സുഖിച്ചുജീവിച്ച നിങ്ങളിൽ അധ്വാനമികവുണ്ടോയെന്ന പരീക്ഷണമായിരുന്നു ഞാൻ നടത്തിയത്. അതിൽ നിങ്ങൾ ജയിച്ചു. ഭരണംകിട്ടാൻ വേണ്ടിയെങ്കിലും രണ്ടുപേരും കഷ്ടപ്പെടാൻ തയ്യാറായല്ലോ. അതുകൊണ്ടു രാജ്യഭരണം രണ്ടുപേർക്കുമായി വീതിച്ചു നൽകാനാണ് എന്റെ തീരുമാനം. രണ്ടുപേരും ഒരേപോലെ കാര്യപ്രാപ്തിയുള്ളവരാണെന്നു തെളിയിച്ചു. നാളെത്തന്നെ രണ്ടുപേരു

ടെയും പട്ടാഭിഷേകത്തിനുള്ള ഒരുക്കങ്ങൾ നടക്കട്ടെ. ഇവർ അധ്വാനിച്ചുണ്ടാക്കിയ ഈ നെല്ലെല്ലാം ഒരാൾക്ക് ഉപഹാരമായി നൽകാനുള്ളതാണ്. രാജകുമാരന്മാരുടെ പട്ടാഭിഷേകം കഴിഞ്ഞാൽ ഞാൻ ചെറിയൊരു യാത്ര പോകും. എല്ലാവർക്കും നല്ലതു വരട്ടെ.

അങ്ങനെ യദുരാജും വിധുരാജും ലക്ഷ്മണപുരിയിലെ രാജാക്കന്മാരായി അധികാരമേറ്റു. അവർ അധ്വാനിച്ചുണ്ടാക്കിയ സ്വർണ്ണച്ചാമയുമായി കുലശേഖര രാജാവ് ഇവിടെയെത്തി. അദ്ദേഹം സമ്മാനിച്ച നെല്ലുകൊണ്ടുണ്ടാക്കിയ പായസമാണ് കുട്ടൻ ഇന്നലെ കുടിച്ചത്". മുത്തശ്ശി കഥ അവസാനിപ്പിച്ചു.

"അപ്പോൾ മുത്തശ്ശീ എനിക്കു പായസം കിട്ടിയില്ല"- ശ്രീക്കുട്ടി പരിഭവം പറഞ്ഞു.

" അതെങ്ങനെ മുത്തശ്ശീ രണ്ടാൾക്കും ഒരേപോലെ വിളവു ലഭിച്ചത്?"

കുട്ടന്റെ സംശയം തീർന്നിരുന്നില്ല.

"ഞാൻ നൽകിയ നെൽവിത്തിനൊരു പ്രത്യേകതയുണ്ടായിരുന്നു. ആരു വിതച്ചാലും നൂറ് ഇരട്ടി വിളവുണ്ടാകും. നാല് ഇടങ്ങഴിയാണു ഞാൻ കൊടുത്തത്. യദുരാജ് വിതച്ചത് രണ്ട് ഇടങ്ങഴി, വിധുരാജ് വിതച്ചതും അത്രതന്നെ. അപ്പോൾ വിളവും കൃത്യമായി. രണ്ടുപേരെയും രാജാക്കന്മാരാക്കാനായിരുന്നു കുലശേഖര രാജാവിനും താൽപര്യം. അതുകൊണ്ടാണു ഞാൻ അങ്ങനെയൊരു പണിയൊപ്പിച്ചത്. അധികാരം കിട്ടുമെന്നു കണ്ടാൽ ആരും കഷ്ടപ്പെടാൻ തയ്യാറാകുമെന്ന് ഇപ്പോൾ മനസ്സിലായില്ലേ".

"മുത്തശ്ശീ എന്റെ പായസം".

ശ്രീക്കുട്ടിയെ കൂട്ടി മുത്തശ്ശി അകത്തേക്കു പോയി. പിന്നാലെ കുട്ടനും.

## അധ്യായം 21

“അയ്യോ, അമ്മായി വടിയുമായി മുറ്റത്തു തന്നെ നിൽക്കുന്നുണ്ട്. എനിക്കു പേടിയാകുന്നു”- കുട്ടൻ ശ്രീക്കുട്ടിയുടെ പിന്നിലേക്കു നീങ്ങി.

“ ഇന്നു നീ പള്ളിക്കൂടത്തിൽ പോയിട്ടില്ല അല്ലേ?”

ചോദ്യം തീരുമ്പോഴേക്കും അമ്മായിയുടെ അടി വീണു. ആദ്യ അടി കിട്ടിയപ്പോൾതന്നെ ശ്രീക്കുട്ടി ഓടി രക്ഷപ്പെട്ടു. കുട്ടനെ മീനാക്ഷിയുടെ കയ്യിൽ കിട്ടി. പിന്നെ ചോദ്യമില്ലാത്ത പ്രഹരമായിരുന്നു. കുട്ടൻ ഉറക്കെ കരഞ്ഞു. ഒടുവിൽ വടിയൊടിഞ്ഞതോടെയാണു മീനാക്ഷി നിർത്തിയത്.

“എവിടെയാണു പോയതെന്നു പറയാതെ രണ്ടിനെയും ഞാനിന്നു വീട്ടിൽ കയറ്റില്ല”- ദേഷ്യത്തോടെ മീനാക്ഷി അകത്തേക്കു പോയി. മുറ്റത്തെ മാവിൻചുവട്ടിലിരുന്നു കുട്ടൻ കരയുകയാണ്. അമ്മ അകത്തേക്കു പോയപ്പോൾ ശ്രീക്കുട്ടി തൊഴുത്തിൽ നിന്നു പാത്തുംപതുങ്ങിയും വന്നു.

“കുട്ടിമാമാ, കരയല്ലേ..” അവൾ പതുക്കെ അവനെ തലോടി. കുട്ടന്റെ സങ്കടം ഇരട്ടിയായി.

“എനിക്കാരുമില്ലാത്തതോണ്ടല്ലേ അമ്മായി ഇങ്ങനെ തല്ലിച്ചതച്ചത്? ഞാൻ പോവ്വാ. ഞാൻ മുത്തശ്ശിയുടെ വീട്ടിലേക്കു പോവ്വാ”.

“കുട്ടിമാമാ അങ്ങനെ പറയല്ലേ. കുട്ടിമാമനു ഞങ്ങളൊക്കെയില്ലേ. മുത്തശ്ശിയുടെ കാര്യം പറഞ്ഞാൽ ഇനിയും അടികിട്ടും. നമ്മളെന്താ ഇനി ചെയ്യാ”- അടികൊണ്ടു ചുവന്ന ശരീരത്തിൽ തലോടിക്കൊണ്ടു ശ്രീക്കുട്ടി ചോദിച്ചു.

“ഇനി അമ്മാവൻ വന്നാലും അടി കിട്ടില്ലേ? എന്താ ചെയ്യാ? നമ്മൾക്കു രണ്ടാൾക്കും മുത്തശ്ശീടെ വീട്ടിലേക്കു പോയാലോ? അവിടെ ആർക്കും നമ്മളെ കണ്ടെത്താൻ കഴിയില്ല”.

“വേണ്ട കുട്ടിമാമാ, അച്ഛൻ വരുമ്പോഴേക്കും നമ്മൾക്ക് ഉറങ്ങാം. രാവിലെയാകുമ്പോൾ അച്ഛൻ നേരത്തെ പോകും. ഇപ്പോ അമ്മയോട് എന്താ പറയാ? അമ്പിളിയുടെ മുത്തശ്ശി പുതിയൊരു കഥ പറഞ്ഞപ്പോൾ

കേട്ടിരുന്നു പള്ളിക്കൂടത്തിൽ പോകാൻ മറന്നുപോയതാന്നു നുണപറയാം"- ശ്രീക്കുട്ടിയുടെ ബുദ്ധിയിൽ ചെറിയൊരു ഉപായം മുളച്ചുവന്നു.

"അയ്യോ നുണ പറഞ്ഞാൽ കണ്ണിൽക്കുരുവരും".

" അമ്മയുടെ അടിയേക്കാൾ നല്ലതു കണ്ണിൽക്കുരു വരുന്നതാണ്. ഞാൻ പതുക്കെ അമ്മയുടെ അടുത്തേക്കു പോകാം. കുട്ടിമാമൻ പിന്നെ വന്നാൽ മതി".

അങ്ങനെ ശ്രീക്കുട്ടി പേടിയോടെ പതുക്കെ വീട്ടിലേക്കു കയറി. അപ്പോഴേക്കും മീനാക്ഷിയുടെ കോപമെല്ലാം തണുത്തിരുന്നു.

" അമ്മേ, കുട്ടിമാമൻ പാവാ. ഞാനാ അമ്പിളിയുടെ മുത്തശ്ശിയുടെ കഥ കേട്ടിരുന്നത്. നല്ല കഥയായപ്പോൾ അവിടെയിരുന്നപോയി. ഇനി അങ്ങനെയുണ്ടാകില്ല. കുട്ടിമാമൻ പാവാ. ഇനി തല്ലരുതമ്മേ".

"രണ്ടുംകൂടി വന്നു ഭക്ഷണം കഴിക്കാൻ നോക്ക്. അനുസരണയില്ലാതെ കറങ്ങി നടക്കാ രണ്ടും. ഇനി മേലാൽ പള്ളിക്കൂടത്തിൽ പോകാതെ എവിടെയങ്കിലും തെണ്ടിനടന്നെന്നറിഞ്ഞാൽ അന്നേരം കാണാം ഈ മീനാക്ഷിയുടെ തനിസ്വരൂപം"- അമ്മയുടെ താക്കീതിനു മുന്നിൽ അവളൊന്നും മിണ്ടിയില്ല.

കുട്ടനും ശ്രീക്കുട്ടിയും വേഗം കുളിച്ചുവന്നു ഭക്ഷണം കഴിക്കാനിരുന്നു. അന്ന് അച്ഛൻ വരുന്നതിനു മുൻപു തന്നെ മീനാക്ഷി ഉറങ്ങി. ഉറക്കം വന്നില്ലെങ്കിലും കുട്ടനും കണ്ണടച്ചു കിടന്നു. അമ്മായിയുടെ കണ്ണിൽച്ചോരയില്ലാത്ത പെരുമാറ്റം അവനെ വല്ലാതെ വിഷമിപ്പിച്ചിരുന്നു. ഒരുവേള അവിടെ നിന്നു ഓടിപ്പോകാൻ വരെ തോന്നിയതാണ്. ശ്രീക്കുട്ടിയുടെ സ്നേഹത്തോടെയുള്ള പെരുമാറ്റമാണ് അവനെ അവിടെ പിടിച്ചു നിർത്തിയത്. മുത്തശ്ശിയെന്ന വൻമരത്തിനു ചുവട്ടിൽ പോയി ഒളിക്കാമെന്ന പ്രതീക്ഷയാണ് ഇപ്പോൾ കുട്ടനുള്ളത്. കാരണം അവർ അത്രത്തോളം അവനെയും ശ്രീക്കുട്ടിയെയും സ്വാധീനിച്ചുകഴിഞ്ഞിരുന്നു. വെറും കഥ പറയുന്ന ആൾ മാത്രമായിരുന്നില്ല മുത്തശ്ശി. അവരുടെ സ്നേഹത്തോടെയുള്ള പെരുമാറ്റവും ആ കണ്ണിലെ നനവുമെല്ലാം രണ്ടു കുഞ്ഞുമനസ്സുകളെ വല്ലാതെ കീഴടക്കിക്കഴിഞ്ഞിരുന്നു. ഇനി മുത്തശ്ശി എന്താവശ്യപ്പെട്ടാലും അവർ അനുസരിക്കുമായിരുന്നു. അതായിരുന്നു മുത്തശ്ശിക്കു വേണ്ടതും.

അടുത്ത ദിവസവും പള്ളിക്കൂടത്തിൽ പോകാതെ കുട്ടനും ശ്രീക്കുട്ടിയും മുത്തശ്ശിയുടെ മുന്നിൽ ചെന്നിരുന്നു. രാജകുമാരിയെ വിവാഹം കഴിക്കാൻ സ്വർണവുമായി കാത്തുനിൽക്കുന്ന രാക്ഷസന്റെ കഥ കേൾക്കാൻ.

## അധ്യായം 22

“രത്നഗിരിയിലെ വലിയ സ്വർണവ്യാപാരിയായിരുന്നു ശുദ്ധോധരൻ. അന്യരാജ്യങ്ങളിൽ നിന്നു സ്വർണവും രത്നങ്ങളും വാങ്ങി വലിയ വഞ്ചിയിൽ കടലിലൂടെ കൊണ്ടുവന്നാണു ശുദ്ധോധരൻ കച്ചവടം ചെയ്തിരുന്നത്. ലങ്കയിൽ നിന്നായിരുന്നു രത്നങ്ങൾ കൂടുതലായും കൊണ്ടുവന്നിരുന്നത്. ലങ്കയിൽ നിന്നു രത്നഗിരിയിലേക്കു കടൽമാർഗം വരുമ്പോൾ ഏഴിമലയ്ക്കപ്പുറം കടക്കാൻ കുറച്ചു പ്രയാസമാണ്. കാരണം കടൽരാക്ഷസന്റെ സങ്കേതം കടന്നുവേണം യാത്ര തുടരാൻ. ഏഴിമലയ്ക്കു താഴെയുള്ള കടലിലാണു കടൽരാക്ഷസന്റെ താമസം. രാക്ഷസൻ ഉറങ്ങുന്ന സമയത്തേ വഞ്ചിയാത്ര സാധ്യമാകൂ. രാക്ഷസൻ കടൽപ്പരപ്പിൽ വിശ്രമിക്കുന്ന വേളയിലാണെങ്കിൽ വഞ്ചി പിന്നെ കാണാനുണ്ടാകില്ല. വഞ്ചി അവിടെ നിന്നുപോകും. ജോലിക്കാർ എത്രപണിപ്പെട്ടാലും വഞ്ചി ഒരടി മുന്നോട്ടു നീങ്ങില്ല. കുറേകഴിയുമ്പോൾ വഞ്ചി വെള്ളത്തിനടിയിലേക്കു താണുപോകും. പിന്നെ അതിനെ അന്വേഷിക്കേണ്ടി വരില്ല. അങ്ങനെ എത്രയോ തവണ ശുദ്ധോധരനു രത്നങ്ങളും വഞ്ചിയും നഷ്ടമായിട്ടുണ്ട്. രാക്ഷസൻ കടൽപ്പരപ്പിൽ ഇല്ലെന്നുറപ്പാക്കാനുള്ള തന്ത്രങ്ങളൊക്കെ ഒപ്പിച്ചുകൊണ്ടാണു ശുദ്ധോധരന്റെ ജോലിക്കാർ വഞ്ചി തുഴയുക. ചിലപ്പോൾ ദിവസങ്ങളോളം കടലിൽ നങ്കൂരമിടേണ്ടി വരും. കടൽരാക്ഷസൻ ഉറക്കമുണർന്നാൽ ഉറങ്ങാൻ ദിവസങ്ങളെടുക്കും. അതുവരെ രാക്ഷസൻ കടൽപ്പരപ്പിൽ വെറുതെ കിടക്കും.

ഗാന്ധാരരാജ്യത്തെ രാജകുമാരിയുടെ വിവാഹ സമയമായി. വിവാഹശേഷം രാജകുമാരിക്കു താമസിക്കാൻ പുതിയൊരു കൊട്ടാരം നിർമിക്കാൻ പോകുകയാണു രാജാവ്. മുഴുവനും സ്വർണത്തിൽ പൊതിഞ്ഞൊരു കൊട്ടാരം. അതിനു ധാരാളം സ്വർണം വേണം. എത്ര കൊട്ടാരം നിർമിക്കാനുള്ള സ്വർണം വേണമെങ്കിലും രത്നഗിരിയിലെ ശുദ്ധോധരനെ സമീപിച്ചാൽ മതിയെന്നു വിവരം കിട്ടിയപ്പോൾ രാജാവു നേരിട്ടു തന്നെ വന്നു സ്വർണ്ണക്കച്ചവടം നടത്തി. ശുദ്ധോധരൻ പോലും കണക്കുകൂട്ടാത്ത തുകയാണു രാജാവു സമ്മാനിച്ചത്. അദ്ദേഹത്തിനു ശുദ്ധമായ സ്വർ

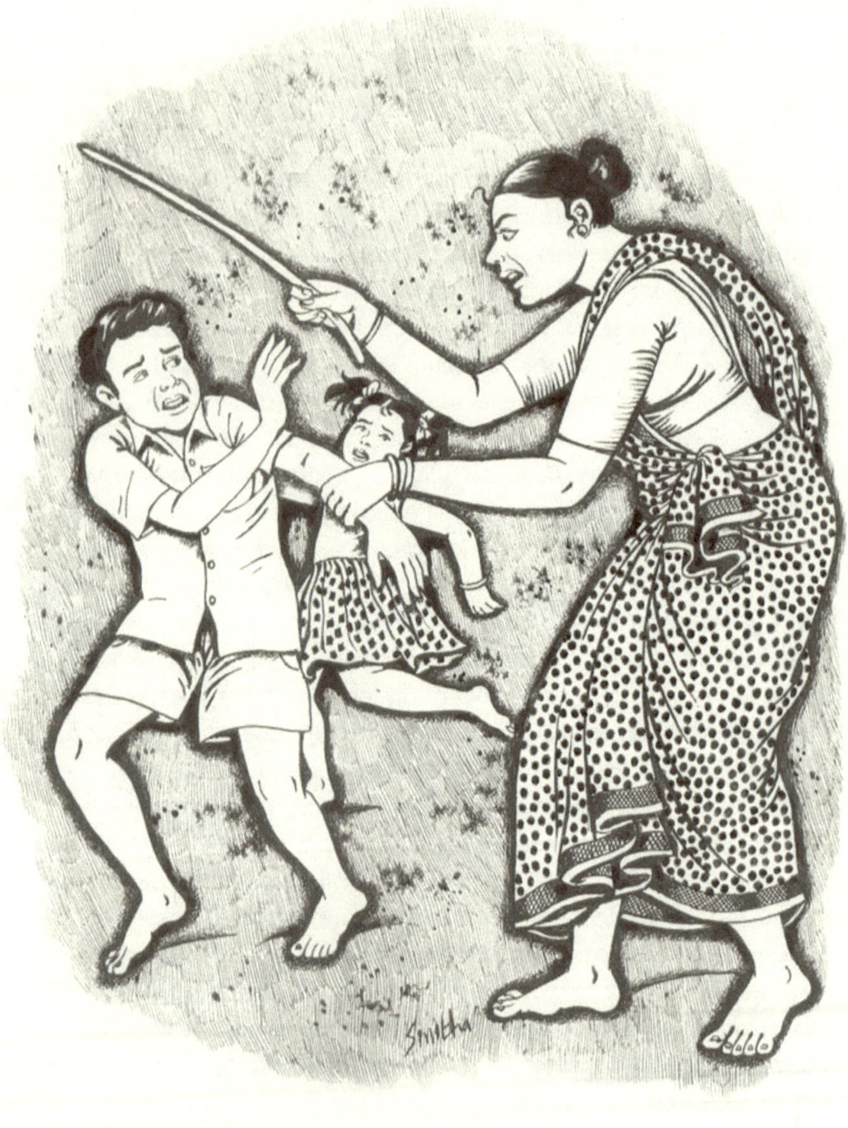

ണം വേണം. മാഘമാസം കഴിയുമ്പോഴേക്കും സ്വർണം എത്തിക്കാമെന്നു ശുദ്ധോധരൻ വാക്കുകൊടുത്തു.

നൂറു വഞ്ചിയിലെങ്കിലും കൊണ്ടുവന്നാലേ ഗാന്ധാരത്തേക്കുള്ള സ്വർണം തികയുകയുള്ളൂ. ജോലിക്കാരെ മാത്രം പറഞ്ഞയയ്ക്കാതെ ഇക്കുറി ശുദ്ധോധരൻ തന്നെ ലങ്കയിലേക്കു നേരിട്ടു പുറപ്പെട്ടു. വഴിയിൽ കടൽരാക്ഷസൻ ഉള്ള സ്ഥലമെല്ലാം ജോലിക്കാർ കാട്ടിക്കൊടുത്തു. ലങ്കയിലേക്കു പോകുന്ന സമയത്തു കടൽരാക്ഷസൻ ഓളപ്പരപ്പിൽ ഇല്ലായിരുന്നു. അതുപോലെയൊരു സമയത്തേ സ്വർണവുമായി മടങ്ങാൻ കഴിയൂ.

ശുദ്ധോധരൻ ലങ്കയിൽ നിന്നു ആവശ്യത്തിനു സ്വർണം വാങ്ങിക്കൂട്ടി മടങ്ങി. ഏറ്റവും പിറകിലായിട്ടാണു ശുദ്ധോധരൻ യാത്ര ചെയ്തത്. ഏഴിമലയ്ക്കടുത്തെത്തിയപ്പോൾ രാക്ഷസൻ കടൽപ്പരപ്പിൽ ഇല്ല. വഞ്ചിക്കാരോടു യാത്ര തുടരാൻ ശുദ്ധോധരൻ നിർദേശം നൽകി. പക്ഷേ, അന്നേരമാണു രാക്ഷസൻ ഉണർന്നത്. വരിവരിയായി കുറേ വഞ്ചികൾ തന്റെ സാമ്രാജ്യം കടന്നുപോകുന്നു. രാക്ഷസനു സന്തോഷം അടക്കാനായില്ല. അയാൾ അട്ടഹാസത്തോടെ കടലിൽ നൃത്തം ചെയ്യാൻ തുടങ്ങി. പിന്നെ ഓരോ വഞ്ചികളായി കടലിന്നടിയിലേക്കു താഴ്ത്തി. ഈ വിവരമറിഞ്ഞു ശുദ്ധോധരൻ തകർന്നുപോയി. സ്വന്തം വഞ്ചി തിരിച്ചുവിടാൻ ജോലിക്കാരോടു പറഞ്ഞു. നൂറു വഞ്ചികളും രാക്ഷസൻ കൊണ്ടുപോയി. ഇനി എങ്ങനെ രത്നഗിരിയിലേക്കു മടങ്ങും. മാഘമാസം കഴിയുന്നതിനു മുൻപു സ്വർണം എത്തിയില്ലെങ്കിൽ ഗാന്ധാര രാജാവു തന്റെ തലയറുക്കും. എന്തുചെയ്യണമെന്നറിയാതെ ശുദ്ധോധരൻ വഞ്ചിയിലിരുന്നു കരഞ്ഞു. അയാൾക്കു കടലിൽച്ചാടി ചാകാൻ തോന്നി. പക്ഷേ, കൂടെയുള്ളവർ സമാധാനിപ്പിച്ചു തിരികെ കൊണ്ടുവന്നു. ശ്രീപത്മനാഭപുരം എന്ന സ്ഥലത്താണ് അവരുടെ വഞ്ചി കരയ്ക്കടുത്തത്. അവിടെയുള്ള ഒരു സത്രത്തിലാണു രാത്രി കഴിച്ചുകൂട്ടിയത്. അന്നവിടെ ഒരു സന്യാസിയെത്തി. ശുദ്ധോധരന്റെ മുഖം കണ്ടപ്പോൾ തന്നെ എന്തോ വിഷമമുള്ളതായി സന്യാസിക്കു മനസ്സിലായി.

സന്യാസി ശുദ്ധോധരനു സമീപമെത്തി.

മകനേ, എന്തോ ദുഃഖം അലട്ടുന്നുണ്ടല്ലോ? സന്യാസിയുടെ ചോദ്യത്തിൽ ശുദ്ധോധരൻ തനിക്കു പറ്റിയ തകർച്ച വിവരിച്ചു. മരണവക്കിൽ നിൽക്കുന്ന ശുദ്ധോധരനെ സന്യാസി ആശ്വസിപ്പിച്ചു.

ഇവിടെ നിന്നു മൂന്നു കടലും മൂന്നു മലകളും താണ്ടിച്ചെന്നാൽ ഒരു മുത്തശ്ശിയെ കാണും. അവർ എല്ലാറ്റിനും പരിഹാരം നിർദേശിക്കും. ഇ

പ്പോൾ തന്നെ പുറപ്പെട്ടോളൂ- സന്യാസി പറഞ്ഞപ്പോൾ ശുദ്ധോധരന്റെ മനസ്സൊന്നു തെളിഞ്ഞു. ഏതായാലും മരണം ഉറപ്പാണ്. അതിനു മുൻപ് ആ മുത്തശ്ശിയെ ഒന്നു കാണാം. ശുദ്ധോധരൻ യാത്രയ്ക്കൊരുങ്ങി.

കുറച്ചു ജോലിക്കാരെ അവിടെ നിർത്തി ശുദ്ധോധരൻ രണ്ടുപേരുടെ കൂടെ എന്നെക്കാണാൻ ഇങ്ങോട്ടു പുറപ്പെട്ടു. ഏറെ ക്ഷീണിതനായിട്ടാണു ശുദ്ധോധരൻ ഇവിടെയെത്തുന്നത്".

"മുത്തശ്ശീ, ഒരു സംശയം, ഈ സ്വർണമെല്ലാം രാക്ഷസൻ എന്താ ചെയ്യുക?" ശ്രീക്കുട്ടിയുടെ ഇടയ്ക്കുള്ള ചോദ്യം മുത്തശ്ശിയും പ്രതീക്ഷിച്ചിരുന്നില്ല.

"കടലിനടിയിലാണു രാക്ഷസന്റെ കൊട്ടാരം. ഒരിക്കൽ ആകാശത്തിലൂടെ യാത്ര ചെയ്യുമ്പോൾ രാക്ഷസൻ ഒരു സുന്ദരിയായ രാജകുമാരിയെ കണ്ടു. അവളെ വിവാഹം കഴിക്കാനുള്ള മോഹം രാക്ഷസൻ പറഞ്ഞപ്പോൾ രാജകുമാരി കളിയാക്കി. ആ രാജ്യത്തെ എല്ലാ സ്ത്രീകൾക്കും അണിയാനുള്ള സ്വർണം കൊണ്ടുകൊടുത്താൽ വിവാഹം കഴിക്കാമെന്നു രാജകുമാരി രാക്ഷസനോടു പറഞ്ഞു. രാജകുമാരി രാക്ഷസനെ പറ്റിക്കാൻ പറഞ്ഞതായിരുന്നു.

രാജകുമാരിയെ വിവാഹം കഴിക്കാനുള്ള മോഹത്തിൽ രാക്ഷസൻ കുറേ സ്വർണവുമായി എത്തി. രാക്ഷസൻ സ്വർണവുമായി വരുമ്പോഴേക്കും രാജ്യത്തു പുതിയ പെൺകുട്ടികൾ ജനിച്ചിരിക്കും. വീണ്ടും സ്വർണം കൊണ്ടുവരാൻ പോകും. അങ്ങനെ എത്ര സ്വർണം കൊണ്ടുകൊടുത്തിട്ടും മതിയാകുന്നില്ല. ഇതറിയുന്നതുകൊണ്ടു തന്നെയാണു രാജകുമാരി അങ്ങനെയൊരു കാര്യം ആവശ്യപ്പെട്ടതും. അവൾക്കറിയാം രാക്ഷസൻ എത്ര സ്വർണം കൊണ്ടുവന്നാലും തികയില്ലെന്ന്.

അങ്ങനെയിരിക്കെയാണു ശുദ്ധോധരന്റെ നൂറുവഞ്ചി സ്വർണം രാക്ഷസന് അവിചാരിതമായി ലഭിക്കുന്നത്. നൂറു വഞ്ചി നിറയെ സ്വർണം കിട്ടിയപ്പോൾ രാക്ഷസനു സന്തോഷമായി. ഇപ്രാവശ്യമെങ്കിലും തന്റെ വിവാഹം നടക്കും. മാഘമാസത്തിലെ പൗർണമി നാളിൽ സ്വർണവുമായി പോകാമെന്നു രാക്ഷസൻ കണക്കുകൂട്ടി. അതു നല്ല ദിവസമാണ്. വിവാഹത്തിന് ഏറ്റവും ഉത്തമം. അതുവരെയുള്ള ദിവസങ്ങൾ ഉറങ്ങിതീർക്കാമെന്ന് രാക്ഷസൻ കണക്കുകൂട്ടി".

"ഈ രാക്ഷസൻ ഒരു വിഡ്ഢിയാണല്ലേ മുത്തശ്ശീ"- കുട്ടൻ ചോദിച്ചു.

മുത്തശ്ശി ചിരിച്ചുകൊണ്ടു തലയാട്ടി.

"അങ്ങനെ ശുദ്ധോധരനും രണ്ടുപേരും സങ്കടത്തോടെ എന്റെ മു

ന്നിലെത്തി. അവന്റെ കരച്ചിൽ കണ്ടപ്പോൾ സഹായിക്കണമെന്നു തോന്നി. ഞാൻ ഈ കൂർമ്മപുത്രനെ വിളിച്ചു". മുത്തശ്ശി തെക്കോട്ടേക്കു ചൂണ്ടിയപ്പോൾ അവിടെ വലിയൊരു ആമ കിടക്കുന്നതുകണ്ടു.

"ആര് ഈ ആമയെയോ?" ശ്രീക്കുട്ടിയും കുട്ടനും ഒന്നിച്ചു ചോദിച്ചു.

"അതെ, ഈ ചുണക്കുട്ടനെ തന്നെ. അന്നേരം ആമ പതുക്കെ തല പുറത്തേക്കിട്ടു. അവന്റെ തലയ്ക്കു സ്വർണനിറമായിരുന്നു. അതുകണ്ടു ശ്രീക്കുട്ടിയും കുട്ടനും അത്ഭുതപ്പെട്ടുപോയി. സ്വർണത്തലയുള്ള ആമയെ അവർ ആദ്യമായി കാണുകയായിരുന്നു.

"ഇതു കടലിലെ ആമ രാജാവാണ്. എന്റെ ഉറ്റ സുഹൃത്ത്. നിങ്ങൾ വരുമെന്നറിഞ്ഞ് എത്തിയതാണ്. കൂർമ്മപുത്രനെ കൂടെ കൊണ്ടുപോകുക. നിങ്ങളുടെ സ്വർണമെല്ലാം ഇവൻ രത്നഗിരിയിലെ കടപ്പുറത്തെത്തിച്ചുതരും. ഇവനെ കടലിലിറക്കിയാൽ രത്നഗിരി എത്തുന്നതുവരെ നിങ്ങളാരും സംസാരിക്കരുത്. ഒന്നും ഉരിയാടാതെ വഞ്ചിതുഴയുക. സ്വർണം കിട്ടിയാൽ ഇവനെയും കൂട്ടി ഇവിടെ മടങ്ങിയെത്തുക.

ആമരാജാവിനെയും കൊണ്ടു ശുദ്ധോധരനും ജോലിക്കാരും ശ്രീപത്മനാഭപുരത്തേക്കു തിരിച്ചു. മുത്തശ്ശി പറഞ്ഞതുപോലെ അവർ ആമരാജാവിനെ കടലിലിറക്കി. പിന്നീടു യാത്ര തുടർന്നു. ഏഴിമല കടക്കുമ്പോൾ കടൽരാക്ഷസനെ ഓളപ്പരപ്പിൽ കണ്ടില്ല. അടുത്ത ദിവസം രാത്രിയായപ്പോഴേക്കും അവർ രത്നഗിരിയിലെ കടപ്പുറത്തെത്തി. വഞ്ചി കരയ്ക്കെത്തിച്ചപ്പോൾ ശുദ്ധോധരൻ ഞെട്ടിപ്പോയി. ആയിരക്കണക്കിന് ആമകൾ കടപ്പുറത്തു കിടക്കുന്നു. അവരുടെയെല്ലാം പുറത്തു തന്റെ സ്വർണവും രത്നങ്ങളും. ശുദ്ധോധരനു വിശ്വസിക്കാൻ സാധിച്ചില്ല. നഷ്ടപ്പെട്ടെന്നു വിശ്വസിച്ച തന്റെ സമ്പാദ്യം തിരികെ കിട്ടിയിരിക്കുന്നു.

ശുദ്ധോധരൻ സ്വർണമെല്ലാം ഉടൻ തന്നെ രഹസ്യ സൂക്ഷിപ്പുകേന്ദ്രത്തിലേക്കു മാറ്റി. ഒന്നും മിണ്ടാതെ ആമരാജാവിനെയും കൂട്ടി മടക്കയാത്ര തുടങ്ങി".

"അപ്പോൾ ആ സ്വർണമെല്ലാം എങ്ങനെ കിട്ടി മുത്തശ്ശീ?"

"വെള്ളത്തിലെത്തിയാൽ ആമരാജാവിന്റെ യാത്ര ശരവേഗത്തിലാണ്. വെള്ളത്തിൽ വച്ച് ആർക്കും ആമരാജാവിനെ കാണാൻ കഴിയില്ല. തന്റെ ആയിരം ഭടന്മാരെയും കൂട്ടിയാണു കൂർമ്മരാജൻ സ്വർണവേട്ടയ്ക്കു പോയത്. രാക്ഷസൻ പോലും അറിയാതെ ആമകൾ വന്നു സ്വർണം കൊണ്ടുവന്നു. കടലിനടിയിൽ വച്ച് അവർ എന്തുതൊട്ടാലും അതാർക്കും കാണാൻ കഴിയില്ല. തന്റെ സ്വർണം നഷ്ടപ്പെട്ട കാര്യം രാക്ഷസൻ അറിഞ്ഞിട്ടില്ല. രാജകുമാരിയെ വിവാഹം കഴിച്ചു സന്തോഷത്തോ

ടെ ജീവിക്കുന്നതു സ്വപ്നം കണ്ടുറങ്ങുകയാണ്. ഇനി മാഘമാസത്തിലെ പൗർണമി ആകുമ്പോഴേ രാക്ഷസൻ ഉണരുകയുള്ളൂ. അപ്പോഴേക്കും ശുദ്ധോധരന്റെ സ്വർണം ഗാന്ധാര രാജ്യത്തെത്തിയിരിക്കും".

കുട്ടനും ശ്രീക്കുട്ടിയും ആശ്വാസത്തോടെ മുത്തശ്ശിയെ നോക്കി.

ഇനി മറ്റൊരു രഹസ്യം കൂടി ഞാൻ പറയാം. ഗാന്ധാരത്തെ ഈ രാജകുമാരിയെയാണു രാക്ഷസൻ വിവാഹം കഴിക്കാൻ മോഹിച്ചു നടക്കുന്നത്".

"പാവം വിഡ്ഢിയായ രാക്ഷസൻ"- കുട്ടൻ പറഞ്ഞു.

## അധ്യായം 23

പേടിച്ചാണു കുട്ടനും ശ്രീക്കുട്ടിയും വീട്ടിലേക്കു ചെന്നത്. മുറ്റത്ത് അമ്മായി ഉണ്ടായിരുന്നില്ല.വാതിൽ അടച്ചിട്ടിരിക്കുകയാണ്. കുട്ടനും ശ്രീക്കുട്ടിയും മുഖത്തോടു മുഖം നോക്കി. രണ്ടുപേരും ഒന്നും സംസാരിക്കുന്നില്ല. ഏതുസമയത്തും മീനാക്ഷിയുടെ അടി പ്രതീക്ഷിച്ചുകൊണ്ടാണു വന്നത്. ശ്രീക്കുട്ടി വീട്ടിനു ചുറ്റും നടന്നു വിളിച്ചുനോക്കി. ഒരനക്കവുമില്ല. നാണിയമ്മയെയും കാണുന്നില്ല. സാധാരണ അമ്മയില്ലാത്തപ്പോൾ നാണിയമ്മയുണ്ടാകാറുണ്ട്. നേരം ഇരുട്ടിത്തുടങ്ങി. പേടി രണ്ടാളുടെയും മുഖത്തെ പ്രകാശം കെടുത്തി. ഉമ്മറത്തിരുന്നുകൊണ്ടുതന്നെ ശ്രീക്കുട്ടി അമ്മയെ വിളിച്ചു. ആ വിളി പതുക്കെ കരച്ചിലിലേക്കു നീങ്ങി. അമ്മയെയും അച്ഛനെയും ഇതുപോലെ വിളിച്ചുനടന്ന തന്റെ പഴയ നാളുകൾ പെട്ടെന്നു കുട്ടന്റെ മനസ്സിലേക്കെത്തി. അവനും എഴുന്നേറ്റ് അമ്മായിയെ തിരക്കി.

“വാ, നമുക്കു മാധവിയമ്മയുടെ വീട്ടിൽ പോയി നോക്കാം”- കുട്ടൻ ശ്രീക്കുട്ടിയെ വിളിച്ചു. അവൾ കരഞ്ഞുകൊണ്ടു എഴുന്നേറ്റു. കുട്ടനും കരച്ചിൽ വരുന്നുണ്ട്. പക്ഷേ, താനും കൂടി കരഞ്ഞാൽ ശ്രീക്കുട്ടിയുടെ കരച്ചിൽ ഉച്ചത്തിലാകും. എന്നാലും ഈ അമ്മായി ആരോടും പറയാതെ എവിടേക്കാവോ പോയിരിക്കുക?

ശ്രീക്കുട്ടിയുടെ കരച്ചിൽ കേട്ടു മാധവിയമ്മ വീട്ടിൽ നിന്നിറങ്ങി വന്നു. എന്താവശ്യത്തിനും ഈ വീട്ടിലേക്ക് ഓടിവരുന്ന ആളാണു മാധവിയമ്മ.

“എന്താ മോളേ കരഞ്ഞുകൊണ്ട്?” മാധവിയമ്മയ്ക്ക് ഒന്നും പിടികിട്ടിയില്ല.

“അമ്മായി അവിടെ ഇല്ല. ഞങ്ങൾ പള്ളിക്കൂടത്തിൽ നിന്നു വന്നപ്പോൾ വീട്ടിൽ ആരുമില്ല. നാണിയമ്മയുമില്ല. എത്ര വിളിച്ചിട്ടും ആരും വാതിലും തുറക്കുന്നില്ല. ഞങ്ങൾക്കു പേടിയാകുന്നു മാധ്യമ്മേ..” കുട്ടൻ കരച്ചിലിന്റെ വക്കിലെത്തി പറഞ്ഞു.

“ അമ്മ വീട്ടിൽ പോയതാകും. കടവത്തു തോണിയൊന്നും ഉണ്ടാ

യിക്കാണില്ല. ങ്ങ്ള് കരയാതെ ഇങ്ങോട്ടു വരീ..” മാധവിയമ്മ ശ്രീക്കുട്ടിയെ എടുത്ത്, കുട്ടന്റെ കൈ പിടിച്ചു വീടിനകത്തേക്കു കയറി.

അവർ രണ്ടുപേർക്കും ഭക്ഷണം കൊടുത്തു. മാധവിയമ്മയുടെ ആൺമക്കൾ ജോലി കഴിഞ്ഞെത്താൻ രാത്രിയാകും. അതുവരെ അവർ കുറിഞ്ഞിപ്പൂച്ചയോടു മിണ്ടീം പറഞ്ഞുമിരിക്കും.

മാധവിയമ്മ രണ്ടുപേരോടും വിശേഷങ്ങളെല്ലാം പറഞ്ഞുകൊണ്ടിരുന്നു. രാത്രിയുടെ കനം കൂടികൂടി വന്നു. അന്നേരമാണു മുറ്റത്തേക്കൊരു ചൂട്ടിന്റെ വെളിച്ചം കടന്നുവന്നത്.

“മാധവ്യമ്മേ, മക്കൾ ഇവിടെയുണ്ടോ?” മീനാക്ഷിയുടെ സ്വരത്തിൽ ഇടർച്ചയുണ്ടായിരുന്നു.

“ ഞാ, മീനാക്ഷ്യോ, നീ നല്ല പണ്യാ കാണിച്ചത്. മക്കൾ വരാനുണ്ടെന്നറിഞ്ഞിട്ടും ഇത്ര നേരം വൈക്വാ. രണ്ടും ഭക്ഷണം കഴിച്ച് ഉറക്കംതൂങ്ങാ. നീ എന്തേ ഇത്ര വൈക്യേ?”

“ ഒന്നും പറയണ്ട മാധവ്യമ്മേ. എന്തൊക്കയോ മറിമായങ്ങൾ നടക്കുന്നുണ്ട്. ഞാൻ കടവിൽ നിന്നു തോണി കയറിയതാ. പുഴയുടെ നടുക്കെത്തിയപ്പോ തോണി നിന്നു. പിന്നെ ഒരനക്കവുമില്ല. തോണിക്കാരൻ കുഞ്ഞാണ്ട്യേട്ടൻ എത്ര ശ്രമിച്ചിട്ടും തോണി നീങ്ങുന്നില്ല. ഞങ്ങൾ പത്തുപതിനഞ്ചുപേരുണ്ടു തോണീല്. ആള്വേളു കരച്ചിലും നെലവിളീം ഒക്കെയായി. കുഞ്ഞാണ്ട്യേട്ടൻ പുഴയിൽ ചാടി തോണി ഇളക്കാൻ നോക്കിയിട്ടും തോണി അവിടെ തന്നെ. പിന്നെ കുറേ പിന്നോട്ടേക്കു തന്നെ പോയി. അതുകഴിഞ്ഞ് തെക്കോട്ട്, പിന്നെ പടിഞ്ഞാറോട്ട്. മൂന്തിയാകുന്നതുവരെ തോണിയിട്ട് ആളെ കളിപ്പിക്കായിരുന്നു. എന്റെ മാധവ്യേടത്ത്യേ.. വിളിക്കാത്ത ദൈവങ്ങളില്ല. ഒടൂല് എങ്ങന്യൊക്കയോ തോണി കരക്കെത്തി എന്നു പറഞ്ഞാൽ മതി. ഇനി ആ തോണീല് ഞാൻ കേറില്ല”.

മീനാക്ഷിയുടെ സ്വരത്തിൽ പരിഭ്രമം മാഞ്ഞുപോയിട്ടുണ്ടായിരുന്നില്ല.

“വീട്ടിൽ വന്നപ്പോൾ മക്കളേം കാണാനില്ല. തോണീലു കെടന്നു ചക്രശ്വാസം വലിക്കുമ്പോഴും മക്കളെക്കുറിച്ചായിരുന്നു ആധിയെല്ലാം. അവര് ഇവിടെയുണ്ടെന്നു കേട്ടപ്പഴാ ഒരാശ്വാസം. എനിക്കിത്തിരി വെള്ളം വേണം”. മാധവിയമ്മ കഞ്ഞിവെള്ളത്തിൽ ഉപ്പിട്ട് അവൾക്കു കൊടുത്തു.

“നീ എവിടെ പോയതായിരുന്നു?”

“ശ്രീമോളും കുട്ടനും പള്ളിക്കൂടത്തിൽ ചെല്ലാറില്ലെന്ന് ആരോ പറഞ്ഞതുകേട്ട് അന്വേഷിക്കാൻ ഇറങ്ങിയതാ. അന്നേരമാണ് ഏട്ടനെയും കൂട്ടി പോകാമെന്നു വച്ചത്. കടയിൽ എത്തിയപ്പോൾ ഏട്ടൻ എന്നെ അ

വിടെയിരുത്തി അങ്ങാടീലേക്കു പോയി. വന്നതു സന്ധ്യയാകാൻ നേരത്താ. സാധനങ്ങളുമായി വരുന്ന കാളവണ്ടി വഴീല് ഒരു കുഴീലു വീണത്രേ. എത്ര ശ്രമിച്ചിട്ടും വണ്ടീടെ ചക്രം പൊങ്ങുന്നില്ല. അഞ്ചാറു മല്ലൻമാരു പിടിച്ചിട്ടും ചക്രം അവിടെ തന്നെ. പിന്നെ വേറെയൊരു വണ്ടി കൊണ്ടുവന്നിട്ടാ സാധനങ്ങളൊക്കെ കടേല് എത്തിച്ചത".

" അല്ലാ, അതു വല്ലാത്തൊരു സംഭവാണല്ലോ. രണ്ടുപേർക്കും ഓരോ കെട്ടിത്തിരിച്ചില്. വേഗം മുത്തപ്പനൊരു വെള്ളാട്ടു നേരണം. എന്നിട്ട് ഉടൻതന്നെ മടപ്പുരേലു പോകണം"- മാധവിയമ്മ മീനാക്ഷിയെ ആശ്വസിപ്പിച്ചു.

"ഞാൻ പോട്ടെ. ഏട്ടൻ വരാറായി. കുട്ടാ, ശ്രീക്കുട്ട്യേ വാ. പോകാം".

ശ്രീക്കുട്ടി അപ്പോഴേക്കും ഉറങ്ങിപ്പോയിരുന്നു. അമ്മായി പറയുന്നതൊക്കെ കുട്ടൻ കേൾക്കുന്നുണ്ടായിരുന്നു. എത്ര ആലോചിച്ചിട്ടും കുട്ടന് ഒന്നും മനസ്സിലായില്ല. അമ്മാവന്റെ കാളവണ്ടീം അമ്മായിയുടെ തോണിയും വഴിയിൽ നിന്നുപോകുന്നു. ഇന്നു മുത്തശ്ശി പറഞ്ഞതും ഇതുപോലയുള്ള കഥ തന്നെ. കുട്ടന്റെ ഉള്ളിൽ പെട്ടെന്നൊരു തീ ആളി. അപ്പോ കാളവണ്ടി വഴിയിൽ പിടിച്ചിട്ടതും തോണി പുഴയിൽ നിശ്ചലമാക്കിയതും ഒരാൾ തന്നെയായിരിക്കും.

വീടിനു പുറത്തു നിന്നു മുത്തശ്ശി ചിരിക്കുന്നതുപോലെ തോന്നി. എഴുന്നേറ്റു പോകാൻ അവനു പേടിയായി. അമ്മാവനും അമ്മായിയും ശ്രീക്കുട്ടിയും നല്ല ഉറക്കത്തിലാണ്. കുട്ടൻ കണ്ണടച്ച് കമിഴ്ന്നു കിടന്നു.

## അധ്യായം 24

തലേദിവസത്തെ സംഭവങ്ങളൊന്നും കുട്ടൻ ശ്രീക്കുട്ടിയോടു പറഞ്ഞിരുന്നില്ല. എന്തോ ഒരു പേടി മനസ്സിനെ ബാധിച്ചിട്ടുണ്ട്. അതാരോടും തുറന്നു പറയാനും കഴിയുന്നില്ല. പള്ളിക്കുടത്തിന്റെ മുന്നിലെത്തിയപ്പോൾ അങ്ങോട്ടേക്കു നോക്കുക പോലും ചെയ്യാതെ രണ്ടുപേരും മുത്തശ്ശിയുടെ വീട്ടിലേക്കുള്ള വഴിയിലേക്കു തിരിഞ്ഞു. തങ്ങളെ രണ്ടുകണ്ണുകൾ പിന്തുടരുന്നുണ്ടെന്ന കാര്യം അവർ അറിയുന്നുണ്ടായിരുന്നില്ല. വേലിക്കിടയിലൂടെ അവർ മുത്തശ്ശിയുടെ വീട്ടിലേക്കു പോകുന്നതു മീനാക്ഷി നോക്കിനിന്നു. മക്കൾ എങ്ങോട്ടേക്കാണു പോകുന്നതെന്ന് അവർക്കു മനസ്സിലായില്ല. ഒരുവേള മക്കളെ വിളിക്കാൻ മീനാക്ഷി ശ്രമിച്ചെങ്കിലും നാവുപൊങ്ങിയില്ല. രണ്ടുപേരും മുത്തശ്ശിയുടെ വീട്ടിലേക്കു കയറിപ്പോയി. എത്ര ശ്രമിച്ചിട്ടും മീനാക്ഷിക്കു വേലിക്കപ്പുറം കടക്കാൻ കഴിഞ്ഞില്ല. ആരോ അവളെ തടഞ്ഞുനിർത്തുന്നതുപോലെ. മീനാക്ഷി വിയർക്കാൻ തുടങ്ങി. ആരെയെങ്കിലും സഹായത്തിനു വിളിക്കണമെന്നു തോന്നി. പക്ഷേ, ആരും അതുവഴി വന്നില്ല. തളർന്നു വീഴുമെന്നുറപ്പായപ്പോൾ മീനാക്ഷി നിലത്തിരുന്നു. എത്ര നേരം അവിടെ ഇരുന്നെന്നു മീനാക്ഷിക്കു മനസ്സിലായില്ല.

"മുത്തശ്ശീ മുത്തശ്ശീ ഇന്നലെ ഞങ്ങൾ വീട്ടിൽ ചെല്ലുമ്പോൾ ആരുമുണ്ടായിരുന്നില്ല. പേടിച്ചു ഞാനും കുട്ടിമാമ്മനും മാധവിയമ്മയുടെ വീട്ടിലേക്കു പോയി. രാത്രി ഞാൻ ഉറങ്ങിയ ശേഷമാണ് അമ്മ വന്നത്. ഞങ്ങളുടെ വീട്ടിൽ ഒരു മുത്തശ്ശിയുണ്ടായിരുന്നെങ്കിൽ അമ്മ വരാൻ വൈകിയാലും പേടിക്കാതെ നിൽക്കാമായിരുന്നു"- ശ്രീക്കുട്ടി തലേദിവസത്തെ വിശേഷങ്ങൾ പറയാൻ തുടങ്ങി.

"അതിനെന്താ, ഞാൻ വരാലോ ശ്രീക്കുട്ടീടെ വീട്ടിലേക്ക്".

"ശരിക്കും വര്വോ?" അവൾക്കതു വിശ്വസിക്കാൻ കഴിഞ്ഞില്ല.

"പിന്നെന്താ വന്നാല്. ഞാൻ വന്നാ ശ്രീക്കുട്ടീടെ അമ്മയ്ക്കിഷ്ടമാകോ?"

"അമ്മയ്ക്കും അച്ഛനുമൊക്കെ ഇഷ്ടാകും. മുത്തശ്ശി ഇന്നു വര്വോ?"

“ഇല്ല. നാളെ വരാം. നാളെ നമ്മൾക്കു മൂന്നുപേർക്കും പോകാം”.

കുട്ടൻ പേടിയോടെ മുത്തശ്ശിയുടെ മുഖത്തേക്കു നോക്കി.

“നാളെ സത്യായിട്ടും മുത്തശ്ശി വരുമോ?” അവൻ അൽപ്പം ഉറക്കെ ചോദിച്ചു.

“പിന്നെയെന്താ, നാളെ നമ്മൾ മൂന്നുപേരും ഇവിടെ നിന്നു പോകും”.

ആ വാക്കിലൊരു ഉറപ്പുണ്ടായിരുന്നു.

“നിങ്ങളെ പോലെ നല്ല കുട്ടികളുടെ കൂടെ കഴിയാൻ ആർക്കാ ഇഷ്ടമുണ്ടാകാതിരിക്കുക. ഇങ്ങനെയുള്ള മക്കളെയായിരുന്നു സജീവേന്ദ്ര രാജാവ് ആഗ്രഹിച്ചിരുന്നത്”- മുത്തശ്ശി കഥയിലേക്കു കടന്നു.

“ആരാ മുത്തശ്ശീ ഈ രാജാവ്?” ശ്രീക്കുട്ടിക്കു പതിവുപോലെ സംശയങ്ങൾ തുടങ്ങി.

“വിധുര രാജ്യത്തെ രാജാവായിരുന്നു സജീവേന്ദ്രൻ. രാജാവിനു മക്കളുണ്ടായിരുന്നില്ല. മന്ത്രങ്ങളും യാഗങ്ങളുമെല്ലാം ഒട്ടേറെ ചെയ്തിട്ടും രാജ്ഞി ഗർഭിണിയായില്ല. തന്റെ കാലശേഷം രാജ്യവും വംശവും അന്യംനിന്നുപോകുമെന്നോർത്തു രാജാവിന് ഉറക്കമില്ലാതായി. ഒടുവിൽ രാജാവും പത്നിയും ഒരു കാര്യം തീരുമാനിച്ചു. ഒരാൺകുട്ടിയെ ദത്തെടുക്കുക. അവൻ വലുതാകുമ്പോൾ യുവരാജാവായി വാഴിച്ചു രണ്ടുപേരും കൂടി ഹിമാലയസാനുക്കളിൽ തപസ്സിരിക്കാൻ പോകും.

ആരെ ദത്തെടുക്കും? അതായിരുന്നു രാജാവിന്റെ മുന്നിലെ അടുത്ത ചോദ്യം.

സജീവേന്ദ്രൻ ഒരാൺകുട്ടിയെ ദത്തെടുക്കുന്ന കാര്യമറിഞ്ഞ് അയൽ രാജ്യത്തെ രാജാക്കന്മാരെല്ലാം ദൂതൻമാരെ വിട്ടു. അവർക്കെല്ലാം ഒന്നിലധികം ആൺകുട്ടികളുണ്ട്. അവരിൽ ആരെ വേണമെങ്കിലും രാജാവിനു തിരഞ്ഞെടുക്കാം. അതിനായി രാജ്യത്തേക്കു പത്നീസമേതം ക്ഷണിക്കാനായിരുന്നു ദൂതൻമാർ വന്നത്. ക്ഷണത്തിലെല്ലാം ഒരു മുതലെടുപ്പ് ഉണ്ടെന്ന കാര്യം രാജാവിനു ബോധ്യമായിരുന്നു. സ്വന്തം മകനെ വിധുരരാജ്യത്തു വാഴിച്ച് പതുക്കെ വിധുരയെ സ്വന്തം രാജ്യത്തോടു ചേർക്കാനുള്ള കുരുട്ടുബുദ്ധിയായിരുന്നു അയൽരാജാക്കന്മാർ കാണിച്ചിരുന്നത്. എന്നാൽ ആരുടെ ക്ഷണവും സജീവേന്ദ്രൻ സ്വീകരിച്ചില്ല. അദ്ദേഹം മന്ത്രിയോടു കാര്യങ്ങൾ ചർച്ച ചെയ്തു.

പ്രഭോ, രണ്ടു കടലും രണ്ടു പർവ്വതങ്ങളും താണ്ടി ചെന്നാൽ അത്ഭുതസിദ്ധിയുള്ളൊരു മുത്തശ്ശിയുണ്ട്. അവർ പറഞ്ഞുതരും ആരെ ദത്തെടുക്കണമെന്ന്. അവരുടെ തിരഞ്ഞെടുപ്പ് ഒരിക്കലും പിഴയ്ക്കില്ല-ഇതായിരുന്നു മന്ത്രിയുടെ ഉപദേശം.

Smitha

എങ്കിൽ സമയം പാഴാക്കണ്ട. ഉടൻ പുറപ്പെടാം.

സജീവേന്ദ്രരാജാവും പത്നിയും മന്ത്രിയെയും കൂട്ടി ഇവിടെയെത്തി".

"എന്നിട്ടു മുത്തശ്ശി ആരുടെ പേരാണു പറഞ്ഞത്?"

"ഇന്നലെ അമ്മയുടെ കയ്യിൽ നിന്ന് അടികിട്ടിയിട്ട് ഇന്നും പള്ളിക്കൂടത്തിൽ പോകാതെ വന്നിരുന്നു ചോദിക്ക്യാ പെണ്ണ്.. മുത്തശ്ശി ശ്രീക്കുട്ടിയുടെ കവിളിൽ നുള്ളിക്കൊണ്ടു കഥ തുടർന്നു. തലേദിവസത്തെ സംഭവമെല്ലാം രണ്ടുപേരും മറന്നിരുന്നു. മുത്തശ്ശിയോട് അവർ മീനാക്ഷി തല്ലിയ കാര്യമൊന്നും പറഞ്ഞിരുന്നില്ല. പക്ഷേ, എല്ലാം മുത്തശ്ശിക്കറിയാമായിരുന്നു.

"രാജാവും പത്നിയും എന്റെ മുന്നിലിരുന്നു. മക്കളില്ലാത്ത അച്ഛനമ്മമാരുടെ സങ്കടം അവരുടെ കണ്ണുകളിൽ എനിക്കു കാണാമായിരുന്നു.

നല്ലൊരു അനന്തരാവകാശിയെ വേണമല്ലേ?

അതേ...

രാജകുടുംബത്തിൽ നിന്നുള്ള കുട്ടിയെ വേണോ അതോ രാജ്യത്തെ നേട്ടത്തിലേക്കു നയിക്കാൻ കഴിവുള്ള ആളെ വേണോ?

രാജാവു പത്നിയുടെ മുഖത്തേക്കു നോക്കി.

ഞങ്ങൾക്കു രാജകുടുംബത്തിൽ നിന്നു തന്നെ വേണമെന്നൊന്നുമില്ല. അങ്ങനെയെങ്കിൽ അത് എന്നേ ആവാമായിരുന്നു. അയൽരാജ്യത്തുള്ളവരെല്ലാം എത്രയോ തവണ ഈ ആവശ്യവുമായി എന്നെ സമീപിച്ചിരുന്നു. പക്ഷേ, അവരുടെയൊക്കെ മനസ്സിലിരിപ്പ് എനിക്കറിയാമായിരുന്നു. എന്റെ പ്രജകളുടെ ക്ഷേമം കണക്കാക്കുന്നൊരാളെ ഞങ്ങളുടെ അനന്തരാവകാശിയായി കണ്ടെത്താൻ കഴിയണം.

എങ്കിൽ രാജ്യത്തേക്കു മടങ്ങിക്കൊള്ളൂ. രാജ്യത്തെ ഏറ്റവും സന്തോഷമുള്ള കുടുംബത്തിൽ നിന്ന് ഒരു കുഞ്ഞിനെ ദത്തെടുക്കുക. എപ്പോഴും സന്തോഷവാനായ ഒരുത്തനേ നല്ല രാജാവാകാൻ കഴിയൂ. അങ്ങേക്ക് അത്തരത്തിലുള്ളൊരു ബാലനെ ലഭിക്കും.

മുത്തശ്ശീ, സന്തോഷമുള്ള കുടുംബത്തിൽ നിന്നെന്നു പറയുമ്പോൾ ഞാൻ ബുദ്ധിമുട്ടിലാകും. കാരണം എന്റെ രാജ്യത്ത് എല്ലാ കുടുംബങ്ങളും സന്തോഷത്തിലാണു കഴിയുന്നത്. ഒന്നിലധികംപേർ ഉണ്ടാകുമ്പോൾ ഞാനെന്തു ചെയ്യും?

അതൊക്കെ രാജ്യത്തു ചെല്ലുമ്പോൾ അങ്ങേക്കു മനസ്സിലാകും.

രാജാവും പത്നിയും മന്ത്രിയും നന്ദിപറഞ്ഞുകൊണ്ടു മടങ്ങി.

പോകുമ്പോഴും രാജാവ് ഈ ചോദ്യം തന്നെയായിരുന്നു രണ്ടുപേരോടും ചോദിച്ചുകൊണ്ടിരുന്നത്. സന്തോഷമില്ലാത്ത കുടുംബങ്ങളുണ്ടാ

കില്ല. അപ്പോൾ പിന്നെ ഒരാളെ മാത്രമായി എങ്ങനെ തിരഞ്ഞെടുക്കും?

പ്രഭോ, മുത്തശ്ശി പറഞ്ഞതോർമ്മയില്ലേ. രാജ്യത്തു ചെല്ലുമ്പോൾ നമുക്കു നല്ലൊരു വീട്ടിലേക്കുള്ള വഴി താനേ തുറന്നുവരും. ആ വീട്ടിലെ കുട്ടിയെ ദത്തെടുക്കാം.

മന്ത്രീ, ഇക്കാര്യം കൊട്ടാരത്തിലോ പുറത്തോ ആരും അറിയരുത്. തിരഞ്ഞെടുപ്പു രഹസ്യമായിട്ടു വേണം-രാജാവു മന്ത്രിക്കു താക്കീതു നൽകി.

രാജ്യത്തു മടങ്ങിയെത്തിയ സജീവേന്ദ്രരാജാവ് അനന്തരാവകാശിയെ തേടാൻ തുടങ്ങി. ആ ദിവസം വൈകിട്ടു മന്ത്രി രാജാവിനെ മുഖം കാണിക്കാനെത്തി.

പ്രഭോ എനിക്കൊരു കാര്യം പറയാനുണ്ടായിരുന്നു.

എന്താ കേൾക്കട്ടെ.

അങ്ങു പുതിയൊരു രാജകുമാരനെ തേടുകയാണല്ലോ. എന്റെ മൂത്തമകൻ സുലോചനൻ എല്ലാ രംഗത്തും നല്ല കഴിവുള്ളവനാണ്. ബുദ്ധിയിൽ അവൻ എന്നെ തോൽപ്പിക്കും. ആയുധാഭ്യാസത്തിൽ സൈന്യാധിപനെ വരെ വെല്ലുവിളിക്കാൻ അവനു ധൈര്യമുണ്ട്. ഒരു രാജാവാകാനുള്ള എല്ലാ കഴിവും അവനുള്ളതായി എനിക്കു പലപ്പോഴും തോന്നിയിട്ടുണ്ട്. അങ്ങ് അവനെയൊന്നു കണ്ടാൽ കാര്യം പിടികിട്ടും.

രാജാവിനു സന്തോഷമായി. മന്ത്രിയുടെ മകനാണെങ്കിൽ കാര്യങ്ങൾ കൂടുതൽ എളുപ്പമായി.

അങ്ങനെയാവാം. നാളെത്തന്നെ മന്ത്രി അവനെ ഇവിടെ കൊണ്ടുവരൂ. നമുക്കൊന്നു പരീക്ഷിച്ചു നോക്കാമല്ലോ.

രാജാവിന്റെ വാക്കുകൾ കേട്ടതോടെ മന്ത്രിക്കു സന്തോഷം അടക്കാൻ പറ്റാതെയായി. എത്രയും വേഗം ഇക്കാര്യം വീട്ടിൽ അറിയിക്കണം. അയാൾ പതിവിലും നേരത്തെ വീട്ടിലേക്കു മടങ്ങി.

അന്നു രാത്രി കിടക്കാൻ നേരം മന്ത്രിക്കു ഭാര്യയോടു പറയാനുണ്ടായിരുന്നതു മകൻ യുവരാജാവായാൽ ഉണ്ടാകാൻ പോകുന്ന നേട്ടങ്ങളെക്കുറിച്ചായിരുന്നു.

അവൻ യുവരാജാവായി കുറച്ചു കഴിയുമ്പോഴേക്കും രാജാവാകും. പിന്നെ നമ്മൾ രണ്ടുപേരുമാണു രാജാവിന്റെ അച്ഛനും അമ്മയും. അന്നേരം സജീവേന്ദ്രനും പത്നിയും രാജാവും രാജ്ഞിയുമല്ല. സുലോചനൻ രാജാവായിട്ടു വേണം എനിക്കൊന്നു ഭരിക്കാൻ. വെറുമൊരു മന്ത്രിയായ ഞാൻ എന്റെ കഴിവു നാട്ടുകാർക്കു കാണിച്ചുകൊടുക്കും. പ്രജകൾക്ക് എന്തു നേട്ടമുണ്ടായാലും അതിൽ നിന്നൊരംശം രാജകൊട്ടാ

രത്തിലേക്കുള്ളതാണെന്നു ഞാൻ ഉത്തരവിറക്കും. അതോടെ നമ്മുടെ കൊട്ടാരം സമ്പത്തുകൊണ്ടു നിറയും. അതുകൊണ്ടു നമുക്കു സുഖിച്ചുകഴിയാം.

അവൻ യുവരാജാവായിട്ടു വേണം എനിക്ക് ഈ കൊട്ടാരത്തിലെ മറ്റു സ്ത്രീകളുടെ മുന്നിലൊന്നു തലയുയർത്തി നടക്കാൻ. മന്ത്രിയുടെ കഴിവില്ലാത്ത ഭാര്യയെന്നു പറഞ്ഞ് എന്നെ പലരും കളിയാക്കുന്നതു ഞാൻ കേട്ടിട്ടുണ്ട്. അവൾമാരെയൊക്കെ കാരാഗൃഹത്തിലയയ്ക്കാൻ ഞാൻ തന്നെ ഉത്തരവിടും.

നീ കുറച്ചുദിവസം കൂടി ക്ഷമിക്കൂ. അവനൊന്നു യുവരാജാവാകട്ടെ. നമുക്ക് എല്ലാം ശരിയാക്കാം.- മന്ത്രി ഭാര്യയെ സമാധാനിപ്പിച്ചു.

അടുത്തദിവസം മന്ത്രി മകനെയും കൂട്ടി കൊട്ടാരത്തിലെത്തി. മന്ത്രിപത്നിയെയും കൂട്ടിവരാൻ രാജാവു നിർദേശം നൽകി. അതോടെ മന്ത്രിക്കൊരു കാര്യം ഉറപ്പായി. സുലോചനൻ തന്നെ യുവരാജാവ്. ചിലപ്പോൾ പട്ടാഭിഷേകം ഇന്നുതന്നെയുണ്ടാകും.

ഒരു ഭടൻപോയി മന്ത്രിപത്നിയെയും കൂട്ടി കൊട്ടാരത്തിലെത്തി. രാജാവും പത്നിയും സഭയിലേക്കെത്തി.

എല്ലാവരും ആകാംക്ഷയോടെ കാത്തിരിക്കുകയാണ്. പതിവില്ലാത്തൊരു സമയത്താണ് മന്ത്രിസഭ ചേരുന്നത്.

സുലോചനൻ യുവരാജാവായാൽ മന്ത്രിയുടെ അടുത്ത പരിപാടി എന്തായിരിക്കും? രാജാവ് ചോദിച്ചു.

ഞാൻ, എന്നും ഇവിടുത്തെ മന്ത്രിയായി കൂടെയുണ്ടാകും. അവൻ യുവരാജാവായാലും അങ്ങു തന്നെയാണല്ലോ രാജാവ്- മന്ത്രി മറുപടി നൽകി.

പക്ഷേ, ഇന്നലെ രാത്രി മന്ത്രി അങ്ങനെയല്ലല്ലോ പറഞ്ഞത്. സുലോചനൻ യുവരാജാവായാൽ നിങ്ങൾ ഉടൻ രാജാവാകും. പിന്നെ രാജാവിന്റെ അച്ഛൻ നിങ്ങളാണെന്നുമൊക്കെയാണല്ലോ ഭാര്യയോടു പറഞ്ഞിരുന്നത്. മന്ത്രിയുടെ വീട്ടിലെ സന്തോഷം എത്രയുണ്ടെന്നറിയാൻ ഇന്നലെ രാത്രി ഞാൻ അവിടെയുണ്ടായിരുന്നു. ഇത്രയും കുടില ചിന്തയുള്ളൊരാളാണ് എന്റെ മന്ത്രിയെന്നത് ഇന്നലെ രാത്രിയാണു ഞാൻ മനസ്സിലാക്കുന്നത്. നിങ്ങൾക്കും പത്നിക്കും താമസിക്കാൻ ഞാൻ പുതിയൊരു കാരാഗൃഹം ഒരുക്കിയിട്ടുണ്ട്. ഉടൻ തന്നെ രണ്ടുപേരെയും അങ്ങോട്ടേക്കു കൊണ്ടുപോകുക.

കൽപന നൽകി നൽകി രാജാവ് എഴുന്നേറ്റു. അന്നേരമാണു തങ്ങൾക്കു പറ്റിയ അമളി മന്ത്രിക്കും ഭാര്യയ്ക്കും മനസ്സിലായത്. അപ്പോഴേക്കും

ഭടൻമാർ വന്ന് അവരെ ബന്ധിച്ചിരുന്നു. ഇനിയുള്ള കാലം കാരാഗൃഹത്തിൽ.

മന്ത്രിയുടെ ഉള്ളിലിരിപ്പ് അറിഞ്ഞത് രാജാവിനെ വല്ലാതെ വിഷമിപ്പിച്ചു. ഏറ്റവും വിശ്വസ്തനായ മന്ത്രിക്കു പോലും ഇതാണു ചിന്തയെങ്കിൽ രാജ്യത്തെ മറ്റുള്ളവരുടെ അവസ്ഥയെന്തായിരിക്കും? രാജാവ് ഒരു പരീക്ഷണത്തിനിറങ്ങി. അടുത്തദിവസം രാത്രി അദ്ദേഹം വേഷം മാറി സർവ്വസൈന്യാധിപന്റെ വീട്ടിലെത്തി. മന്ത്രി കുമാരന് അവസരം നഷ്ടപ്പെട്ടതോടെ സ്വന്തം മകനെ യുവരാജാവാക്കാൻ എന്തെല്ലാം ചെയ്യാമെന്ന കാര്യമായിരുന്നു രാത്രിയിൽ സൈന്യാധിപനും ചർച്ച ചെയ്തിരുന്നത്. രാജാവിനെ ബന്ധനസ്ഥനാക്കി അധികാരം പിടിച്ചെടുത്താലോ എന്നുവരെ അദ്ദേഹം ഉപസൈന്യാധിപനോടു സംസാരിക്കുന്നതു രാജാവു രഹസ്യമായി കേട്ടു. അതും രാജാവിനൊരു ആഘാതമായിരുന്നു. അടുത്ത ദിവസം സൈന്യാധിപനെയും ഉപസൈന്യാധിപനെയും അധികാരത്തിൽ നിന്നു നീക്കി കാരാഗൃഹത്തിലാക്കി.

രാജ്യത്തെ സമ്പന്നരുടെയും പണ്ഡിതൻമാരുടെയുമൊക്കെ വീടുകളിൽ രാജാവു വേഷം മാറി ചെന്നു. അവരാരും സന്തുഷ്ടരായിരുന്നില്ല. ഒന്നല്ലെങ്കിൽ വേറെയൊരു നേട്ടത്തെ ആഗ്രഹിച്ചുകൊണ്ടാണ് എല്ലാവരും കഴിയുന്നത്. സ്വന്തം നേട്ടത്തിനായി മറ്റുള്ളവരെ ദ്രോഹിക്കാൻ വരെ പലർക്കും മടിയില്ലായിരുന്നു. സന്തോഷത്തോടെ കഴിയുന്ന ഒരു കുടുംബത്തിൽ നിന്നു തനിക്കൊരു ബാലനെ കിട്ടില്ലെന്നു രാജാവിന് ഉറപ്പായി.

നിരാശയോടെയാണു രാജാവു തന്റെ വേഷംമാറിയുള്ള സഞ്ചാരം അവസാനിപ്പിക്കാൻ തീരുമാനിച്ചത്. അയൽരാജ്യത്തു നിന്ന് ഏതെങ്കിലും കുട്ടികളെ ദത്തെടുക്കാമെന്ന് ഒടുവിൽ രാജാവും രാജ്ഞിയും തീരുമാനിച്ചു. ചെറിയൊരു പ്രതീക്ഷയോടെ, അന്നുരാത്രിയും രാജാവു വേഷംമാറി പുറത്തിറങ്ങി. കൊട്ടാരത്തിന് ഏറെ അകലെയായി കുറേ പാവങ്ങൾ താമസിക്കുന്ന ഇടത്തുകൂടെയാണു രാജാവ് നടന്നത്. അന്നേരമാണ് ഒരു അമ്മയും മകനും തമ്മിലുള്ള സംസാരം യാദൃച്ഛികമായി രാജാവിന്റെ ശ്രദ്ധയിൽ വരുന്നത്.

അന്നുച്ചയ്ക്കു വിവാഹം നടന്നൊരു വീട്ടിൽ നിന്നു ബാക്കിയായ ഭക്ഷണം കൊണ്ടുവന്നതിനെക്കുറിച്ചായിരുന്നു അവർ സംസാരിച്ചത്. ഭക്ഷണമൊന്നുമില്ലാതെ മകൻ വെറുംകയ്യുമായി വന്നതിൽ ദേഷ്യം പിടിച്ചു സംസാരിച്ച അമ്മയോടു മകൻ പറയുന്നതാണു രാജാവു കേട്ടത്.

അമ്മയ്ക്കും എനിക്കും കഴിക്കാനുള്ളതുമായിട്ടാണു ഞാൻ വന്നത്.

അന്നേരാണു സത്രത്തിനടുത്തു രണ്ടു വൃദ്ധകൾ ഭക്ഷണം കിട്ടാതെ ഇരിക്കുന്നതു കണ്ടത്. കൈവശമുള്ള ഭക്ഷണം അവർക്കു വീതിച്ചുനൽകി. നമ്മൾ പട്ടിണി കിടന്നാലും അവർ സുഖമായി ഉറങ്ങുമല്ലോ. നമുക്കു നാളെ എന്തെങ്കിലും ഉണ്ടാക്കിക്കഴിക്കാം അമ്മേ...വിശന്നു തളർന്ന അമ്മയും മകനും തമ്മിലുള്ള സംസാരമായിരുന്നു അത്.

തന്റെ നാട്ടിൽ ദാരിദ്ര്യത്തിൽ കഴിയുന്നവർ ഇപ്പോഴും ഉണ്ടെന്ന കാര്യം രാജാവിന് അന്നേരമാണു മനസ്സിലായത്. ഒരിക്കൽ പോലും ആരും അക്കാര്യം രാജാവിന്റെ ശ്രദ്ധയിൽപ്പെടുത്തിയിരുന്നില്ല.

അടുത്തദിവസം രാജാവു ഭടന്മാരെ വിട്ട് ആ അമ്മയെയും മകനെയും കൊട്ടാരത്തിലേക്കു വിളിപ്പിച്ചു. സുധർമ്മൻ എന്നായിരുന്നു അവന്റെ പേര്.

തലേദിവസം രാത്രി താൻ കേട്ട കാര്യം രാജാവു സുധർമ്മനോടു ചോദിച്ചു. വിശന്നുകിടന്ന കാര്യം രാജാവെങ്ങനെ അറിഞ്ഞെന്നോർത്ത് അവന് അദ്ഭുതമായി.

നാം ഒരു ബാലനെ യുവരാജാവായി ദത്തെടുക്കുന്നുണ്ട്. സുധർമ്മനെ യുവരാജാവായി വിട്ടുതരാൻ സമ്മതമാണോ? രാജാവ് ആ അമ്മയോടു ചോദിച്ചപ്പോൾ സദസ്സാകെ ഞെട്ടി.

സ്വന്തം അമ്മയ്ക്കുള്ള ഭക്ഷണം പോലും മറ്റുള്ളവർക്കു കൊടുക്കാൻ തയ്യാറായ സുധർമ്മനാണു യഥാർഥ ധർമ്മിഷ്ഠനെന്നു രാജാവു പ്രഖ്യാപിച്ചു. ആ അമ്മയുടെ സമ്മതത്തോടെ സുധർമ്മനെ രാജാവു യുവരാജാവായി വാഴിച്ചു. കുറഞ്ഞനാൾ കൊണ്ടു തന്നെ സുധർമ്മൻ രാജധർമ്മം പഠിച്ചു. യുവരാജാവിനെയും കൂട്ടി സജീവേന്ദ്രനും പത്നിയും ഒരുനാൾ ഇവിടെയെത്തി. നല്ല ഭരണാധികാരിയാകാൻ കൊട്ടാരത്തിൽ ജനിക്കേണ്ടതില്ല. ചെറ്റക്കുടിലിലും നീതിബോധമുള്ളവർ ജനിക്കും. അതിനു തെളിവായിരുന്നു സുധർമ്മൻ".

കഥ പറഞ്ഞു മുത്തശ്ശി എഴുന്നേറ്റപ്പോഴാണു വീട്ടിൽ പോകുന്നതിനെക്കുറിച്ചു കുട്ടനും ശ്രീക്കുട്ടിയും ഓർക്കുന്നത്. ഇന്നും പള്ളിക്കൂടത്തിൽ പോയില്ല. അമ്മയറിഞ്ഞാൽ...

## അധ്യായം 25

വീട്ടിലെത്തുമ്പോൾ ആൾക്കൂട്ടം കണ്ടു കുട്ടനും ശ്രീക്കുട്ടിയും പേടിച്ചു. അമ്മാവൻ കോലായയിൽ ഒന്നും മിണ്ടാതെ ഇരിക്കുന്നുണ്ട്. രണ്ടുപേരും പേടിയോടെ അകത്തേക്കു പോയി. അകത്ത് അമ്മ കിടക്കുന്നതു കണ്ടു. ചുറ്റും കുറേ സ്ത്രീകളുണ്ട്. ശ്രീക്കുട്ടി കരഞ്ഞുകൊണ്ട് അമ്മയുടെ അടുത്തേക്ക് ഓടി. അവളുടെ കരച്ചിൽ കേട്ടാണു മീനാക്ഷി കണ്ണുതുറന്നത്. മകളെ ചേർത്തുപിടിച്ചു മീനാക്ഷിയും കരഞ്ഞു.

എന്താണു സംഭവിച്ചതെന്നു കുട്ടനു മനസ്സിലായില്ല. അവൻ അവിടെയും ഇവിടെയുമൊക്കെയായി ചുറ്റിപ്പറ്റി നിന്നു. ഒടുവിൽ ധൈര്യം സംഭരിച്ച് അമ്മാവന്റെ അടുത്തെത്തി.

“എന്താ അമ്മാവാ ഇവിടെ ആള്വേള്?” വിറച്ചുകൊണ്ടാണു ചോദിച്ചത്.

“ മീനാക്ഷി ഇന്ന് ങ്ങളെ പള്ളിക്കൂടത്തിൽ വന്നിരുന്നു. പക്ഷേ, വഴീല് എന്തോ കണ്ടു പേടിച്ചു ബോധം കെട്ടുപോയി. ആളുകളാ ഇങ്ങോട്ടേക്കു കൊണ്ടുവന്നത്. പള്ളിക്കൂടത്തിൽ നിന്ന് ഗുരുനാഥനൊക്കെ വന്നിരുന്നത്രെ. ങ്ങ്ളെ കൂട്യാണോ മീനാക്ഷി വന്നത്? നീ പള്ളിക്കൂടത്തിനു പുറത്തില്ലായിരുന്നോ?”

എവിടെയും തൊടാതെ ഉത്തരം പറഞ്ഞ് അവൻ അവിടെ നിന്നു മാറി. കുട്ടന്റെ ഉള്ളിലൊരു തീയാളി. അപ്പോൾ ഇന്നും പള്ളിക്കൂടത്തിൽ പോകാത്ത കാര്യം അമ്മായി അറിഞ്ഞിട്ടുണ്ട്. അമ്മാവനു സംശയമൊന്നും തോന്നിയിട്ടില്ല.

കുട്ടികൾ വന്നതോടെ അയൽവാസികളെല്ലാം സ്വന്തം വീട്ടിലേക്കു മടങ്ങി. മാധവിയമ്മ മാത്രമേയുള്ളൂ അവിടെ.

പറമ്പിൽ നിന്ന് പശുവും കിടാവും കരയുന്നതുകേട്ട് അമ്മാവൻ മുറ്റത്തേക്കിറങ്ങി. പശുവിനെ രാവിലെ കൊണ്ടുപോയി കെട്ടിയതാ. പിന്നെ തുള്ളിവെള്ളം പോലും കുടിക്കാൻ കൊടുത്തിട്ടില്ല.

അമ്മാവൻ കുട്ടനെ കൂടെ വിളിച്ചു. അമ്മാവന്റെ പിറകെ പോകാൻ കുട്ടനു പേടിയായി. പള്ളിക്കൂടത്തിലെ വിശേഷങ്ങൾ എന്തെങ്കിലും ചോ

ദിച്ചാൽ എന്തു പറയുമെന്ന് അവനറിയില്ലായിരുന്നു.

കുറച്ചുകഴിഞ്ഞാണു മാധവിയമ്മയുടെ ഭർത്താവു പത്മനാഭൻ അവിടേക്കു വന്നത്. വിവരങ്ങളറിഞ്ഞു വന്നതാണ്.

അമ്മാവനും പത്മനാഭനും സംസാരിച്ചിരിക്കുന്നതിനടുത്തു തന്നെ കുട്ടൻ നിന്നു. അവരുടെ സംസാരത്തിലേക്ക് അവൻ ചെവിയോർത്തു. ശ്രീക്കുട്ടി അമ്മായിയുടെ അടുത്തു തന്നെയാണ്. മാധവിയമ്മ ഭക്ഷണം കൊണ്ടുവന്നു കുട്ടനെയും ശ്രീക്കുട്ടിയെയും വിളിച്ചു. രണ്ടുപേരും ഒന്നും സംസാരിക്കാതെ ഭക്ഷണം കഴിക്കാനെത്തി.

"എന്തോ പന്തികേടുണ്ടു പത്മനാഭാ"- അമ്മാവൻ പറയുന്നത് അവർ കേട്ടു.

"ഇന്നലത്തെ കാര്യമൊക്കെ അറിഞ്ഞിരിക്കുമല്ലോ. ഇന്നിപ്പോൾ മീനാക്ഷി വഴിയിൽ വീണുകിടക്കുന്ന അവസ്ഥ വരെയെത്തി. അവളാണെങ്കിൽ ഒന്നും മിണ്ടുന്നുമില്ല. നമുക്കാ തൃക്കണ്ണാപുരത്തെ മഠത്തിലൊന്നു പോയി നോക്ക്യാലോ? മഹാമാന്ത്രികനാ അവിടുത്തെ നമ്പൂതിരി. ചുട്ടകോഴീനെ പറത്തും. എന്തുതട്ടുകേടുണ്ടെങ്കിലും നമ്പൂതിരി ഇല്ലാതാക്കും. നാളെ ഇവരെ പള്ളിക്കൂടത്തിലേക്ക് അയച്ച് ഞാൻ മീനാക്ഷിയെയും കൊണ്ട് അവിടെയൊന്നു പോകും".

" അതാ നല്ലത്. വിവരങ്ങളൊക്കെ ശരിക്ക് അറിഞ്ഞുവാ. നമുക്കു വേണ്ട പരിഹാരം ചെയ്യാം".

കുട്ടനും ശ്രീക്കുട്ടിയും ഒന്നും മിണ്ടാതെ ഭക്ഷണം കഴിച്ചെഴുന്നേറ്റു. മുറ്റത്തെ സംസാരം തുടർന്നുകൊണ്ടിരുന്നു. ശ്രീക്കുട്ടി അമ്മയുടെ അടുത്തേക്കു പോയി. താൻ ഒറ്റയ്ക്കായെന്നു കുട്ടനു തോന്നി. അമ്മയും അച്ഛനും പോയ നാളിൽ അനുഭവിച്ച വിഷമം അവന്റെ മനസ്സിൽ നിറഞ്ഞു. മുറ്റത്തെ ഇരുട്ടിനെ നോക്കി അവൻ മിണ്ടാതിരുന്നു. കുറച്ചു കഴിഞ്ഞു മാധവിയമ്മയും പത്മനാഭനും ചൂട്ടുംകത്തിച്ചു മടങ്ങുന്നതു കണ്ടു. ആരും ഒന്നും മിണ്ടുന്നില്ല. കുട്ടൻ അകത്തേക്കു പോയി. അമ്മായി കണ്ണടച്ചു കിടക്കുകയാണ്. ശ്രീക്കുട്ടി ഉറങ്ങി. കുട്ടനും അകത്തേക്കു പോയി പായ വിരിച്ചു.

നാളെ മുത്തശ്ശി ഈ വീട്ടിലേക്കു വരും. അമ്മാവനും അമ്മായിയും മുത്തശ്ശിയെ സ്വീകരിക്കുമോ? കിടക്കാൻ നേരം അതായിരുന്നു അവന്റെ ഉള്ളിൽ. മുത്തശ്ശി അടുത്തിരുന്നു ചിരിക്കുന്നതുപോലെ തോന്നി അവന്. കുട്ടനും ശ്രീക്കുട്ടിയും മുത്തശ്ശിയുടെ മടിയിൽ തലചായച്ചു കിടക്കുകയാണ്. മുത്തശ്ശി രാജകുമാരന്മാരുടെ കഥ പറയുന്നുണ്ട്. കടലും മലയും താണ്ടി സഹായത്തിനെത്തിയ രാജകുമാരന്റെ കഥയാണു പറ

Smitha

യുന്നത്. കഥ കേട്ട് ഉറങ്ങിയ രണ്ടുപേരെയും അടുത്തുകിടത്തി മുത്തശ്ശിയും ഉറങ്ങാൻ കിടന്നു.

നേരം പുലർന്ന് ശ്രീക്കുട്ടി വിളിച്ചപ്പോഴാണ് അവൻ ഉണർന്നത്. കുട്ടൻ മുത്തശ്ശിയെ തിരക്കി.

" ഇന്നു മുത്തശ്ശി ഇവിടേക്കു വരില്ലേ"- ശ്രീക്കുട്ടി സ്വരം താഴ്ത്തി അവനോടു ചോദിച്ചു. തലേദിവസം മുത്തശ്ശിയുടെ മടിയിൽ തലവച്ചു കിടന്നതു സ്വപ്നമായിരുന്നെന്ന് അന്നേരമാണു കുട്ടനു മനസ്സിലായത്.

രണ്ടുപേരും കുളിച്ചു ഭക്ഷണം കഴിച്ചു പള്ളിക്കൂടത്തിൽ പോകാൻ ഒരുങ്ങി. രാത്രിയെപ്പോഴോ മീനാക്ഷിയുടെ സംസാരശേഷി വീണ്ടുകിട്ടിയിരുന്നു.

" ഞങ്ങൾ തൃക്കണ്ണാപുരം നമ്പൂതിരിയെ കാണാൻ പോകുകയാണ്. ചിലപ്പോൾ വൈകും. നേരം വൈകിയിട്ടുണ്ടെങ്കിൽ മാധവിയമ്മയുടെ വീട്ടിലേക്കു പോയാൽമതി"- മീനാക്ഷി ശ്രീക്കുട്ടിയോടു പറഞ്ഞു.

അമ്മായിയുടെ മുഖത്തേക്കു നോക്കാൻ കുട്ടനു പേടിയായിരുന്നു. ശ്രീക്കുട്ടി പള്ളിക്കൂടത്തിൽ പോകാത്ത കാര്യം അമ്മായിക്കറിയാം. പക്ഷേ, അറിഞ്ഞഭാവം നടിക്കുന്നില്ല. എന്തോ പന്തികേടുണ്ടെന്ന് അവനുറപ്പായിരുന്നു. തൃക്കണ്ണാപുരത്തെ നമ്പൂതിരി മന്ത്രവാദം ചെയ്തു തങ്ങളുടെ മുത്തശ്ശിയെ കൊല്ലുമോയെന്നു കുട്ടൻ പേടിച്ചു. എന്നാൽ അവൻ ഇക്കാര്യം ശ്രീക്കുട്ടിയോടു പറഞ്ഞില്ല.

പള്ളിക്കൂടത്തിലേക്കു പോകുന്ന വഴിയിൽ ഇടയ്ക്കിടെ കുട്ടൻ തിരിഞ്ഞുനോക്കുന്നുണ്ടായിരുന്നു. തലേദിവസത്തെ പോലെ അമ്മായി പിന്നാലെ വരുന്നുണ്ടോയെന്ന് അവൻ ഭയന്നു. ചുറ്റുപാടുമുള്ള ഓരോ ശബ്ദവും അവനിൽ പേടി കൂട്ടി. പിന്നാലെ ആരെയും കണ്ടില്ല.

പക്ഷേ, അവന്റെ ചെറിയ കണ്ണുകൾക്കു കാണാത്ത അകലത്തിൽ അമ്മാവനും അമ്മായിയും ഉണ്ടായിരുന്നു. രാത്രിയിൽ എല്ലാകാര്യവും മീനാക്ഷി ഭർത്താവിനോടു പറഞ്ഞിരുന്നു.

പള്ളിക്കൂടത്തിന്റെ മുന്നിലെത്തിയപ്പോൾ കുട്ടനും ശ്രീക്കുട്ടിയും ഒന്നു നിന്നു. നാലുഭാഗവും തിരിഞ്ഞുനോക്കി. ഇല്ല, ആരും കാണുന്നില്ലെന്നുറപ്പാക്കി അവർ മുന്നോട്ടേക്കു നടന്നു. മക്കൾ പള്ളിക്കൂടത്തിലേക്കു പോകാതെ നടന്നുനീങ്ങുന്നതു രണ്ടുപേരും ദൂരേനിന്നു നോക്കിനിന്നു. അന്നേരമാണു കുറുപ്പിനു കാര്യമെല്ലാം പിടികിട്ടിയത്. മീനാക്ഷി പറഞ്ഞത് അയാൾ മുഴുവനും വിശ്വാസത്തിലെടുത്തിരുന്നില്ല.

കുട്ടനും ശ്രീക്കുട്ടിയും മുറ്റം കടന്നു മുത്തശ്ശിയുടെവീട്ടിലേക്കു കയറിപ്പോകുന്നതു രണ്ടുപേരും കണ്ടു. മീനാക്ഷിയുടെ കണ്ണുകൾ നിറഞ്ഞി

രുന്നു. വാക്കുകൾ കിട്ടാതെ അവൾ ഭർത്താവിന്റെ മുഖത്തേക്കു നോക്കി.

ആ വീടിന്റെ പരിസരം ആരെയും ഭയപ്പെടുത്തുന്നതായിരുന്നു. കുറുപ്പിന്റെ ഉള്ളിലും ഭയത്തിന്റെ വിത്തുപൊട്ടി. അയാൾ മീനാക്ഷിയുടെ കൈ പിടിച്ചു. മക്കളെന്തിനാണു പൊളിഞ്ഞുവീഴാറായ ആ വീട്ടിലേക്കു പോകുന്നതെന്ന് അവർക്കു മനസ്സിലായില്ല. ഏതോ മുത്തശ്ശി കഥ പറഞ്ഞുതരുന്നതു കുട്ടികളുടെ രഹസ്യ സംസാരത്തിൽ നിന്നു കേട്ടതു മീനാക്ഷി കുറുപ്പിനോടു പറഞ്ഞിരുന്നു.

ആ വീടിന്റെ ഉള്ളിൽ വെളിച്ചം തെളിയുന്നതു രണ്ടുപേരും കണ്ടു. കുറുപ്പിനു മേലാകെ എന്തോ അരിച്ചുകയറുന്നതുപോലെ തോന്നി. അയാൾ ഭാര്യയുടെ കൈ പിടിച്ചു വേലി കടന്നു. ശ്വാസം അടക്കിപ്പിടിച്ചു രണ്ടുപേരും നടന്നു. മുറ്റത്തെത്തി. വീടിന്റെ വാതിൽ തുറന്നിട്ടിരിക്കുന്നു.

“ മോളേ, ശ്രീക്കുട്ടീ” ധൈര്യം സംഭരിച്ചു മീനാക്ഷി വിളിച്ചു.

“ ശ്രീക്കുട്ടീ, കുട്ടാ”- കുറുപ്പും മക്കളെ വിളിച്ചു.

അകത്തുനിന്ന് ആരും വിളികേൾക്കുന്നില്ല.

പേടിയോടെ രണ്ടുപേരും അകത്തേക്കു കയറി. മുറിയിൽ ചെറിയൊരു വിളക്കു പ്രകാശിക്കുന്നുണ്ടായിരുന്നു.

മോളേ.. ഇടറുന്ന സ്വരത്തിൽ മീനാക്ഷി വിളിച്ചു. ആ അമ്മയുടെ വിളി കേൾക്കാൻ അവിടെ ആരുമുണ്ടായിരുന്നില്ല. വീട്ടിലേക്കു കയറിപ്പോയ ശ്രീക്കുട്ടിയെയും കുട്ടനെയും അവർക്കവിടെ കാണാൻ പറ്റിയില്ല. വീടു ശൂന്യമായിരുന്നു. അവിടെ ആരെങ്കിലും താമസിക്കുന്നതിന്റെ ലക്ഷണമൊന്നുമില്ലായിരുന്നു. പുറത്തെ കിളിക്കൂടിന്റെ വാതിൽ തുറന്നിട്ടിരുന്നു.

“ മോളേ..” മീനാക്ഷിയുടെ വിളി ആ വീടിനെയാകെ പ്രകമ്പനം കൊള്ളിച്ചു. എന്തു ചെയ്യണമെന്നറിയാതെ കുറുപ്പ് അവിടെയിരുന്നു. ചുറ്റും ഇരുട്ടു പരക്കുന്നതായി അയാൾക്കു തോന്നി. വീടിനുള്ളിലെ വെളിച്ചവും കെട്ടു. പടിഞ്ഞാറുനിന്നു കാറ്റു വീശാൻ തുടങ്ങി. അതു ശക്തി പ്രാപിച്ചുവരികാണ്. കുറച്ചകലെ മീനാക്ഷി വീണുകിടക്കുന്നത് അവ്യക്തമായി അയാൾ കണ്ടു

ദൂരെ പുഴയിലെ ചെറിയ ഓളങ്ങൾ മുറിച്ചുകൊണ്ടു ഒരു തോണി കടന്നുപോയി. അതിൽ മൂന്നുപേരുണ്ടായിരുന്നു. അവരുടെ ചിരി ആകാശത്തേക്കുയർന്നു.

www.ingramcontent.com/pod-product-compliance
Lightning Source LLC
LaVergne TN
LVHW100303051026
849517LV00006B/2177
*9789389250008*